பெண்ணதிகாரம்
பெண் ஆளுமைகளின் நேர்காணல்கள்

நேர்காணலும் தொகுப்பும்
பத்மா அமர்நாத்

வெளியீடு
புழுதி பதிப்பகம்

பெண்ணதிகாரம்

தன்மை: நேர்காணல் தொகுப்பு

பதிப்பு: ஏப்ரல் 2024

பதிப்பு உரிமை: புழுதி பதிப்பகம்

வெளியீடு: புழுதி பதிப்பகம், 75 அண்ணாநகர் 6வது தெரு,
திருவண்ணாமலை - 606 601.

பக்கங்கள்: 210

நூல் வடிவமைப்பு, அட்டைப்படம்: சிவராஜ் பாரதி

உள்ஓவியங்கள்: நந்தினி ஜெயபாரதி

ISBN: 978-81-972666-9-0

அச்சகம்
லீதியா ஸ்டார் எண்டர்பிரைசஸ்
மயிலாப்பூர், சென்னை-600 004.
✆ : 96000 35808

🌐 www.puzhuthi.com
✉ puzhuthitvm2023@gmail.com
📞 +91 93604 03347 | 93458 16187 | 96779 04660
📘📷 puzhuthi_

பதிப்புரை

ஒரு பெரும் பட்டாளத்தின் கனவு

"இயக்கமே எல்லாம்; இறுதி இலட்சியம் என்பது ஒன்றுமில்லை"

– பெர்ன்ஷ்டைன்

புழுதி இதழ் மீண்டும் கொண்டுவரும் எண்ணத்திலிருந்தபோதும், அதுகுறித்து விவாதித்தபோதும் மிகவும் தீர்க்கமாகப் புதியவர்களுக்கான வாய்ப்பையும், அதிலும் குறிப்பாக பெண் படைப்பாளிகளை உருவாக்கும் இடமாக புழுதி அமைய வேண்டும் என்று முடிவு செய்திருந்தோம்.

அவற்றை முன்வைத்து ஒவ்வொரு சிறப்பிதழும் புதிய படைப்பாளர்களின் எழுத்தைத் தாங்கியே வெளிவந்தது. கலை, இலக்கியம், அறிவியல், தொழில்நுட்பம், கல்வி, அரசியல் என மனித வாழ்வியலில் ஊடுபாவும் பல பொருண்மைகளை உள்ளடக்கிய இதழ்களாக வெளிவந்துகொண்டிருக்கும் சூழலில், பெண் கல்வி எப்படி இந்தச் சமூகத்திற்கு முக்கியமோ அதேபோல் ஒரு பெண்ணுடைய பொருளாதார வளர்ச்சியும் இந்தச் சமூகத்தை உயர்த்தும் மிக முக்கியமான காரணியாக நாங்கள் கருதுகிறோம். அத்தகைய தருணத்தில் பல்வேறு வடிவத்தில் இயங்க எண்ணிக்கொண்டிருந்த சூழலில் பெண் தொழில்முனைவோர், பலதுறையில் சாதனை படைத்த / படைத்துக்கொண்டிருக்கும் பெண் ஆளுமைகளை நேர்காணல் கண்டு, அவற்றைத் தொகுக்கும் எண்ணத்தில் புழுதி ஆசிரியர்களான சிறகன், தளபதி சல்மான் அவர்களுடன் முதற்கட்டமாகப் பேசி முடிவு செய்திருந்தோம். அப்போதுதான் புழுதியின் மாதவிடாய் சிறப்பிதழில் பங்களித்த எழுத்தாளர் பத்மா அமர்நாத் அவர்களைச் சந்தித்தோம். அப்போது 'பெண்ணதிகாரம்' குறித்து அவரிடம் விவாதித்தோம். அதன் பிறகு அவ்விதழிணை எழுத்தாளர் பத்மா அமர்நாத் அவர்கள் முன்நின்று கொண்டுவந்தால் சிறப்பாக இருக்கும் என்று அவரிடம் ஒப்படைத்தோம். ஒரு மாதகாலம் தொடர்ந்து பல ஆளுமைகளை நேரில் சென்று பார்த்து நேர்காணல் எடுப்பதும், இணையத்தின் வழியே நேர்காணல் எடுப்பதும் என மும்முரமாக அப்பணியை முடித்துக் கொடுத்தார். எங்களின் எண்ணத்தைச் செயலாகக் கொண்டுவந்த எழுத்தாளர் பத்மா அமர்நாத் அவர்களின் பணி மகத்தானது. அவருக்கு எங்களின் ஈடில்லா அன்பும் நன்றியும். நேர்காணல்களை வழங்கிய அனைத்து ஆளுமைகளுக்கும் எங்களின் நன்றி.

அதன்பிறகு மார்ச் 8, 2024 அன்று அச்சிறப்பிதழ் புழுதி இணையதளத்தில் வெளிவந்தது. பல தரப்பிலிருந்து அவ்விதழ் அச்சில் உண்டா என்று கேட்ட வாசகர்களின் எண்ணத்தைக் கருத்தில்கொண்டு அவ்விதழிணை அச்சில் கொண்டுவர வேண்டும் என்று முடிவு செய்தோம்.

'பெண்ணதிகாரம்' நூல் வெளிவர உறுதுணையாக இருந்த, சுஜாதா அம்மா, எழுத்தாளர் எஸ்.ஜே. சிவசங்கர், கவிஞர் வேல்கண்ணன், எழுத்தாளர் விஜயராணி மீனாட்சி, மாமா செல்வகுமார், கவிஞர் ந. பெரியசாமி, அண்ணன் லிங்கா சதீஷ், கவிஞர் நான் ராம், புழுதி தோழமைகள் கவிஞர் கனிவிஜய், பத்மஜோதி, தோழர். சேதுராமன், அருண் சேத்ரன், யாழினி, நிரஞ்சன், அக்பர் மற்றும் எங்களின் குழுவிற்கு எப்போதும் நம்பிக்கையளிக்கும் திரு. சீனி. கார்த்திகேயன், திரு. வினோத், திரு. கே.கே. ஷா, தோழர். வெற்றிமுரசு திரு. பிரபாகர் ஆகியோர்களுக்கும் எங்களின் அன்பு.

இந்நூலை அழகே வடிவமைத்த சிவராஜ் பாரதி, ஓவியங்களை வரைந்து கொடுத்த தங்கை நந்தினி ஜெயபாரதி, நூல் மெய்ப்பு பார்த்துக் கொடுத்த அண்ணன் கண்ணன் என ஒருபெரும் பட்டாளத்தின் கனவு இந்தப் புத்தகம், இப்போது உங்கள் கைகளில்.

நன்றி.

கு. ஜெயபிரகாஷ்
ஆசிரியர், புழுதி இதழ்
திருவண்ணாமலை
www.puzuthi.com

உள்ளே

08	தாகம் கொண்டவை தண்ணீர் தேடிக்கொண்டிருக்கும் திருமிகு. பத்மா அமர்நாத்
12	வாழ்க்கையில் சவால் என்பது அனைவருக்குமானது திருமிகு. சித்ரா சிவகுமார்
18	இதற்கு மேல் விளக்கிச் சொல்ல முடியாது. திருமிகு. அர்ச்சனா ஸ்டாலின்
30	ஆணைப் போல் வளர்வதல்ல பெண்ணினுடைய இலக்கு. திருமிகு. பர்வீன் சுல்தானா.
38	பெண்கள் என்றாலே போராட்டம்தானே. திருமிகு. ஏ.எஸ்.குமாரி
43	**I ENJOY BEING A WOMAN.** திருமிகு. ஜெயந்திஸ்ரீ பாலகிருஷ்ணன்
51	இந்தப் பெண்ணிற்கு, இந்த நேரத்தில் இங்கென்ன வேலை...? திருமிகு. மீரா சுந்தரராஜன்
59	இயற்கை பெண்களுக்கு நெருக்கமான விஷயமாக இருக்கிறது. திருமிகு. அனிதா
70	கேள்விகளை எழுப்பாத கலை, இலக்கிய செயல்பாடு எதுவும் சரியில்லை. திருமிகு. ஆ.வெண்ணிலா
78	பெண் தன்னைத் தானே காத்துக்கொள்ள வேண்டும். திருமிகு. திலகவதி ஐ.பி.எஸ்.

95	நாலு பேர் என்ன சொல்வார்களோ
	திருமிகு. நிவேதிதா லூயிஸ்
108	**WHO ARE YOU TO DECIDE?**
	திருமிகு. ரோகிணி
115	கேள்வி கேட்கவும், NO சொல்லவும் தெரிய வேண்டும்.
	திருமிகு. மது சரண் வேல்
126	செய்தே ஆக வேண்டும்.
	திருமிகு. வீனா குமாரவேல்
138	நம்மை நாம் evaluate பண்ணிக்கணும்.
	திருமிகு. சுபாஷினி கனகசுந்தரம்
155	நாங்கள் கடவுள் இல்லை
	திருமிகு. பாரதி ஸ்ரீதர்
168	எங்கள் கைகளையும் அவிழ்த்துவிட்டுதான் பாருங்களேன்...
	திருமிகு. ப்ரீத்தி ஸ்ரீனிவாசன்
184	நீ இப்படி ஓடி உழைக்கணுமா என்ன?
	திருமிகு. நீனா ரெட்டி
194	ஒரு பெண்ணிற்கு என்ன தேவை
	திருமிகு. வான்மதி
206	ஆண் பெண் என்ற வேறுபாடு தேவை இல்லை
	திருமிகு. நந்தினி ஜெயபாரதி

○ தொகுப்பு: பத்மா அமர்நாத்

தாகம் கொண்டவைத் தண்ணீர் தேடிக்கொண்டிருக்கும்

திருமிகு. பத்மா அமர்நாத்

உலகெங்கிலும், கடந்த சில ஆண்டுகளில், பெண்கள் சுய நிர்ணய உரிமை அல்லது, 'பெண்ணதிகாரம்' என்ற வார்த்தை, பெண்களின் வளர்ச்சிக்கான தடையை நீக்கவல்ல சக்தியாகப் பார்க்கப்படுகிறது. ஆங்கிலத்தில் *Empowerment* என்ற வார்த்தை இருந்துள்ளது. ஆனால், *Women empowerment* என்ற வார்த்தை, 19ம் நூற்றாண்டின் இறுதியிலிருந்து தான் உரு பெற்று, வளர்ந்து வந்துள்ளது. தமிழ் அகராதியில், இச்சொல்லிற்கான மொழியாக்கம், பெண் 'அதிகாரமளித்தல்', 'பெண் சுய நிர்ணய உரிமை' என்றே கூகுள், எனக்குச் சொல்லித் தந்தது.

கூகுளைத் தாண்டி, இச்சொல்லின் தன்மையைப் பற்றி, சுற்றி உள்ள பெண் ஆளுமைகளின் கூக்குரல் என்னவாக இருக்கும், என்று தெரிந்துகொள்ள ஆசைப் பட்டேன். 'தாகம் கொண்டவைத் தண்ணீர் தேடிக்கொண்டிருக்கும்' என்பதைப் போல, புழுதி இயக்கம், ஒரு அருமையான வாய்ப்புடன் என்னைத் தேடி வந்தனர்.

பெண்களின் வளர்ச்சிக்கான தடையை, நீக்கவல்ல 'பெண்ணதிகாரம்' என்ற வார்த்தையே, இந்தச் சிறப்பிதழுக்கான தலைப்பானது.

நேர்காணலின் போது, திலகவதி அம்மாவும், மது சரண் அவர்களும், "அது என்ன 'புழுதி'னு பேர் வச்சிருக்கீங்க?" என்று கேட்டனர். உழைப்பை அடிப்படையாகக் கொண்ட இந்த இளைஞர்களின் பதில், "'புழுதி' என்பது, அழுக்கு, சூறாவளிக் காற்று, மணல், தூசு ஆகியவற்றுடன் தொடர்பு கொண்டது. இவற்றை, உழைப்பு மற்றும் வியர்வையுடன் தொடர்புப்படுத்தலாம். அதே தென்றல் என்பது, மென்மையான, அலட்டிக்கொள்ளாத தன்மைக் கொண்டது" என்றனர்.

மாதம் ஒரு தலைப்பின் கீழ், பல புதிய எழுத்தாளர்களை உருவாக்குவது தான், 'புழுதி'யின் செயல்பாடு. அந்த வகையில், 'பெண்ணதிகாரம்' சிறப்பிதழுக்கு என்னை சிறப்பாசிரியராக்கி, நேர்காணல்களுக்கான வாய்பைத் தந்தனர்.

பெண்களின் ஆற்றலை மெச்சும் வண்ணம், நம் மூதாதையர்கள், பெண் தெய்வ வழிபாட்டினை மேற்கொண்டனர். பெண்ணை முன்னிலைப் படுத்தும் பெண் வழிச் சமூகமாகத்தான், நாம் இருந்துவந்தோம். காலப் போக்கில் எல்லாமே மாறிவிட்டது. இன்று தொலைந்து போன அல்லது கவனிக்கத் தவறிய பெண்களின் ஆற்றலையும், அறிவையும், மீண்டும் வளர்த்தெடுக்க வேண்டியதன் பொறுப்பும் கடமையும் நமக்குண்டு.

முன்னேற்றம் என்பது பாதிக்கப்பட்ட நிலையில் உள்ள பெண்ணிற்கு மட்டும் அல்ல. அனைத்து பெண்களுமே, தான் இருக்கும் நிலை எதுவானாலும், அந்நிலையிலருந்து, அடுத்தடுத்த நிலைக்கு உயர வேண்டும். பொருளாதார, அரசியல் மற்றும் சமூக கலாச்சார முறையில், பெண்களின் வாழ்க்கைத் தரத்தை மேம்படுத்துவதற்காக உதவும் ஆயுதம் தான், இந்த 'பெண்ணதிகாரம். பெண்கள் தங்கள் வாழ்க்கையின் மீது அதிகாரத்தையும் கட்டுப்பாட்டையும் பெறுவதற்கான, அறிவுப்பூர்வமான வழியாகும்.

தன் துறையில் சாதித்த, பெண் ஆளுமைகளிடம் இதை எப்படி உணர்கிறார்? சக தோழிகளுக்கும், அடுத்தகட்ட தலைமுறையினருக்கும், அவர்கள் சொல்லவரும் கருத்தென்ன? இதுதான் இந்தப் புத்தகத்தின் சாராம்சம். வயதுவரம்பின்றி, பெண்கள் அனைவருமே, இதை ஒரு கையேடாக, அவ்வப்போது வாசித்துப் பயனடைய வேண்டும். காரணம், வாழ்க்கையின் அணுகுமுறை மற்றும் முன்னேற்றதிற்கான ஆலோசனைகளை இந்தச் சாதனைப் பெண்கள், நம்முடன் பகிர்ந்துள்ளனர்.

இந்நூலின் உருவாக்கத்திற்கான என்னுடையப் பயணத்தைப் பற்றி நான் சிந்திக்கும்போது, நன்றியுணர்வும் உணர்ச்சிமிகுதலும், எனக்குள் நிறைந்திருப்பதை உணர்கிறேன். இந்தப் பக்கங்களுக்குள் இருக்கும் பேட்டிகள் வெறும் வார்த்தைகள் அல்ல; மாறாக, உலகெங்கிலும் உள்ள பெண்களின் நெகிழ்ச்சி, தைரியம் மற்றும் அசைக்க முடியாத மனப்பான்மைக்கான ஒரு சான்றாகும்.

பல துறையைச் சேர்ந்த ஆளுமைகளை, தொலைபேசி வாயிலாகவும், குறுஞ்செய்திப் பதிவிட்டும், சந்திப்பதற்கான அனுமதியைப் பெற்றேன். அனைவருமே, “யார்?” “எதற்காக?” என்ற கேள்விக்குப் பின் அடுத்த ஓர் இரு நாட்களிலேயே, என்னை நேரில் வந்து சந்திக்க அழைத்தனர். இதன் மூலம் நான் கற்றுக்கொண்ட இரண்டு பாடங்களை, இங்கு பதிவிட விரும்புகிறேன். ஒன்று, நம் நோக்கமும், செயலும் சிறப்பாகவும் தெளிவாகவும் இருந்தால், யாரையும் சந்திக்க, நமக்கு தடையேதும் இல்லை. இரண்டாவது, பெண்ணதிகாரத்தின் அவசியத்தையும், அதை இன்னும் பல பெண்களிடமும், இந்தச் சமூதாயத்திடமும் கொண்டு சேர்க்க வேண்டிய கடமையை, இப்பெண்கள் அனைவருமே உணர்ந்துள்ளனர்.

“ஒரு மணி நேரம் போதுமா மா...?” என்று கேட்பார்கள். ஆனால், பேச ஆரம்பித்த பின், இரண்டு மணி நேரம் கடந்தும், தங்கள் ஆதங்கத்தை, ஆசையை, கோபத்தை, எதிர்பார்ப்பை, மிக அழகாகப் பகிர்ந்துகொண்டனர். தங்களின் பொன்னான நேரத்தை, ‘பெண்ணதிகாரம்’ நேர்காணலுக்காக ஒதுக்கிய, அனைத்து பெண் ஆளுமைகளுக்கும் ‘புழுதி’ இணையவழி இதழின் சார்பாக, மனமார்ந்த நன்றியைத் தெரிவித்துக்கொள்கிறேன்.

இத்தொகுப்பில் உள்ள ஒவ்வொரு நேர்காணலும் பெண்ணின் ஆன்மாவுக்கான ஒரு சாளரம். இந்த ஆளுமைகள் அனைவருமே, தன்னைச் சுற்றி உள்ள சமுதாயத்தைக் கருணையுடன் எதிர்கொண்டவர்கள், சவால்களை அசைக்க முடியாத மன உறுதியுடன் வென்றவர்கள், முன்பை விட வலிமையாகவும் அதிக அதிகாரமும் பெற்றுத் திகழ்பவர்கள். தங்கள் மீதுள்ள கண்ணாடிக் கூரைகளை உடைத்திருப்பது மட்டுமல்லாமல், மற்றவர்கள் தங்கள் அடிச்சுவடுகளைப் பின்பற்றவும் வழி வகுத்துள்ளனர்.

சொல்லப்பட்ட ஒவ்வொரு வரியும் உண்மைத்தன்மையுடன், நேர்மையாகவும், ஆழமாகவும் நம்மில் ஒரு தாக்கத்தை ஏற்படுத்தும். ‘பெண்ணதகிகாரம்’ என்பது ஒரு இலக்கு மட்டுமல்ல, அது ஒரு பயணம் என்பதே, இப்புத்தகம் எடுத்துரைக்கும் தாரக மந்திரமாகும்.

இன்று உலகளவில், கார்ப்பரேட் முதல் தொழிற்பட்டறைகள் வரை, வகுப்பறைகள் முதல் ஆய்வகங்கள் வரை, பெண்கள் தங்கள் அடையாளத்தை ஆணித்தரமாக நிரூபித்து வருகிறார்கள. அப்படி இருந்தும், குறிப்பிடத்தக்க வேறுபாடுகள் நீடிக்கத்தான் செய்கின்றன. ஊதிய இடைவெளி, *LGBTQ+* பெண்கள், மற்றும் குறைபாடுள்ள பெண்கள், பல சவால்களை இன்றைக்கும் எதிர்கொள்கின்றனர்.

இனித் தாங்கள் வாசிக்கப்போகும் இந்தப் பெண் ஆளுமைகளின் நேர்காணல் பதிவில், உங்களுடைய பயணத்தைப் பற்றி சிந்தித்து, உங்களுக்குள் இருக்கும் எல்லையற்ற திறனைக் கண்டறிவீர்கள்.

இந்தச் சிறப்பிதழுக்காகப் பணியாற்றியதில் பெருமை கொள்கிறேன். இந்த பெருமை, என் 'புழுதி' இதழின் குழுவிற்கே போய் சேரும். பதிவுகளில் பிழை திருத்தம் செய்த சு.சுஜாதா அம்மாவிற்கும், வடிவமைப்பு பணிகளை மிகச் சிறப்பாக செய்து முடித்த திரு.சிறகன், திரு.தளபதி சல்மான் மற்றும் இக்குழுவிலிருந்து, முதன்முதலில் எனக்கு அறிமுகமான புழுதி இதழின் ஒருங்கிணைப்பாளர் திரு ஜெ.பி. என்ற ஜெயபிரகாஷ் அவர்களுக்கும் மனமார்ந்த வாழ்த்தும் பாராட்டும்.

இனித் தடையேதும் இல்லை தோழிகளே, நாம் இருக்கும் நிலை எதுவானாலும், அதிலிருந்து உயர்வோம். நாமும் உயர்ந்து, நம்மைச் சுற்றி உள்ளவர்களையும் உயர்த்த உதவுவோம்.

நன்றி.

Evolve Encourage Empower
Padma Amarnaath

வாழ்க்கையில் சவால் என்பது அனைவருக்குமானது.

திருமிகு. சித்ரா சிவகுமார்

உங்களைப் பற்றிய அறிமுகம்...

நான் சித்ரா சிவகுமார். 1997 முதல் டைடன் நிறுவனத்துடன் இணைந்து பணியாற்றிவருகிறேன். இன்று, டைடன் நிறுவனத்தின், 14 ஷோரூம்களை நடத்திவருகிறேன். டைடன் கண்ணாடிக் கடைகள் - 3, டைடன் கைக் கடிகாரக் கடைகள் - 4, தனிஷ்க் நகைக் கடை - 2, (சென்னை மற்றும் காஞ்சிபுரம்), மியா நவ நாகரீக நகைக் கடை -1, கேரட் லேன் வைர நகைகடை - 1.

உங்களுடைய ஆரம்ப நாட்கள்?

என் தந்தை ஒரு ஐ.ஏ.எஸ். அதிகாரி. ஹரியானாவில் பணியாற்றத் தொடங்கினார். அங்கிருந்து பல மாநிலங்களுக்குச் செல்ல வேண்டிய சூழல். கிட்டத்தட்ட, 13, 14 பள்ளிகளில் படித்தவள் நான். சில பள்ளிகளில் ஆறு மாத காலம்தான் இருந்திருப்பேன். இது எனக்கொரு மிகப்பெரிய பலமாக மாறிப்போனதாக, பின் நாளில் உணர்ந்தேன். இன்று என்னை, எங்கே கொண்டு விட்டாலும், இரண்டு மணி நேரம் போதும்... அந்தச் சூழலுக்குத் தகுந்தாற் போல, நான் மாறிவிடுவேன். என் தந்தை வழி தாத்தா, ஒரு பேராசிரியர். மற்றும் தாய் வழி தாத்தா, வேதங்களில் பண்டிதர். ஆக, கல்வியின் முக்கியத்துவத்தை உணர்ந்த குடும்பம், எங்களுடையது.

கல்லூரியில் எனக்கு விருப்பமான மரபியல் (Genetic science) தேர்வு செய்து, டில்லி பல்கலைக்கழகத்தின் முதன்மை மதிப்பெண் பெற்றேன். என் கனவு, தந்தை போல ஒரு அரசாங்க அதிகாரியாக வேண்டும், அல்லது, வெளிநாடு சென்று மேற்கொண்டு படிக்க வேண்டும் என்பதுதான்.

ஒரு தொழிலதிபராக வேண்டும் என்ற உங்களுடைய கனவைப் பற்றி?

(கேள்வியைக் கேட்டதும் ஒரு புன்சிரிப்பைச் சிந்தி விட்டுத் தொடர்ந்தார்...)

○ தொகுப்பு: பத்மா அமர்நாத்

பள்ளி, கல்லூரி நாட்களில், பல பிரபல தொழிலதிபர்களை நான் சந்தித்திருக்கிறேன். அப்போதெல்லாம், படிப்பறிவு இல்லாதவர்களும், கறுப்புப் பணத்தைக் கையாள்பவர்களும்தான் தொழில் செய்து, அதிபர்கள் எனக் காண்பித்துக் கொள்வார்கள் என்று எண்ணியிருந்தேன். அதனாலேயே, எக்காரணம் கொண்டும் 'நான் தொழிலில் மட்டும் இறங்க கூடாது' என்பதில் தீவிரமாக இருந்தேன். பின், என் கணவரை சந்தித்தப் பின், என் புரிதலில் உள்ள தவறை உணர்ந்துகொண்டேன்.

1997ல், டைடன் நிறுவத்தின் கிளைகளுக்கான அறிவிப்பு வந்தது. 'ஒரு அரை மணி நேரம், நீ அலுவலகம் வந்து போ' என்றார். ஆனால், இன்று வரை, ஒருநாளும், அரை மணியுடன் என் வேலை முடிந்ததில்லை.

பெண் தொழில்முனைவோர்கள், இன்று எதிர்கொள்ளும் சவால்கள் என்னவாக இருக்கும்?

வாழ்க்கையில் சவால் என்பது அனைவருக்குமானது. ஒரு பெண்ணுக்கு இது அதிகப்படியாகத் தோன்றக் காரணம், உள்ளுணர்வில், தன்னை நம்பி குடும்ப பொறுப்புகள், பிள்ளைகள், மாமனார், மாமியார், வயதான பெற்றோர்கள் இருக்கிறார்கள் என்ற எண்ணம்தான். இது ஒருவகையான குற்ற உணர்வாகவே மாறிப்போகும். Hence, it becomes very challenging. இதை தவிர்க்க, குடும்பத்தினரையும் உங்கள் சப்போர்ட் சிஸ்டமாக (support system), துணையாகக் கொண்டு, செயல்பட்டால், எளிதில் சமாளிக்கலாம்.

மற்றபடி, தொழிலில், சவால் என்பது, அனைவருக்கும் ஒன்றுதான். பொருளாதாரம், வங்கிக் கடன் பெறுவது, விநியோகம், மார்கெட்டிங் அனைவரும் இவற்றை சமாளிக்க வேண்டும்.

இன்று அதிகம் உச்சரிக்கப்படும் வாசகம் - Work life balance - வேலை மற்றும் தனிப்பட்ட வாழ்க்கையை சமன்படுத்துவது. இதை நீங்கள் எவ்வாறு கொண்டு செல்கிறீர்கள்?

சமன்படுத்துவதென்று ஒன்று இல்லவே இல்லை. இரண்டு மணி நேரம் அலுவலகத்திலும், இரண்டு மணி நேரம் வீட்டிலும் யாரும் வேலை செய்ய முடியாது. It is a matter of priority. எதற்கு முன்னுரிமை அளிக்க வேண்டும் என்று தெரிந்து கொள்ள வேண்டும். திருமணத்திற்குப் பின் MSc படிப்பை முடித்துப் பட்டம் பெற்றேன். என் மகன் விக்ரம் பிறந்தான். MPhil தொடர நினைத்தேன், ஆனால் குழந்தையை கவனிக்க வேண்டும் என்பதற்காக எண்ணத்தைக் கை விட்டேன்.

தொழில் தொடங்கிய பின்னும், மகன் பள்ளி சென்ற பின்தான் கடைக்குச் செல்வேன். மகன் திரும்பி வரும் நேரம், நான் வீட்டில் இருக்கும் படி பார்த்துக் கொள்வேன். மறுபடியும் ஐந்து மணிக்கு அவன் பேட்மிட்டன் விளையாடச் சென்றால், எட்டு மணிக்குத் தான் திரும்புவான். அந்த மூன்று மணி நேரம், நான் மீண்டும் கடைக்குத் திரும்புவேன். இப்படியாக, எதற்கு முன்னுரிமை என்று பார்த்து, சமாளித்து வந்தேன்.

விளையாட்டு, நமக்கு பலவற்றைக் கற்றுக்கொடுக்கும். வெற்றி என்றால் என்ன, தோல்வி என்றால் என்ன என்பதையும், இவ்விரண்டையும் சமாளிக்கும் திறனையும் வளர்க்க உதவும். வாழ்க்கையில், தோல்வியைச் சந்திக்கும்போது, தொய்ந்து போகாமல், அடுத்த ஆட்டத்திற்குத் தயாராகும் மனோநிலையை, விளையாட்டின் மூலம் நாம் வளர்த்துக்கொள்ளலாம்.

"

இன்று அவருக்குத் திருமணமாகி, தன் குடும்பத்துடன் வெளிநாட்டில் இருக்கிறார். நான் என் நிறுவனத்தைப் பார்த்து கொண்டு, பிற தொழில் முனைவோர்களுக்குப் பயிற்சி அளிப்பதிலும் முன்னுரிமை செலுத்தி, என் நேரத்தைப் பயனுள்ளதாகப் பார்த்துக்கொள்கிறேன்.

டாடா நிறுவனம் பெண்களுக்காக எடுக்கும் முன்னெடுப்புகளைப் பற்றி?

எங்கள் குழுமத்தில் மொத்தம் 150 பேர் வேலை செய்கிறார்கள். அதில் 70% பெண்கள்தான். டைடன் நிறுவனத்தில் பெண்களுக்கு முக்கியத்துவம் உண்டு. டைடன் நிறுவனத்தின் முக்கியப் பதவிகளில், நீங்கள் பெண்களைக் காணலாம். ரீட்டெயில் கடை என்பது, பெண்கள் வேலை செய்ய மிகப் பொருத்தமான இடம். முதலில் டைடன் நிறுவனத்துடன் வேலை செய்வது அவ்வளவு எளிதல்ல. ஆனாலும், எடுத்த வேலையை சிறப்பாகச் செய்ய தீர்மானித்தேன்.

வியாபாரத்தில், அவர்களுக்கென்று சில மதிப்பீடுகள் (*ratings*) உண்டு. நம் வேலையின் ஆற்றலை நிர்ணயிக்கும் விதமாக, ஒவ்வொரு ஆண்டும் பரிசுகள் வழங்கப்படும். டைடன் அண்ணா நகர் மற்றும் தனிஷ்க் அண்ணா நகர், தொடர்ந்து முதலிடத்தில் உள்ளது. டைடன் நிறுவனம், உரிமையாளர்களுக்கு மட்டும் அல்லாமல், பணியாளர்களையும் ஊக்கப்படுத்தி, அவர்களுக்கும் போட்டி, பரிசு ரேட்டிங், விருது என அனைத்தையும் வழங்கி ஊக்கப்படுத்தி வருகின்றனர்.

உங்கள் நிறுவனத்தில் உள்ள பெண்களைப் பற்றி?

என்னிடம் பணியாற்றும் பெண்களிடம் நான் தொடர்ந்து உரையாடுவேன். நான் கவனித்துவந்த விஷயம் ஒன்று, இப்பெண்கள், வேலைக்கு வந்த பின், அவர்களின் குடும்பங்களில் ஒரு முக்கியத்துவம் பெற்றுவருகின்றனர். பிள்ளைகளிடம் மதிப்பைப் பெறுகின்றனர். குடும்பத்திற்காகச் சம்பாதிப்பதால் மட்டும் அல்ல, வெளியே வந்து வேலை செய்வதால் பலவற்றைக் கற்றுக்கொள்கின்றனர். பணத்தைக் கையாள, வங்கிச் சேவைகளைப் பற்றித் தெரிந்துகொள்ள, பிள்ளைகளின் மேற்படிப்பைப் பற்றி விவாதிக்க, வீடு வாங்க, கடன் பெற, என

குடும்பத்தின் முன்னேற்றத்தற்காக சிந்தித்து செயல்படுகின்றனர். எனக்குத் தெரிந்து, இங்குள்ள பெண்கள் பலரின் வாழ்க்கை முறை நல்லவிதமாக மாறி உள்ளதைப் பார்த்திருக்கிறேன்.

கடந்த 25 வருடங்களாக, 250 பெண்கள் வேலை செய்துள்ளனர். வேலையிலிருந்து விடை பெற்றவர்களும் கூட, என்னுடன் தொடர்பில் இருக்கின்றனர். TIE () எனும் குழுமத்தில் ஒரு அங்கத்தினராக இருப்பதால், தொழில் தொடங்க வரும் பெண்களுக்கு, ஆரம்ப நிலையில் பல விதங்களில் பயிற்சியும் ஊக்கமும் அளித்து வருகிறேன்.

பெண் தொழில்முனைவோர்களுக்கு, உங்கள் ஆலோசனை?

Passion, dedication, consistency. உந்துதல், அர்ப்பணிப்பு, விடாமுயற்சி.. இவை மூன்றும் அத்தியாவசியமானது. குறுக்கு வழியில் எனக்கு ஒருபோதும் நம்பிக்கை இருந்ததில்லை. தொழில் என்பது ஒரு மாரத்தான் ஓட்டத்தைப் போன்றது. அது ஒரு நீண்ட தூர பயணம். தொடர்ந்து ஓடிக்கொண்டே இருக்க வேண்டும்.

அடுத்து, பல பெண் தொழில்முனைவோர்களை குறிப்பாக, புதிதாக திருமணமான பெண்களை நான் சந்திக்கும்போது, கணவன் மனைவிக்கிடையே பொருளாதார பிரச்சனை வருவதை நான் பார்க்கிறேன். மாதம் தோறும் நான் எவ்வளவு தருவது, நீ எவ்வளவு தரவேண்டும் போன்ற வாக்குவாதங்களால் பாதிக்கப்படுகிறார்கள். ஒரு நிறுவனத்தை நடத்த திட்டமிடுதல் எவ்வளவு முக்கியமோ, அதேபோல குடும்பத்தை நடத்தவும், திட்டமிடுதல் மிக அவசியம். என் இலக்கு, உன் இலக்கு என்று இல்லாமல், ஒரு குடும்பம் என்பது, நம் இலக்காக மாற வேண்டும். அதன்படி ஆலோசித்து, முன்னேறிச் செல்லுங்கள்.

உங்களுடைய அடுத்த இலக்கு?

மூன்று விஷயங்கள் தற்போது உள்ளன.

முதலாவதாக, பிறர் வந்து வேலை செய்ய, என் நிறுவனம் ஒரு சிறந்த இடமாக அமைய வேண்டும். *Great places to work* என்று ஒரு சில இடங்களையே குறிப்பிடுவார்கள். அந்த இலக்கை அடையும் பயணத்தை நோக்கி நகர்ந்து செல்கிறேன்.

அடுத்து, என்னிடம் பணியாற்றுபவர்களின் செல்வத்தை (*wealth*) அதிகரிக்க ஆசைப்படுகிறேன். *Wealth is different from money.* பணம் என்பது, நம் கையில் இருக்கும் காசு. செல்வம் என்பது, சேமிப்பு, முதலீடு, பங்குகள் மற்றும் இதர சேவைகளின் மூலம், பொருளாதாரத்தை மேம்படுத்திக் கொள்வதாகும். அதைப் பற்றிய விழிப்புணர்வை அவர்களிடம் ஏற்படுத்தி வருகிறேன்.

மூன்றாவதாக, நானும் என் கணவரும் சேர்ந்து இந்த நிறுவனத்தை முன்னேற்றிச் செல்வதை விட, மக்கள் அனைவரின் பங்களிப்புடன் இந்த நிறுவனம் முன்னேற வேண்டும் என்று ஆசைப்படுகிறேன்.

இறுதியாக, உங்களைச் சுற்றி உள்ள தோழிகளுக்கு நீங்கள் பகிர விரும்பும் அட்வைஸ்?

என் கல்லூரி காலம் முதல், என் ஆரோக்கியத்தின் மீது கவனம் செலுத்திவருகிறேன். சிறுமிகளுக்கும், பெண்களுக்கும் என் ஆலோசனை - போய் விளையாடுங்கள். உங்களால் முடிந்த ஏதோ ஒரு *sport*ஐ தேர்வு செய்து விளையாடுங்கள். விளையாட்டு, நமக்கு பலவற்றைக் கற்றுக் கொடுக்கும். வெற்றி என்றால் என்ன, தோல்வி என்றால் என்ன என்பதையும், இவ்விரண்டையும் சமாளிக்கும் திறனையும் வளர்க்க உதவும். வாழ்க்கையில், தோல்வியைச் சந்திக்கும் போது, தொய்ந்து போகாமல், அடுத்த ஆட்டத்திற்குத் தயாராகும் மனோநிலையை, விளையாட்டின் மூலம் நாம் வளர்த்துக் கொள்ளலாம்.

அதேபோல, விளையாடும் போது, *your energy gets channelised.* ஒரு மனதாக செயல்படுவீர்கள். எல்லாவற்றிற்கும் மேலாக, உங்கள் ஆரோக்கியம் மேம்படும். ஒவ்வொரு பெண்ணிற்கும் உடல் மற்றும் மன ஆரோகியம் மிக மிக அவசியம். பொழுதுபோக்கிற்காக, துப்பாக்கி சுடுதலில் *(rifle shooting)* ஈடுபடுவேன். இது என் நினைவாற்றலைப் பலப்படுத்த உதவும். வயது கடந்து செல்லும்போது, தொழிலில் கவனம் செலுத்த, மனதிற்கு இதுபோன்ற பயிற்சிகள் மிக அவசியம்.

இறுதியாக, நான் சொல்ல விரும்புவது, இந்த உலகம் அனைவருக்குமானது. வேறுபாடுகள் இருக்கத்தான் செய்யும். நாம் மனதளவில் பக்குவப்பட்டால், தடைகளைக் கூட படிக்கற்களாக மாற்றி, முன்னேறிச் செல்லலாம். எல்லாவற்றிற்கும் மேலாக, சக மனிதரை மதிக்கக் கற்றுக்கொள்ளுங்கள்.

திருமிகு. சித்ரா சிவகுமார் *MSc*

டைடன் கிளை உரிமையாளர், டனிஷ்க் உரிமையாளர் (சென்னை - அண்ணா நகர் மற்றும் காஞ்சிபுரம்)

❍ தொகுப்பு: பத்மா அமர்நாத்

இதற்கு மேல் விளக்கிச் சொல்ல முடியாது.

திருமிகு. அர்ச்சனா ஸ்டாலின்

உங்களை அறிமுகம் செய்துகொள்ளுங்கள்.

நான் அர்ச்சனா. சென்னையில் 'மை ஹார்வெஸ்ட் ஃபார்ம்ஸ்' என்ற இயற்கை விவசாய (organic farming) நிறுவனத்தை நடத்திவருகிறேன். இன்று நாம் ஆரோக்கியமான உணவைச் சாப்பிடுவதில்லை. ஆரோக்கியமா சாப்பிட நினைக்கிறோம், ஆர்கானிக் கடைக்குப் போறோம், நம்பிக்கை இல்லாமலேயே, பல கேள்விகளுடனேயே வாங்குறோம். எட்டு வருடங்களுக்கு முன், கார்ப்பரேட் பணியை விட்டு, நானும் என் கணவரும் இயற்கை விவசாயம் செய்ய ஆரம்பித்தோம். ஒரு தேடலின் விளைவாக எங்களுக்கு 'மை ஹார்வெஸ்ட் ஃபார்ம்ஸ்' கிடைத்தது. இதன் மூலமாக, விவசாயிகளை நேரடியா வாடிக்கையாளர்களுக்கு அறிமுகப்படுத்துகிறோம். வாடிக்கையாளர்களுக்கும், அவர்கள் உணவு எங்கிருந்து அவர்களுக்குக் கிடைக்கிறது என்ற புரிதலோட வாங்குறாங்க.

We are building an equitable food system. இன்றைக்கு, எல்லோருமாகச் சேர்ந்து விவசாயத்தை உயிர்ப்பிக்கிற முயற்சில தான் மைஹார்வெஸ்ட் ஃபார்ம்ஸ் என்ற நிறுவனத்தை நடத்தி வருகிறோம். நஞ்சில்லா உணவை இன்றைய தலைமுறைக்குக் கொண்டு சேர்க்க வேண்டும் என்பது என்னுடைய *core vision*.

நீங்கள் பிறந்து வளர்ந்தது சென்னையில்தானா?

நான் பிறந்தது தேனி மாவட்டம் போடிநாயக்கனூர் அருகே ஒரு கிராமத்தில். வளர்ந்தது சென்னையில்தான். அண்ணா பல்கலைக்கழகத்தில் *Geo Informatics* படித்தேன். *NASA*வுக்குச் செல்லும் கனவுடன் கல்லூரிப் படிப்பைத் துவங்கினேன். இறுதியில், *TCS* என்ற *IT* நிறுவனத்தில் வேலைக்குச் சேர்ந்தேன். சேர்ந்த 2 வருடங்களிலேயே, இது எனக்கான பணி அல்ல என்பதை உணரத் தொடங்கினேன்.

கல்லூரி நாட்களிலேயே, நண்பர்களெல்லாம் ஒன்று சேர்ந்து ஒரு *NGO* ஆரம்பித்து நடத்தினோம். அதில் ஒரு நண்பர்தான்

என் கணவர் ஸ்டாலின். 21 வயதில் திருமணம். இன்னைக்கி *we are life partners*.

கல்லூரியில் நானும் ஸ்டாலினும் செய்த பல விஷயங்கள், இன்று நாங்கள் செய்யும் வேலைக்கான முதல் விதையாகப் பார்க்கிறேன். ஐ.டி. கம்பெனியில் வேலை செய்யும்போதே, வேறு ஏதாவது செய்ய வேண்டும் என்ற தேடலில், இந்தியா முழுவதும் பயணித்தேன். இன்று நாங்கள் இருப்பது, எங்களுடைய 17 வருடத்தின் பயணம் என்று சொல்லலாம்.

ஏதோ ஒரு தேடலில், இந்தியா முழுவதும் பயணம் செய்த தாங்கள், இயற்கை விவசாயத்தை நோக்கி எப்போது பயணம் செய்ய ஆரம்பித்தீர்கள்? விவசாயத்தைத் தொடர உங்களைத் தூண்டியது எது?

சிறு வயதில், *IAS* அதிகாரியாகும் கனவுடன் இருந்தேன். அப்போது, எனக்கான பணி விவசாயம் என்று எனக்குத் தெரியாது. ஒரு அதிகாரியாக, கிராமத்திற்கு ஏதாவது செய்ய வேண்டும் என்ற ஆசை இருந்தது. அப்பாவும் இதையேதான் சொல்லிக்கொண்டிருப்பார். நகரத்தில் சொந்தமாக பெரிய வீடு கட்டி, குடியேற வேண்டும் என்ற ஆசையெல்லாம் இருந்ததே இல்லை. சமுதாயத்திற்கு ஏதாவது செய்ய வேண்டும் என்ற ஆசை மட்டும் இருந்தது.

கல்லூரியில் *NGO* நடத்தும்போது, பல கிராமங்களுக்குச் சென்று பார்வையிடுவோம். அங்கே மக்கள் தோட்டம் அமைத்து வைத்திருப்பார்கள். ஆனால் வாழ்வாதாரத்திற்கே போராட்டமாக இருக்கும். அரசாங்க சலுகைகளுகளை மட்டுமே எதிர்பார்த்திருந்தார்கள். அடுத்த தலைமுறை படித்து முன்னேறுமா என்று அவர்களுக்குத் தெரியாது. இதை எல்லாம் என் மனம் அசைபோட்டுக்கொண்டே இருந்தது. அப்போது கூட, விவசாயம்தான் எனக்கான பாதை என்று நான் உணரவில்லை.

Change makers, மாற்றத்தை வரவழைக்கப் போராடும் ஒரு குழுவாக, நாங்கள் ஒரு சிலர், ரயில் ஏறி, வட இந்தியாவின் 14 மாநிலங்களுக்குப் பயணம் மேற்கொண்டோம். அதில், வாழ்வாதாரத்தை உருவாக்கும் சிலரை சந்தித்தோம். ராஜஸ்தானில், சோலார் விளக்குகள் தயாரிக்கும் தாத்தா பாட்டியைச் சந்தித்தேன், ஒரிஸாவில் 1800 கிராமங்களுக்குக் கழிப்பறைகள் கட்டித் தந்தவரை சந்தித்தேன். டில்லியில் பழைய கந்தல் துணியைக் கொண்டு சானிடரி நாப்கின்கள் தயாரித்தவரைப் பார்த்தேன். இவங்க எல்லாருமே, சமூக பிரச்சனைகளை தீர்ப்பதன் மூலம், தங்களுக்கான வாழ்வாதாரத்தை அமைத்துக் கொள்வதை கவனித்து வந்தேன்.

சமூக மாற்றத்தில் இவர்களுடைய பங்கைப் பார்த்து, எனக்குள் ஒரு கேள்வி, 'இருபது, முப்பது வருடங்கள், தொடர்ந்து மக்கள் பணியில் ஈடுபட்டு, இவர்கள் மாற்றத்தைக் கொண்டுவந்தார்கள். இனி, நான் என்ன செய்யப் போகிறேன்?' என்ற கேள்விப் பலமாக எனக்குள் ஒலித்தது.

பின் மாடி தோட்டம் அமைத்து வீட்டிற்குத் தேவையான காய்கறிகளை வளர்த்தோம். சாப்பிட்டபின், அதன் சுவையையும், ஒரு ஆரோக்கியமான

ஆணுக்கு அதிகம் கொடுத்தால், அந்த காசு வேறு எங்கோ செலவு செய்து, வீட்டிற்குக் குறைவாகத்தான் கொடுப்பார்கள். ஆனால், பெரும்பாலான பெண்கள், காசை வீட்டிற்குத்தான் கொண்டு போவார்கள். முடிந்தவரை பெண்களுக்கு முக்கியத்துவம் கொடுத்துவருகிறோம். விவசாயத் துறைல, பெண்களை எடுத்துட்டு, யோசிக்கவே முடியாது.

"

தன்மையையும் உணர முடிந்தது. இது எல்லாமே *(connecting the dots)* ஒருங்கிணைத்துப் பார்க்கும்போது, இயற்கை விவசாயம் செய்தால் என்ன?

ஆரோக்கியம் கிடைக்கும், மன நிம்மதி இருக்கும் ஒரு *sustainable* நிலையான வாழ்வை அமைத்துக்கொள்ளலாம் என்று முடிவானது.

அடுத்து வந்த கேள்வி, நம்மால் இயற்கை விவசாயம் செய்ய முடியுமானால், விவசாயிகளால் ஏன் முடியாது என்ற கேள்வி எழுந்தது. நான் சந்தித்த விவசாயிகளிடம் நம்பிக்கை இல்லை. இனி விவசாயம் அவ்வளவுதான் என்பது போல பேசினார்கள். ஆனால் *organic farmers* (இயற்கை விவசாயம் செய்பவர்கள்) மட்டும் நம்பிக்கையோடு பேசினார்கள். 'எனக்குத் தேவையானதை நான் உருவாக்கிக்கிறேன். விற்க மட்டும் முடிந்தால் போதும், நான் பயிரிடத் தயார்' என்றார்கள்.

இனி தாமதிக்கக் கூடாதுனு முடிவு செஞ்சேன். **2014** முதல் **2017** வரையிலான காலக்கட்டம் திருப்புமுனையாக இருந்தது. என்னுடைய *purpose of calling*ஐ நான் உணர்ந்த காலகட்டம். அச்சமயம், நேட்சுரல்ஸ் *(Naturals)* அழகு நிலையத்தின் மார்கெட்டிங் தலைமையில் பணியாற்றிக் கொண்டிருந்தேன். **2016**ல் வேலையை ராஜினாமா கடிதம் கொடுத்து வெளியேறினேன். என் கணவரும் அவர் வேலையை விட்டு, இருவரும் விவசாயத்தில் இறங்கினோம்.

சொந்தமாக நிலம் இல்லை. திருவள்ளூர் கிராமத்தில் உள்ள விவசாயிகளை சந்தித்து, இயற்கை முறை விவசாயத்தைப் பற்றி பேசினோம். இதை யார் வாங்குவா? இவ்வளவு உழைப்பு இருக்கே.. பூச்சி இல்லாமல் காய்கறி எப்படி வரும்? இந்த விலைக்கு கட்டுப்படி ஆகாது என்றெல்லாம் பதில் வந்தது. இதற்கு மேல் விளக்கிச் சொல்ல முடியாது. *Do it and show it* என்ற முடிவில் களத்தில் இறங்கினோம்.

ஒரு நிலத்தை குத்தகைக்கு எடுத்தோம். மூன்று வருடம் விவசாயம் செய்த பின், மக்கள் நம்பினார்கள். மஞ்சள் தெளிச்சா பூச்சி வராது, பெருங்காயம் போதும், வேப்ப எண்ணை போதும் என்ற நம்பிக்கையை விதைக்கும் வேலைதான் எங்களுக்கு இருந்தது. இது எல்லாமே செய்து முடிக்க, **2018** ஆச்சு.

இதற்கிடையே, 200 குடும்பங்களுக்கு மாடித் தோட்டம் அமைத்துக் கொடுத்தோம். அதிலும் சிலர், எங்களுக்கு நேரம் இல்லை, தண்ணீர் பாய்ச்ச முடியவில்லை, நீங்க வந்து பராமரிக்க முடியுமா? என்றெல்லாம் கேள்வி எழுப்பினார்கள். விவசாயி தரப்பில், திறமை இருக்கு ஆனால் விற்பனை முறை தெரியவில்லை என்றார்கள். ஆக, விவசாயி பிரச்சனையும் புரியுது, வாடிக்கையாளர்கள் தேவையும் புரியுது. இதை சமாளித்தால் போதும், என்ற முடிவில் எழுந்த தொழில் புரட்சி தான் 'மை ஹார்வெஸ்ட் ஃபார்ம்ஸ்' ஆ மாறிடுச்சு.

இயற்கை விவசாயத்தில் நீங்கள் எப்போதும் கவனம் செலுத்தும் சில முக்கிய கொள்கைகள் அல்லது கோட்பாடுகள் எவை?

என்னைப் பொறுத்தவரை, மண்ணின் வளம்தான் மிக முக்கியம், அவசியம் கூட. *Yield,* அதிக விளைச்சல் பற்றி நான் எப்போதும் பேச மாட்டேன். ஆனால், விதையைப் போட்டவுடனே, அமோக விளைச்சலைப் பற்றிதான் விவசாயிப் பேசுவார். நுண்ணுயிரும், மண்ணின் வளத்தையும் கூட்டினாலே, விளைச்சல் நல்லா இருக்கும். இதில் மட்டும் காம்ப்ரமைஸ் கூடாது. உடல் நல்லா இருந்தால்தான் ஓட முடியும், என்பது போல, மண்ணின் வளத்தின் மீது தான் என் கவனம் இருக்கும்.

அடுத்து, விவசாயத்தில் பெரும்பாலும், மோனோ கிராப்பிங் *(mono cropping)* முறை இருக்கும். அதாவது, எல்லோரும் நெல் விதைக்கிறாங்க, இல்லைனா ஏதோ ஒரு பயிர் வைக்கிறாங்க. அது நல்லா வந்தா, எல்லோரும் அதையே பின்பற்றுவாங்க. பல தானியம் அல்லது பல மரங்கள் சேர்ந்து வரக்கூடிய பல்லுயிர் *(biodiversity)* என்ற முறை காணாமல் போயிடுச்சு. மை ஹார்வெஸ்ட் ல, என்னோட விவசாயிகள் அத்தனைப் பேரும் பல்லுயிர் முறையைப் பின்பற்றுபவர்கள்தான். ஒருபக்கம் கீரை இருக்கும், மறுபக்கம் கொடியில் புடலையோ, பாவக்காயோ இருக்கும். நான்கைந்து வகைகள் இருந்தாலும், மழை வரும் போது, தாக்குப் பிடிக்க உபயோகமா இருக்கும்.

மூன்றாவதாக உரம். நம்மை சுற்றி இருக்கும் பொருட்களையே, உரமாக்க வேண்டும். பணம் கொடுத்து, பாட்டிலில் அங்கே வாங்கினேன், இங்கே தெளித்தேன் என்ற பேச்சுக்கே இடம் இல்லை. மாட்டுச் சாணம், கோமியம், காய்ந்த இலை, மீன் தலை போன்றவை, நம்மிடையே இருக்கு. இந்த வேஸ்ட் எல்லாத்தையும் சேகரிக்கிறது, கொஞ்சம் அதிக வேலைதான். ஆனால், உரம் முழுக்க நம் தயாரிப்பாக இருக்க வேண்டும் என்பதில் கவனம் கொள்வேன்.

அடுத்து, *pesticides,* பூச்சி விரட்டினுதான் சொல்றோம். எதுவும் *pesticide* கிடையாது. பூச்சி நமக்குத் தேவை. ஆனால், செடியைச் சாப்பிடாமல் இருக்கணும். இந்த சுற்றுச் சூழலை பாதுகாக்க, 'ஒருங்கிணைந்த பூச்சி மேலாண்மை' *integrated pest control* முறையை பின்பற்ற வேண்டும். இதற்கு நான் ஒரு காலமும் இரசாயன முறைக்குப் போக மாட்டேன். விவசாயிகளுக்கும் பரிந்துரைக்க மாட்டேன். எல்லாவற்றிற்கும் இயற்கை முறையிலேயே தீர்வு உண்டு. அந்த காலத்திற்கான செடியாக இல்லாமல்

இருக்கலாம், அல்லது வேறு ஏதாவது ஒரு பிரச்சனையாக இருக்கலாம். காரணம் கண்டறிந்து தீர்வு காண வேண்டும்.

அடுத்து, எல்லாமே *economical* ஆக, பொருளாதார ரீதியாக, சிக்கனமாக இருக்க வேண்டும். செலவைக் குறைக்க வேண்டுமென்றால், *native crops*, நாட்டுப் பயிர் வகைகளை விதைக்க வேண்டும். அந்தந்த காலத்திற்கேற்ற பயிராக இருக்க வேண்டும். எல்லா காலத்திலும் மாம்பழம் சுவையாக இருக்காது. மண்ணுக்கும், நீருக்கும், ஊருக்கும், மக்களுக்கும் ஏற்றாற் போலதான் பயிரும் அமைய வேண்டும்.

இந்த 5 விஷயங்களை உன்னிப்புடன் கவனிப்பேன். இறுதியாக, விதைகள். விதைகள்ல ஒரு பெரிய புரட்சியே இருக்கு. நிவிளி விதைகளை முற்றிலுமாக தவிர்த்துவிடுவேன். முடிந்தவரை, அதை எதிர்த்து, விழிப்புணர்வை கொடுத்துக்கொண்டே இருப்பேன்.

ஒரு பெண் தொழிலதிபராக, ஆண் ஆதிக்க விவசாயத் துறையில் நீங்கள் எதிர்கொண்ட சவால்கள் என்ன? அவற்றை எப்படிச் சமாளித்தீர்கள்?

என்னைப் பொறுத்தவரை, விவசாயத்தில் பெண்கள்தான் மிகப் பெரிய *work force*. விவசாயத்தில் பெண்களின் பங்கு 84%. ஆனால், பெரும்பாலான பெண்களுக்கு நிலம், சொந்தம் இல்லை. நாத்து நட்டு, அறுவடை செய்து, காய்களை அறுத்து, ஊறுகாய் செய்யும் வரை அனைத்து வேலையும் பெண்கள் செய்கிறார்கள். குனிந்து, நிமிர்ந்து செய்யும் வேலைகள் அத்தனையும் பெண்கள் காலம் காலமாகச் செய்து வர்றாங்க. ஆனால், உண்மையில் நிறைய *(disparity)* வேற்றுமை இருக்கு. ஆள் கிடைக்கவில்லையா, பெண்களை கூப்பிடு. குறைந்த கூலிக்கு வேலை செய்வார்கள் என்ற எண்ணம் இன்னமும் இருக்கு.

ஆண் பெண் பாகுபாடு பார்த்துச் சம்பளம் கொடுப்பதில் எனக்கு உடன்பாடில்லை. இத்தனை மணிக்கு வந்தார்கள், செய்த வேலை இதுதான் என்று கணக்குப் பார்த்துச் சம்பளம் தருவேன். பெண்ணுக்கும் இவ்வளவா? அப்போ எனக்கு அதிகமா கொடுங்க என்று கேட்பார்கள். சம அளவு ஊதியம் என்பது, *it's totally not acceptable.*

ஆணுக்கு அதிகம் கொடுத்தால், அந்தக் காசு வேறு எங்கோ செலவு செய்து, வீட்டிற்குக் குறைவாகத்தான் கொடுப்பார்கள். ஆனால், பெரும்பாலான பெண்கள், காசை வீட்டிற்குத்தான் கொண்டு போவார்கள். முடிந்தவரை பெண்களுக்கு முக்கியத்துவம் கொடுத்துவருகிறோம். விவசாயத் துறையில, பெண்களை எடுத்துட்டு, யோசிக்கவே முடியாது. நான் பேசுவதை விட, களத்தில் இறங்கிப் பார்த்தபின்தான், விவசாயத்தில் பெண்களின் பங்கு ரொம்ப ரொம்ப ஜாஸ்தி என்பதை உணர்ந்தேன்.

தனிப்பட்ட முறையில் பார்த்தால், நான் 'ஒரு இஞ்சினியரிங் சீட் வேஸ்ட் பண்ணிட்டேன்' என்ற குற்றச்சாட்டு இருந்தது. அடுத்து, ஏதோ நிறைய பணம் பொரளுது, *funding* இருக்கு. அதை செலவு

செய்யதான் விவசாயம் பண்றாங்க என்று பேசினார்கள். வேறு வேலை எதுவும் கிடைக்காததால, விவசாயம் செய்ய வந்துட்டாங்க என்றார்கள். வேறு ஏதோ லாப நோக்கத்துடன் வந்திருக்காங்க என்றார்கள். இவங்க பெண் தானே, சும்மா பொழுது போக்குக்காக விவசாயம் பார்க்குறாங்க என்று கூட சொன்னார்கள். இது தான் எனக்கு மிகுந்த கோபத்தை உண்டுபண்ணியது. பெண்கள் தீவிரமா விவசாயத்தில் ஈடுபடக் கூடாதா என்ன? சில கேள்விகளை நான் யோசிப்பதுண்டு. மற்றபடி, பெண் என்பதால்தான் இந்தக் கேள்விகளோ, என்றுதான் எனக்குத் தோனுது.

நீங்கள் செயல்படுத்தி வரும் புதுமையான நடைமுறைகள் அல்லது நுட்பங்களின் உதாரணங்கள் சில?

இயற்கை விவசாயத்துல நம்மாழ்வார், சுபாஷ் பலேகர் போன்றவர்கள் நிறைய சொல்லி இருக்காங்க. ஆனா, எதையும் அப்படியே பின்பற்ற முடியாது. செடிகளை வளர்ப்பது, குழந்தை வளர்ப்பு மாதிரி. எப்படிச் சொன்னால் என் பிள்ளை கேட்கும் என்று வளர்ப்பவருக்குத்தான் தெரியும். செடிகளின் தேவைக்கேற்ப, பராமரிப்பு இருக்க வேண்டும்.

அடுத்து, விவசாயிகளுக்கு *fair price* சரியான விலை கொடுக்கப்பட வேண்டும். மை ஹார்வெஸ்ட் ஃபார்மில் அதில் நாங்கள் உறுதியாக இருப்போம். நாங்கள் செல்வதற்கு முன், அவர்கள் விற்ற தக்காளிக்குக் கிடைத்த காசு, ஞாய விலையா என்று யாரும் கேட்டதில்லை.

ஒரு 10ரூ. பேனா தயாரிப்பில் கூட, தயாரிக்க ரூ 2, பேக்கிங் செய்ய ரூ. 1, லாபம் ரூ. 4 என்று நிர்ணயிக்காமல், களத்தில் இறங்க மாட்டார்கள். ஆனால், விவசாயிக்கு யாருமே விலை நிர்ணயித்தது கிடையாது. அவர்கள் உழைப்பை யாரும் கவனித்ததில்லை. ஆகவே, வெண்டைக்காயின் விலை ரூ. 25 என்றால், யாரும் ரூ. 25 கொடுத்து வாங்க மாட்டார்கள். சந்தையில் ரூ. 10க்கே கிடைக்கும். ஆனால் நான், விவசாயிகளின் வேலையையும் கருத்தில் கொண்டுதான் விலையை நிர்ணயிப்பேன்.

அடுத்து, இயற்கை விவசாயத்தின் மீது நம்பிக்கையை வளர்க்கணும், உருவாக்கிய நம்பிக்கையை தக்க வைக்கணும். படம் போட்டு ஏமாற்றும் வேலை அல்ல இது. உணவு சம்பந்தப்பட்டது. நம்பிக்கையின் அடிப்படையில், வாடிக்கையாளர்களை எங்கள் தோட்டத்திற்கு வந்து பார்க்கும்படி அழைப்பு விடுவோம். ‘விவசாயம்னா என்ன, ஒரு கட்டு கீரை உங்கள் கைக்கு வரும் முன், எங்களுக்கு எவ்வளவு வேலை இருக்குன்னு வந்து பாருங்க’ என்று அழைப்போம்.

அடுத்து, வீட்டு விநியோகம் *home delivery*. நிறைய பேர், அவர்கள் ஊர் காய்களை விரும்புவதுண்டு. எங்க ஊர் காயோட ருசி வருமா? என்பார்கள். நகரத்தில் நாக்கு செத்துப் போனவர்கள், ருசியான உணவு வேண்டும் என நினைப்பவர்கள், பணம் கொடுக்கத் தயாராக இருப்பவர்கள், இவர்களிடமெல்லாம் இந்த வகை உணவைக் கொண்டு சேர்ப்பதில் பெரிய இடைவேளை இருக்கு. அந்த இடைவேளையை நிரப்பும்

நம் பாரம்பரிய உணவுகளைப் பெண்கள் ஆவணப்படுத்த வேண்டும். அதை, பிறருக்குத் தெரியபடுத்த வேண்டும். இருமல் இருக்கா, இரண்டு தூதுவளையை பறித்துத் தின்றால் போதும் என்று தெரிய வேண்டும். பிரண்டையை சாப்பிட்டல் மூட்டு வலி குணமாகும் என்று தெரிய வேண்டும். அதிக அளவில் பெண்கள் இத்துறைக்கு வந்தால், ஆரோக்கியமான உலகை மிக விரைவில் படைக்கலாம்.

"

விதமாக, இன்று 8,000 குடும்பங்கள் மை ஹார்வெஸ்ட்டில் காய்கறிகள் வாங்குறாங்க.

எங்குமே குளிர் சேமிப்பு *(cold storage)* கிடையாது. *Only fresh delivery.*

Organic products **எனப்படும் இயற்கை விவசாய பொருட்கள், சராசரி விலையைவிடக் கூடுதலாக விற்கப்படுவதற்கான காரணம் என்ன?**

அதிக பணம் வசூலிப்பது எங்கள் நோக்கம் அல்ல. இன்று இயற்கை விவசாயம் செய்வதே ரொம்ப கடினமான வேலையா இருக்கு. சாதாரணமாக விவசாயம் செய்பவர்கள், மானிய விலையில் பொருள் வாங்குவார்கள். வேறு வழி இல்லாமல் அந்த விலைக்கே விற்கிறோம். விவசாயிக்கு லாபம் கிடைத்ததா அல்லது வேறு யாருக்காவது கிடைத்ததா என்று யாரும் யோசிப்பதில்லை. ஆனால், ஆர்கானிக்கில், விதையிலிருந்து எல்லாமே விலை ஜாஸ்தி. அதே சமயம், ஆர்கானிக் என்று சொல்லி, ஏமாற்றுபவர்களும் உண்டு.

அடுத்து, *demand and supply,* தேவை மற்றும் விநியோகத்தில் பெரிய வித்தியாசம் இருக்கு. மொபைல் ஃபோன்கள் வந்த புதிதில் விலை மிக அதிகமாக இருந்தது. இன்று, விலை குறைஞ்சு போச்சு. காரணம், தேவை அதிகமாச்சு, அதற்கேற்றவாறு சப்ளை விலை குறைஞ்சுபோச்சு. ஆனால் உணவுப் பொறுத்தவரை, தேவை மற்றும் விநியோகம் பெரிய பிரச்சனையாகவே இருக்கு. கோயம்பேடு வர்ற காய்கறிகளின் போக்குவரத்துக் கட்டணம் ரூ. 1 என்றால், இயற்கை விவசாய பொருட்களுக்கு ரூ. 5. இப்படியாக விநியோகத்திலும் பலகாரணங்கள் உண்டு.

ஆர்கானிக்கைப் பொறுத்தவரை, விவசாயிக்கு ஞாய விலையைக் கொடுக்கணும். எங்க விருப்பத்திற்கு இரண்டு மடங்கு, மூன்று மடங்கு என்று நிர்ணயிப்பது கிடையாது. மற்றப் பொருட்களை ரூ. 50க்கு வாங்கினால், ஆர்கானிக் பொருட்களை ரூ. 70 கொடுத்துதான் வாங்க வேண்டி இருக்கும். இந்த ரூ. 20ஐ கொடுக்க யோசிக்கிற நாம, அந்தச் சேமித்த காசை மருத்துவமனைக்கு கொண்டுபோய் கொடுக்கும்படியா

இருக்கும். இன்றைய மகப்பேறு பிரச்சனைகள் எல்லாமே, இன்று புதிதாக வருபவை அல்ல. கடந்த மூன்று நான்கு தலைமுறைகளாக நாம் சாப்பிட்டது வந்ததுதான். அடுத்தத் தலைமுறையை நாம் மாற்ற வேண்டுமானால், இன்றைய உடல், ஆரோக்கியத்திற்கு முதலீடு செய்தாக வேண்டும்.

'நான் சாதாரண பொருட்கள் வாங்கி சாப்பிட்டு நல்லாதானே இருக்கேன், ஏன் இந்த அலம்பல்..' என்றெல்லாம் பேசாமல், நம்ம உடல் ஆரோக்கியத்தை கவனிப்போமே என்று இருப்பது மேல். நாம் கொடுக்கும் சிறிதளவு கூடுதல் பணம் யாருக்கு? நம் விவசாயிக்குத்தானே! எங்களுக்கென்றில்லை, விவசாயிகளுக்கு ஞாயமாக பணம் கொடுக்கும் கம்பெனிகளுக்கு ஆதரவளியுங்கள்.

விவசாயத்தில் பங்கேற்க, பெண்களை எப்படி ஊக்குவிக்கிறீர்கள்?

அனைத்திலும் பக்குவமாக வேலை செய்யும் திறன் பெண்களுக்கு உண்டு. எனக்குத் தெரியாது, பழக்கமில்லை என்று சொல்லும் பெண்களும் உண்டு. உணவே மருந்து என்ற கோட்பாட்டை நாம் மறந்துவிடுகிறோம். உணவு சம்பந்தப்பட்ட உரையாடல்களை நாம் ஆரம்பிக்க வேண்டும். இப்போ, சாம்பார்ல என்ன காய் இருக்குனு பேச ஆரம்பித்தால்தானே அது வெள்ளை கத்தரிக்காயா அல்லது பர்பிள் கத்தரிக்காயா என்று நாம் தொடர்ந்து பேச முடியும்! நகரத்தில் ஆர்டர் செய்து சாப்பிடுபவர்களுக்கு, அந்த உணவு எதில் செய்யப்பட்டது என்பதே தெரியாது. இட்லிக்கும் உளுந்துக்கும் உள்ள தொடர்பு தெரியாது. ஆக, பெண்கள் விவசாயத்தில் ஈடுபடுவதென்பது, உடல் உழைப்புக்காக மட்டும் அல்லாமல், *it's a lot about mindfulness on food.*

நம் பாரம்பரிய உணவுகளைப் பெண்கள் ஆவணப்படுத்த வேண்டும். அதை, பிறருக்குத் தெரியபடுத்த வேண்டும். இருமல் இருக்கா, இரண்டு தூதுவளையை பறித்துத் தின்றால் போதும் என்று தெரிய வேண்டும். பிரண்டையை சாப்பிட்டால் மூட்டு வலி குணமாகும் என்று தெரிய வேண்டும். அதிக அளவில் பெண்கள் இத்துறைக்கு வந்தால், ஆரோக்கியமான உலகை மிக விரைவில் படைக்கலாம்.

விவசாயத்தில், பெண்களுக்கு ஆதரவான நிறுவனங்கள் ஏதேனும் உங்களுக்கு உதவ முன்வருகிறார்களா?

இயற்கை விவசாயத்தைப் பற்றி பிரசாரம் செய்யும்போது, நிறைய நிறுவனங்கள் ஆதரவளிச்சிருக்காங்க. பொங்கல் சமயத்தில் கூட, கரும்பை, வெறும் கரும்புதானே என்று பார்க்காமல், இதை ஏன் உங்கள் பணியாளர்களுக்குப் பரிசளிக்கக் கூடாது? இப்படியாக விவசாயிகளை ஆதரிக்கலாமே என்ற போது, நிறைய பேர் முன்வந்தார்கள். அதையும் தாண்டி, இது மக்களின் கடமை. என்றைக்காவது ஒருநாள், நானும் இதை செய்கிறேன், *I will spend a day in farming,* என்று சொல்வது போல, மக்கள் பார்வையிட வருவதும், பங்கெடுத்துக் கொள்வது ஒழு பெரிய முயற்சி. இதனால் *consumer movement* இருக்கும். அதை தவிர, பேச்சுவாக்கில்

எங்கள் நிறுவனத்தைப் பற்றி மற்றவர்களிடம் பகிரலாம், நடப்பதை ஆவணப்படுத்தலாம், வலைதளங்களில் பகிரலாம், எங்க போஸ்ட் பிடித்திருந்தால் அதை பகிரலாம். இதெல்லாமே எங்களுக்கு ஒரு ஆதரவுதான்.

இப்பணியில், உங்களுடைய குறிப்பிடத்தக்க சாதனைகள் அல்லது அங்கீகாரம்?

விருதுகள் நிறைய வருது. மீடியாவுக்கு நன்றி. சமீபத்தில் கூட, விவசாயத் துறைக்காக, அவள் விகடன் விருது கிடைத்தது. நடிகர் கருணாஸ் கையால் விருதைப் பெற்றேன். அது ஒரு பக்கம். இரண்டு வருடங்களுக்கு முன், அரசாங்க விருதும் கிடைத்தது. இதை தாண்டி, என் விவசாயிகள், 'இந்த மாத இறுதியில் நான் இவ்வளவு லாபம் சம்பாதித்தேன், இந்தமுறை மகசூல் நல்லா இருக்கு' என்று சொல்வதைத்தான் நான் விருதாகப் பார்ப்பேன். என் வாடிக்கையாளர்கள் எங்களைத் தொடர்புகொண்டு, 'காயெல்லாம் ருசியா நல்லா இருக்கு' என்று சொன்னால், அது ஒரு பெரிய விருது.

விருதுகள் நிச்சயம் என் நிறுவனத்திற்கு ஒரு தெம்பைத் தரும். சமீபத்தில் கூட, *Global investors summit*, உலகளாவிய முதலீட்டாளர்கள் சந்திப்பு நடந்தது. அதில் நான் பேசியது, எனக்கும், என் இயக்கத்தில் உள்ளவர்களுக்கும் பெருமை சேர்த்தது. விருதுகள், எங்களுக்கு ஒரு அங்கீகாரம் கொடுத்து ஓட விடுது. விருதுகளுக்கு நன்றி. சந்தோஷமா இருக்கு.

உங்கள் கருத்துப்படி, விவசாயத்தில் மற்றும் சுற்றுச்சூழல் பாதுகாப்பில், தனிநபர்கள் எவ்வாறு பங்களிக்க முடியும்?

தனிமனித பங்களிப்பு இருந்தா, எல்லாமே மாறிடும். 'நான் மட்டும் மாறி, என்ன செய்ய? நான் மட்டும் பிளாஸ்டிக் புரூசை விட்டு கட்டை புரூசுக்கு மாறி என்ன லாபம்?' என்று யோசித்து, யாருமே நகராமல் இருக்கிறோம். ஒருவரைப் பார்த்து மற்றவர் மாற வேண்டும். நான் பயோ என்சைம் கொண்டு வீட்டை சுத்தப்படுத்துவேன், லைசால் வாங்க மாட்டேன் என்பதில் உறுதியாக இருந்தால், பின் இவர்கள் ஏன் இதை வாங்குவதில்லை என்று யோசிப்பார்கள். எல்லாமே தனிமனித மாற்றத்தில்தான் ஆரம்பமாகும்.

No matter what, நான் மாறப் போகிறேன் என்ற முடிவுதான், பெரிய உந்துதலாக அமையப் போகிறது. குடும்பத்தில் யாராவது ஒருத்தர் கஷ்டப்பட்டால், அடுத்த தலைமுறை சந்தோஷமாக வாழும். என் தந்தை ஆரோக்கியமான உணவை விரும்பினார், அதை பார்த்து வளர்ந்த நானும் ஆரோக்கியமான உணவை சாப்பிடுகிறேன்.

இயற்கை விவசாயத்திற்காக நீங்கள் விரும்பி வாசித்த, அல்லது உங்களைப் பாதித்த குறிப்பிட்ட புத்தகங்கள் ஏதாவது உண்டா?

மசானபு ஃபுகோகா எழுதிய 'ஒற்றை வைக்கோல் புரட்சி' (*One straw revolution by Masanobu Fukuoka*). அனைவரும் வாசிக்க வேண்டிய புத்தகம். அதுபோல, நம்மாழ்வார் எழுதிய 'விதைகளே பேராயுதம்'. மற்றபடி, நான் நிறைய சுய சரிதை படிப்பேன். நிறைய பயணம் மேற்கொள்கிறேன்.

சுற்றுச்சூழலுக்கு உகந்த இயற்கை விவசாயத் தொழிலில் நுழைய ஆர்வமுள்ள தொழில்முனைவோருக்கு, குறிப்பாகப் பெண்களுக்கு நீங்கள் என்ன ஆலோசனை கூறுகிறீர்கள்?

கண்டிப்பா, ஒரு நம்பிக்கையோடு இந்த துறைக்குள்ள நுழையுங்கள். 'உனக்கு இது தேவையா? இதில் என்ன காசு பார்க்க முடியும்?' என்று சுய சந்தேகம் உண்டுபண்ணிகிட்டே இருப்பாங்க. வெளியே, என் படிப்புக்கான வேலை என்னனு எனக்குத் தெரியும். என் நண்பர்கள் எவ்வளவு சம்பாதிக்கிறாங்க, எப்படி வசதியா இருக்காங்கனு எனக்கு தெரியும். ஆனால், இது என் தேர்வு. *Peer pressure* வேண்டாம். நீங்கள் செய்வது சரி என்று உங்களுக்குத் தெரிந்தால், அதை நம்பிக்கையுடன், செய்யுங்கள்.

அடுத்து, இருப்பது ஒரு வாழ்க்கை. *Purposeful*ஆ வாழனும். 40, 50 வருஷங்கள் முன் நடந்த தவறை இன்றைக்கி யாரோ ஒருவர் அதை மாற்றி அமைக்க உழைக்கறாங்க. *It is a very noble deed.* சுற்றுச்சூழலைப் பாதுகாக்க வேலை பண்றீங்க. சோர்வடையாதீங்க. நிறைய தடவை தனியா வேலை செஞ்சு, சோர்வடைவோம். நல்ல வேலை, சமுதாயத்திற்கான வேலைனு யோசிச்சு செய்யுங்க. *It is not always about money, but,* நிலைத்து நிற்க பணம் தேவை. இலவசமா செய்றேன் என்பதற்கு மதிப்பு இருக்காது.

இயற்கை விவசாயத்தில் ஈடுபட ஆர்வமுள்ள பெண்களுக்கு, வழிகாட்டுதல் அல்லது கல்வித் திட்டங்கள் ஏதாவது வழங்கிவருகிறீர்களா?

பயிற்சி பட்டறைகள் நடத்துறேன், ஆனால் அது திட்டவட்டமா இருக்காது. தேவைப்படும் இடங்களில் பேசுவேன். காரணம், பேசுவதை விட, செய்து பார்க்கும்போதுதான் புரிதல் இருக்கும். உதவிக் கேட்டு வருபவர்களுக்கு ஆலோசனை வழங்குவோம்.

உங்களுடைய பொழுதுபோக்கு எப்படி இருக்கும்?

பயணம் எனக்கு பிடித்த விஷயம். அது எனக்கான *me time.* புது இடம், புது மக்கள், புது கதைகள். இரண்டாவதாக, நிறைய வரைவேன். மண்டலா ஆர்ட் செய்ய பிடிக்கும். அதுல நிறைய *creativity* இருக்கும். வெளியே நிறைய பயிற்சிப் பட்டறைகளுக்குச் செல்வேன். திடீர் என்று நண்பர்கள் வீட்டிற்குச் சென்று அவர்களை ஆச்சரியபடுத்தி மகிழ்விக்கப் பிடிக்கும். இருப்பது ஒரு வாழ்க்கை. செய்ய நினைப்பதெல்லாம் செய்ய வேண்டும்.

புழுதி 'பெண்ணதிகாரம்' சிறப்பிதழ் மூலம், நீங்கள் மக்களுக்குச் சொல்ல நினைக்கும் செய்தி?

இது பெண்களுக்கான சிறப்பிதழ் என்று சொன்னது எனக்கு பிடிச்சிருக்கு. உலகத்தில் பெண்கள் ரோல் மாடல்களாக, முன்மாதிரியாக இருப்பது மிகக் குறைவு. நிறைய பெண்கள் முன் மாதிரியாக வளர வேண்டும்.

உங்களைச் சுற்றி உள்ள பெண்களை ஊக்குவியுங்கள். உங்களுக்கேத் தெரியாமல் ஆசைகளைப் பூட்டி வைத்திருப்பார்கள். வெளிப்படையாகப் பேச மாட்டார்கள். ஊக்குவிப்பதில் தவறேதும் இல்லை. அவர்களின் திறமையைக் கண்டெடுங்கள்.

திருமணம், பிள்ளைகள், குடும்பம் என்பதைத் தாண்டி, உங்கள் தேவைகளை வாய் திறந்து கேளுங்கள். அடம் பிடியுங்கள். ஆசை மட்டும் போதாது. அடம் பிடிக்கவும் தெரிய வேண்டும். பெண்கள் தேவைகளுக்கு அடம் பிடிப்பதில் தவறில்லை. தியாகிகளாகவே இருந்துடாதீங்க. பெண்கள் பாவம், கொஞ்சம் வீக் என்று சொல்லி ஆறுதல் பரிசு பெற வேண்டாம். தப்புப் பண்ணி கத்துக்கோங்க.

அதே போல, பெண் அரசியல்வாதிகள் அதிகம் தேவை. சினிமா பாடல்கள் கூட ஆண்களின் கண்ணோட்டத்திலேயே பாடப்படுது. ஆக, நிறைய இடத்துல பாகுபாடு இருக்கு. உங்களுக்கு எது நல்லா வருதோ, அதுல பெஸ்டா இருங்க. தனியா இருந்தாலும் பரவாயில்லை, *you can be unique. Follow your heart.*

திருமிகு. அர்ச்சனா ஸ்டாலின்
உரிமையாளர் - மை ஹார்வெஸ்ட் நிறுவனம், திருவள்ளூர்.

ஆணைப் போல வளர்வதல்ல
பெண்ணுடைய இலக்கு.

திருமிகு. பர்வீன் சுல்தானா

ஒரு பெண்ணை எப்படியாக நீங்கள் பார்க்கிறீர்கள்? பெண்கள் எப்படி மேம்பட்டவர்களாக இருக்க வேண்டும்? இந்தச் சமூகம் அவர்களை எப்படி ஏற்றுக்கொள்கிறது?

அனைவருக்கும் வணக்கம். 2024ஆம் ஆண்டு சர்வதேச மகளிர் தின நல்வாழ்த்துக்கள். சர்வதேச மகளிர் தினம் என்பது பெண்கள் போராட்டக் களத்தில் நின்று அவர்கள் பெற்ற சில விடுதலைப் புள்ளிகளை இந்த உலகம் முழுக்க வெளிச்சமாக பரப்புவதற்கான ஒரு வாய்ப்பாகத்தான் இன்றைக்கு நினைவு கொள்ளப்படுகிறது.

அந்த விடுதலை விஷயங்களை, அவர்கள் பெற்றுக் கொள்வதற்கு மிகப்பெரிய போராட்டத்தை நடத்தினர். 1882வது ஆண்டில் பஞ்சாலைகளில் வேலை செய்யக்கூடிய பெண்கள் ஆணுக்கும் பெண்ணுக்கும் சரிநிகர் சமமான கூலி வழங்கப்பட வேண்டும் என்பதற்காக எழுப்பிய போராட்டம், சர்வதேச அளவிலே மகளிருக்கான பொருளாதாரத்தை முன்வைத்து அவர்கள் நடத்திய, அத்தனை உழைப்பிற்காகப் பின்புலமாக அது வந்து சேர்ந்தது. 1910இல் சில ஆதிக்கச் சக்திகள் தன்னுடைய இரும்பு கதவுகளைத் திறந்து பெண்ணுக்கும் ஆணுக்கும் சரிநிகர் சமமான கூலியும், ஒரே நேர வேலை வாய்ப்பு அளிக்கலாம் என்று ஒப்புக்கொண்டதன் பெயரில், 1910ஆம் ஆண்டு ஒரு மிகப்பெரிய மாநாடு நடத்தி அதில் வைத்த தீர்மானம்தான் மார்ச் 08 அன்று சர்வதேச மகளிர் தினமாக கொண்டாடலாம், இதற்கு பின்னால் பல்வேறு நிலைப்பட்ட அடக்குமுறைகள், அதிகார அத்துமீறல்கள் எல்லாம் நிகழ்ந்திருக்கின்றன. 75க்கும் மேற்பட்ட பெண்கள் உள்ளிருப்புப் போராட்டம் நடத்தி, இறந்து போயிருந்தனர். இதையெல்லாம் கவனத்தில் கொண்டுதான் நான் சர்வதேச மகளிர் தினத்தை பார்க்கிறேன். இந்த நாள் கொண்டாடுவதற்கான நாள் அல்ல. நம்முடைய உரிமையை நாம் தக்கவைத்துக் கொள்வதற்கு பறிக்கப்பட்டால், மீண்டும் அதை பெறுவதற்குமான வாய்ப்பாக அந்த நாளை நாம் எப்படி நினைவு கொள்ள வேண்டும் என்கின்ற உறுதிபாட்டை எடுக்கக்கூடிய ஒரு நாளாகத்தான் இந்த நாளை பார்ப்போம். சாதாரணமாகவே ஆணுக்கும் பெண்ணுக்குமான வேறுபாடு என்பது உயிரியல் ரீதியாக, உளவியல் ரீதியாக,

○ தொகுப்பு: பத்மா அமர்நாத்

உடலியல் ரீதியாக உண்டு. இந்த வேறுபாடுகளை எல்லாம் கடந்துதான் சரிநிகர் சமானம் என்கின்ற ஒரு நிலைப்பாட்டிற்குள் ஒரு பெண் தன்னை நிறுத்திக் கொள்கிறார்.

ஒரு ஆணை போல் வளர்வது அல்ல பெண்ணினுடைய இலக்கு. பெண்ணிற்கு என்கின்ற இலக்கு எப்படி சாத்தியமானது ஆண்களுக்கும் அப்படித்தான் சாத்தியமானதா ஆனால் இந்த சமூகம் எப்பொழுது ஏதேனும் ஒரு அடக்குமுறையை கையில் எடுக்கக்கூடிய ஒரு வாய்ப்பை பெற்றிருப்பதனால் அந்த அடக்குமுறைக்கு பலியாகக் கூடிய ஒரு நிலையிலே உடைமைத் தன்மைக்கு உரியவளாக பெண் பன்னெடுங்காலமாக இருக்கிறது.

எவ்வளவுதான் அவளுக்கு வாய்ப்புகள் அளிக்கப்பட்டாலும் தன்னை நிருவிக் கொள்வதற்கு இரட்டிப்பான ஒரு வேலையை இரட்டிப்பான முயற்சியை அவள் செய்ய வேண்டியதாக இருக்கிறது.

ஒரு பேச்சாளராகவோ அல்லது ஒரு அரசியல் தலைவராகவோ அல்லது ஒரு கலைஞராகவோ ஒரு பெண் வருவதற்கும் ஒரு ஆண் வருவதற்கும் நடுவிலே இருக்கக்கூடிய வித்தியாசம் என்னவென்றால், என்னைப் பொறுத்த அளவில் ஒரு 20 ஆண்டு, 25 ஆண்டு, 10 ஆண்டு, 15 ஆண்டு, 5 ஆண்டு அல்லது 40 ஆண்டு, 50 ஆண்டுகள் காலகட்டத்திலே இந்த எல்லையை அடைந்துவிட முடியும் ஆணால். ஆனால் பெண் அடைய வேண்டும் என்றால் அதற்குப் பின்னால் அவளுக்கு ஆயிரம் ஆண்டு கால போராட்ட வரலாறு தேவைப்படுகிறது.

முதலில் நாம் இதை புரிந்துகொள்ள வேண்டும். இந்தச் சூழ்நிலையை இது யார் மீதும் குற்றம் சுமத்துவது அல்ல. சமூக சூழ்நிலையை கடந்து இன்றைய சூழ்நிலையில் அவளுக்கு அளிக்கப்பட்ட வாய்ப்பு என்பது அபரிமிதமான வாய்ப்பு. அந்த வாய்ப்பை அந்தப் பெண் சரியாக பயன்படுத்திக்கொண்டால் இனி வரும் ஒரு 500, 1000 ஆண்டுகளுக்கு அந்த விடுதலை தக்கவைக்கப்படும். இல்லை என்றால் மீண்டும் அவள் அடிமைத்தனத்திற்குள் போவதற்கான சூழலை உருவாக்கக்கூடிய சக்திகள் இன்றைக்கு நிறைய இருப்பதாக நான் கருதுகிறேன். அதனால் ஒரு ஆணுக்கு தன்னுடைய வாய்ப்பைத் தக்கவைத்துக்கொள்வதை விட ஒரு பெண் தன்னுடைய வாய்ப்பைத் தக்கவைத்துக்கொள்வதில் இரண்டு நிலையில் போராட்டம் உண்டு. ஒன்று அவள் தனக்குள் போராட வேண்டும். இன்னொன்று இந்த சமுதாயத்திற்குள்ளும் போராட வேண்டும். ஆனால் ஆணுக்கு இந்த நிலை இருப்பதாக நான் கருதவில்லை.

உருது மொழி பேசும் சூழல் கொண்ட ஒரு குடும்பத்திலிருந்த போதும் தமிழ்மொழி மீது ஆர்வம் எப்படி ஏற்பட்டது?

என்னுடைய தந்தையார் என்னிடத்தில் ஒரு வார்த்தையை சொல்கின்றார். நான் என்னுடைய முனைவர் பட்ட ஆய்வை முடித்துவிட்டு அவரிடம் வந்தபோது சுல்தானா உன்னுடைய இந்தப் பட்டப்படிப்பு என்பது நீ

> இன்று இருக்கும் இளைஞர்களும் பெண்களும் மொழியுடன் தொடர்போடுதான் இருக்கிறார்கள். ரீல்ஸ் பார்ப்பதிலும் கேட்பதிலும் இருக்கும் ஆர்வத்தை ஆழமாக தியானமாக வாசித்து, அந்தக் காட்சிகளைக் கொண்டு வருவதில் செலுத்துவதில் இல்லை.

இன்றைக்கு பெற்றுக்கொண்டிருக்கிறாய். ஆனால் இது எப்படி நீ பயன்படுத்த வேண்டும் என்றால் பட்டப்படிப்பு படிக்க முடியாத பல லட்சம் பெண்கள் இருக்கிறார்கள். அவர்களுக்கெல்லாம் சேர்த்துதான் நீ படித்திருக்கிறாய் என்கின்ற பொறுப்புணர்வோடு நீ நடந்து கொள் என்று சொன்னார். உருது சூழ்நிலை என்பதோ, என்னுடைய மார்க்கம் சார்ந்த சூழ்நிலை என்பது ஒருபோதும் எனக்கு தடையாக இருந்ததில்லை. ஏனென்றால் எதையுமே உடைத்து விட்டு வர வேண்டுமென்று அவசியமே கிடையாது. நாம் எல்லோரும் என்ன நினைக்கிறோம், ஒன்றை அடைய வேண்டும் என்றால் ஒன்றை உடைக்க வேண்டும் என்று நினைக்கிறோம். கிடையாது அதை சரியாக புரிந்துகொண்டால் போதுமானது.

ஒருபோதும் நான் என்னுடைய கவிதை மரபையோ என்னுடைய தகப்பனார் மரபையோ எதிர்த்தவள் இல்லை. ஒருபோதும் அதை குறை என்று சொன்னதுமில்லை. எனக்குள்ளாக என் தகப்பனார் கவிதைகளை பேசுகின்ற பொழுது, என்னுடைய அனுபவம் உள்ளுக்குள் விரிகின்ற பொழுது, நான் வெளியில் வருகின்ற பொழுது, எனக்கு உருது கிடையாது.

வெளியில் வருகின்ற பொழுது எனக்கு என்ன கிடைத்தது? எனக்குக் கம்பன் கிடைக்கிறார். எனக்கு வள்ளுவர் கிடைக்கிறார். எனக்குப் பாரதியார் கிடைக்கிறார். எனக்குத் தேவார திருவாசகங்கள் கிடைக்கின்றன. எனக்கு நாலாயிர திவ்யப்பிரபந்தம் கிடைக்கிறது. எனக்குச் சங்க இலக்கியங்கள் கிடைக்கிறது. நவீன இலக்கியங்கள் கிடைக்கின்றன. அவர்கள் போட்ட அந்த ஆர்வம் என்கின்ற விதை, உள்ளே போய் அது விருட்சமாக வளர்வதற்கு எனக்குப் பல்வேறு விதமான சத்துக்களாக எனக்குத் தமிழ் வந்து சேருகிறார். இப்படித்தான் நான் அதை எடுத்துக்கொண்டேன்.

எனக்கு உருது எழுத படிக்கத் தெரியும். இன்றைக்கும் உருதை நான் ரசிக்கிறேன். இன்றைக்கும் தாயிடமும் என் குழந்தையிடமும் நான் பேசும் மொழியாக இருக்கிறது. அதில் ஒன்றும் சிரமமில்லை. இருந்தாலும் என் தாய் மொழி தமிழ்தான். என் இனம் தமிழ்தான். என் உணவு கலாச்சாரம் என எல்லாம் தமிழ்தான். தமிழின்படியாக நான் வாழ்கிறேன்.

உருது என்பது என் தந்தை ஒரு 300 வருடத்தின் காலத்தின் தொடர்ச்சியாக இருக்கலாம். "என்று பிறந்தவள் என்று உணராத இயல்பினளாம் எங்கள் தாய்"

○ தொகுப்பு: பத்மா அமர்நாத்

என்று பாடியவர் பாரதி. அப்படிப்பட்ட ஒரு மொழியாக இருக்கக் கூடிய காரணத்தினால் என் தாய் மொழியாக நான் தமிழை உணர்ந்திருக்கின்ற காரணத்தினால், தமிழ் மொழியில் சிந்திக்கின்ற காரணத்தினால், தமிழ் மொழியில் வாசிக்கின்ற காரணத்தினால், அதை பேசுகின்ற ஒரு மொழியையும் எனக்கு அதுவாக இருக்கின்ற காரணத்தினால், நான் என்னுடைய பயணத்தை அடுத்தடுத்த கட்டத்தில் உச்சத்தை நோக்கி நான் நடப்பதற்குத் தமிழ் எனக்கு உறுதுணையாக வந்திருக்கும்.

பேராசிரியார், பேச்சாளர், இலக்கியவாதி, பெண்ணியவாதி இவற்றில் எவற்றில் சவுகரியத்தை உணர்கிறீர்கள்? எவற்றை கவனத்துடன் கையாள்கின்றீர்?

என்னுடைய அடையாளமாக என்னுடைய முகவரி என்பது என்னுடைய கல்வித் தகுதியாகதான் நான் பார்க்கிறேன். கல்வி என்பது எல்லாப் பெண்களுக்கும் பரவலாக, முழுமையாக அளிக்கக்கூடிய ஒரு வாய்ப்பு கொள்வதற்கான மனநிலையும், சூழ்நிலையும் அந்தப் பெண்ணுக்கு ஏற்படுத்தக்கூடிய முயற்சிகளில் இந்தச் சமூகம் ஈடுபட வேண்டும் என்று நினைக்கிறேன். இந்த கல்வியறிவு மட்டும் எனக்குக் கிடைக்கவில்லை என்றால் நான் தமிழை இவ்வளவு ஆழமாக தேடிப் படித்திருக்கமாட்டேன். பேச்சாளராக உங்கள் முன் நின்றிருந்தாலும் சமூகத்தின் மீதும் பெண்களின் மீதும் குழந்தைகளின் மீதும் வருங்காலத்தின் மீதும் இந்த நாட்டின் மீதும் உலக சமூகத்தின் மீதும் எனக்கான பார்வை என்பது கல்வியால் விரிவாகப்பட்டது. எனக்கு எதுவுமே இல்லை என்று மறுபடியும் பூஜ்ஜிய நிலையில் இருந்து துவங்கினாலும் நான் கற்ற கல்வியினால் மீண்டும் உச்சத்தை என்னால் பிடிக்க முடியும்.

வேதியியல் படிப்பு வேண்டாம் என்ற முடிவை அப்போதே எடுக்கும் உந்துதலும் தைரியமும் எப்படி கிடைத்தது?

சுயதொழிலாக ஒரு ஆய்வகம் வைக்கலாம். ஆகையால்தான் அறிவியல் எடுத்துப் படித்தேன். மேற்கொண்டு வேதியல் படிக்கலாம் என்றபோது அந்தச் சூழல் எனக்குப் பிடிக்கவில்லை. நான் வாசிக்கின்ற காரணத்தினால், வீட்டிலும் சரி அப்பன் தோன்றிய கிணறு என்பதற்காக உப்புத் தண்ணீரை குடிக்க மாட்டேன். எதுவாக இருந்தாலும் நான் அதை மறுத்து பேசுவேன். என்னை ஆசுவாசப்படுத்த முடியாது. அதுவரையில் நான் அவற்றை ஏற்றுக்கொள்ளவே மாட்டேன். என்னைப் பொருத்த அளவில் சுதந்திரம் என்பது நாம் செய்ய விரும்புவதை செய்வது மட்டும் அல்ல, நாம் செய்ய விரும்பாததை செய்யாமல் இருப்பதும். எனக்கு வேதியியல் படிப்பது பிடிக்கவில்லை. அதனால் நான் படிக்கவில்லை. என் அப்பாவிடம் கேட்டேன், அப்பா நான் தமிழ் படிக்கப் போகிறேன். என்னுடைய அப்பா கைகழுவிட்டார். தமிழ் படிச்சிட்டு என்ன செய்யப் போகிறாய்? ஆனால் அவர் மரணமடைவதற்குப் பத்துநாள் முன்பு என்னிடத்தில் பேசுகிறபோது, 2017ஆம் ஆண்டு சொன்னார். 'உனக்கு பர்வீனா சுல்தான் என்று பெயர் வைத்தேன்.' பேகம் பர்வீனா சுல்தான்

இந்தியாவின் இசையின் மூத்தஅரசி. அவர்களுடைய பெயரை அப்பா எனக்கு வைத்தார். அப்பாவிற்கு இசையின் மீதும் கவிதையின் மீதும் ஆர்வம் அதிகம். அப்பா நன்றாகப் பாடுவார். நான் பாடுவேன் என்று வைத்தார். ஆனால் நான் பேச ஆரம்பித்துவிட்டேன்..

'பர்வீன் சுல்தானா அப்படின்ற என் பேர யூட்யூப்ல போட்டுப் பார்த்தா அதுல பேகம் பர்வீன் சுல்தானா அவருடைய போட்டோவோட என் போட்டோவும் சேர்ந்து வரும்போது, ஒரு தந்தைக்கு வேறு என்ன பெருமையும் சந்தோஷம் இருக்கப்போகிறது.'

அந்த நேரத்தில்தான், நான் வேதியியல் படிக்காமல் தமிழ் படித்தேன் என்கின்ற ஒரு உணர்வு முழுமையடையந்தது.

நான் எல்லாப் பெண்களுக்கும் சொல்வது ஒன்றுதான். ஆயிரம்தான் நீங்கள் ஏங்கினாலும் உங்களுடைய ஆழ்மனதின் நிலையில் ஒரு வெளிச்சம் கிடைக்கும் அந்த வெளிச்சத்தைப் பற்றிக்கொள்ளுங்கள். அந்த உள்ளுணர்வில் நாம் உறுதியாக இல்லாத காரணங்கள் என்ன என்று பார்த்தால் நமக்கு ஏற்படும் கவனச் சிதறல்கள். கவனத்தோடு நாம் இருக்கும்போது நம்முடைய உள்ளுணர்வு நமக்கு மிகச்சரியாக வழிநடத்தும். அந்த வழியை நாம் பற்றிக்கொள்ள வேண்டும். உதாரணத்திற்கு இப்போது நாம் செல்லும் பாதையில் முள் இருக்கிறது என்றால், அப்போது மனசு சிறகு கேட்கும், ஆனால் புத்தி செருப்பு கேட்கும். சிறகு கிடைக்காது ஆனால் செருப்பு கிடைக்கும். புத்தியோடு நாம் போக வேண்டும். அதனால்தான் சொல்கிறேன், எல்லாத்துக்கும் அடிப்படை அறிவு அந்த அறிவைத் தருகிற கல்வி. இதை கையில் பற்றிக்கொள்ளுங்கள் என்று சொல்கிறேன்.

இன்றைக்கு இருக்கும் இளைய சமுதாயத்திடம் வாசிப்புப் பழக்கம் இருக்கிறதா? வாசிப்பின் அவசியம் குறித்து தங்களின் பார்வை?

இன்று இருக்கும் இளைஞர்களும் பெண்களும் மொழியுடன் தொடர்போடுதான் இருக்கிறார்கள். ரீல்ஸ் பார்ப்பதிலும் கேட்பதிலும் இருக்கும் ஆர்வத்தை ஆழமாக தியானமாக வாசித்து, அந்தக் காட்சிகளைக் கொண்டு வருவதில் செலுத்துவதில் இல்லை.

உதாரணத்திற்கு மொழி ஆசிரியராக நான் சொல்கிறேன். *Imagination more than knowledge* என்கிறார் ஐன்ஸ்டீன். நான் இப்போது அறிவுதான் மேலானது என்று பேசிக்கொண்டிருந்தேன். ஆனால் கற்பனைதான் மேலானது என்று சொல்கிறார் ஐன்ஸ்டீன். ஆக அவன் இலக்கியத்தைப் பிடித்துக் கொண்டு நிற்கிறான். அவன் ஒரு சயின்டிஸ்ட் ஆக இருந்தாலும். இரவிலே இந்த உலகம் வெளிச்சமாக இருந்தால் எப்படி இருக்கும் என்ற கற்பனைதான் தாமஸ் ஆல்வா எடிசனுக்கு பல்ப் கண்டுபிடிப்பதற்கான ஊக்கத்தை, ஆற்றலைத் தருகிறது. கற்பனைகள் இன்று அளவில் குறைந்தபடி இருப்பதாக நான் குற்றம் சாட்டுகிறேன்.

இந்தக் கற்பனையை பிள்ளைகள் வேறு விதமாக, முன்னாளில் ஆங்கிலத்தில் இப்படியாக சொன்னால் எக்ஸ்பிரஷன்தான் முக்கியமே தவிர இம்பிரஸ் பண்ண வேண்டும் என நினைக்காதீர்கள். பிரபலம் ஆகணும் என்கிற வெறி நிறைய வந்துகொண்டே இருக்கிறது. பிரபலமாக வேண்டிய அவசியம் கிடையாது. ஒருநாள் வாழ்ந்தாலும் புகழோடு வாழவேண்டுமே தவிர, பிரபலம் ஆக வேண்டுமென்கிற அவசியம் கிடையாது. 'தோன்றின் புகழோடு தோன்றுக அஃதிலார் தோன்றலின் தோன்றாமை நன்று.' என்ன நடக்கிறது என்றால் இப்பொழுது நான் பேசுகிறேன் நீங்கள் கேட்கிறீர்கள் இல்லையா அவ்வளவுதான். ஆனால் கேட்டு முடித்த பின்பும் நான் பேசிக் கொண்டே இருப்பேன் உங்களிடத்தில். அதுதான் உங்களை வளர்க்கும். நான் பேசிக்கொண்டே இருந்தால் அது என்னைதான் வளர்க்கும். கேட்பதினால் அடுத்த கட்டத்திற்கு நான் பேசிக்கொண்டே இருப்பதும், வாசித்து முடித்த பிறகு மீண்டும் அதை நீங்கள் வாசிப்பதினால் உங்களை அது வளர்க்கும். வாசிப்பு என்பது எழுத்தாளர்களுக்குப் புகழைத் தரும். ஆனால் வாசிப்பவனுக்கு எப்பொழுது புகழைத் தரும்? அதைப் பற்றிய ஞானம், அதைப்பற்றிய கற்பனை அதைப் பற்றிய நினைவுகள், அசைவுகள் அதைப் பற்றி இன்னும் தொடர்ந்து அசைபோட்டுக்கொண்டே இருப்பது. அதுதான் 'கற்க கசடறக் கற்பவை கற்றபின் நிற்க அதற்குத் தக.' என்னைக் கேட்டால் சங்க இலக்கியங்களையும் மரபு இலக்கியங்களையும் நாம் ஏன் கொண்டாட வேண்டுமென்றால், இந்த உலகத்திலேயே மூத்த குடி நம் குடி என்கிற அறிவு நம் பிள்ளைகளுக்குப் பலத்தை தரும். தற்போது தற்காலத்தில் இருக்கக்கூடிய பல இலக்கியங்கள் தான் நம் பிள்ளைகளுக்கு வரலாறு. அதை இன்றைய தலைமுறை கையில் எடுத்துக்கொள்ள வேண்டும். ஒரு மரபையோ, ஒரு புதுமையோ ஒன்றுக்கொன்று சாடிக்கொண்டு அதை ஒன்றுமில்லாமல் ஆக்காமல் பார்த்துகொள்ள வேண்டும். பாரதி வசன கவிதைகளை எழுதுகிறார்.

சுவை புதிது,
பொருள் புதிது,
வளம் புதிது,
சொற்புதிது
சோதிமிக்க
நவகவிதை
எந்நாளும்
அழியாத மாகவிதை!

என்கிறான். நவகவிதை என்ற சொல்லை அவர் பயன்படுத்துகிறார். அதனால் அவன் புது கவிஞனாக இருக்கிறான். புது கவிஞனாக இருக்கும் பாரதிக்கு அடி எடுத்துக்கொடுத்தது வள்ளலார். ஆக பாரதிக்கு வள்ளலாரையும் தெரியும், கம்பனையும் தெரியும் வள்ளுவனையும் தெரியும். தெரிந்துவிட்டும் பாரதி புதுமையைப் பேசுகிறான். நாம் நமது மரபையும் புரிந்துகொண்டு உண்மையையும் கையில் எடுத்து

கொண்டால் இந்த உலகத்தில் சில விஷயங்களை அசைக்க முடியாத அளவிற்கு நிறுவிக்கொள்ளலாம்.

நான் எப்போதுமே சொல்வது,

PAIN IS INEVITABLE. பெண்களுக்கு சிரமங்கள், வலி என்பது தவிர்க்க முடியாதது. ஆனால் *SUFFERING IS OPTIONAL.* நான் அதில் துன்பப்பட வேண்டுமா இல்லையா என்பது என்னுடைய தேர்வுதான். நான் பெண்களுக்கு சொல்வது *feel the pain,* உணருங்கள். *Don't suffer* துன்புறாதீர்கள். துன்புறாமல் இருப்பதற்கான வழியை நீங்கள் அமைத்துக்கொள்ளலாம். ஏனென்றால் இவ்வுலகில் பல்வேறு வாய்ப்புகள் அமைந்துள்ளது அந்த வாய்ப்புகளை சரியாக நீங்கள் அமைத்துக்கொள்ளுங்கள்.

திருமிகு. பர்வீன் சுல்தானா
பேராசிரியர், பட்டிமன்றப் பேச்சாளர்.

தொகுப்பு: பத்மா அமர்நாத்

பெண்கள் என்றாலே போராட்டம்தானே.

திருமிகு. ஏ.எஸ்.குமாரி

உங்களை பற்றிய அறிமுகம்...

நான் பிப்ரவரி 15, 2022 அன்று மாண்புமிகு முதலமைச்சரால், மகளிர் ஆணையத்தின் தலைவராக நியமிக்கப்பட்டேன். என்னுடன் ஏழு உறுப்பினர்கள் பணியாற்றிக்கொண்டிருக்கிறார்கள்.

இதற்கு முன் எந்தத் துறையில் பணியாற்றிவந்தீர்கள்?

அப்பல்லோ மருத்துவமனையில் அறிவியல் ஆராய்ச்சி அதிகாரியாக பணிபுரிந்துவந்தேன். அதுமட்டுமல்ல, கடந்த முப்பது ஆண்டுகாலமாக தொழில் சங்கத்தில் பொதுச் செயலராக (General Secretary) இருந்துவருகிறேன். கல்லூரி நாட்களிலிருந்தே என்னைச் சுற்றியுள்ள பெண்களுக்குத் தொடர்ந்து உதவிகள் செய்துவருகிறேன்.

உங்கள் பயணத்தில் எங்கேனும் தேக்க நிலையை / தடைகளை உணர்ந்தீர்களா?

வாழ்க்கையே போராட்டம் நிறைந்ததுதான். பெண்கள் என்றாலே போராட்டம்தானே. படிக்கும்போது கார்டியாலஜிஸ்ட் ஆக வேண்டும் என்று விரும்பினேன், அப்பா தவறிவிட்டார். அதன் காரணமாக என் ஆசை நிறைவேறவில்லை. என்.சி.சியில் சேர்ந்தேன். ஏரோ விங் (aero wing) பிரிவில் விமான ஓட்டுனராக எண்ணினேன். ஆனால் அதற்கான உயரம் என்னிடம் இல்லை என்பதால் அதுவும் நிறைவேறவில்லை. ஒவ்வொரு கட்டத்திலும் தடையும் தடங்கலுமாகத்தான் கடந்துவந்துள்ளேன்.

உங்கள் பயணத்தில், நீங்கள் தொடர்ந்து கடைபிடித்து வந்த ஒரு விஷயம் எது. இதை மட்டும் நான் தவறவிட கூடாது என்று எண்ணியது எது?

மகளிர் ஆணையத்திற்கு வந்த பின், இரண்டு விஷயங்களை கடைபிடிக்க ஆரம்பிச்சுட்டேன். முன்னெல்லாம், நான் நிறைய பேசுவேன். இப்போ பேசுவதில்லை. காரணம், இங்கே வரும் பெண்களிடம் நான் காதுகொடுத்து கேட்க வேண்டியது, நிறைய இருக்கு. *I have to be a very good listener.* வெறுமனே புகார்களை

வாங்கி வைத்துக்கொள்வதில் எனக்கு நம்பிக்கை இல்லை. அவர்கள் பிரச்சனைகளைக் கேட்டு உள்வாங்கிகொண்டு, செயல்படுவேன்.

அடுத்து, இங்கே வந்து அமர்ந்த பின்னர், என் வாழ்க்கை முறையே மாறிப் போச்சு. அப்பல்லோவில் பணியாற்றும்போது இருந்த வசதியான வாழ்க்கை முறை வேறு. இங்கே வரும் பெண்கள், துன்புறுத்தப்பட்டு, 'அம்மா எனக்கு ஒரு ஏழாயிரம் மாதச் செலவுக்குக் கொடுக்கச் சொல்லுங்க... சாப்பாட்டுக்கு மட்டுமாவது கொடுக்கச் சொல்லுங்க' என்று இரண்டு மூன்று குழந்தைகளுடன் பெண்கள் இங்கே வந்து முறையிடும்போது, வாழ்க்கையில், பொருளாதாரத்தின் முக்கியத்துவத்தை நான் உணர்ந்தேன். அவர்களில் ஒருவராக மாறி, பணியாற்றத் தொடங்கிவிட்டேன்.

மத்திய மாநில அரசின் தரப்பிலிருந்து தரப்படும் சலுகைகளைப் பற்றிய விழிப்புணர்வு பெண்களிடம் இருக்கா?

2021ல் நான் இந்த அலுவலகத்தில் சேர்ந்ததிலிருந்தே, தாரக மந்திரம் போல, செல்லும் இடங்களிலெல்லாம், பெண் உரிமை, பெண்களுக்கான சட்டம், பெண் பாதுகாப்பு எண் 181, முதியோர்கள் மற்றும் மூத்த குடிமக்கள் பாதுகாப்பு எண் 14567 பற்றி, தொடர்ந்து பேசிவருகிறேன். அதேபோல, அனைத்து மாவட்டங்களிலும், ஒருங்கிணைந்த மையங்கள் (One stop centre) இயங்கிக்கொண்டிருக்கு.

எங்கோ ஒரு மாவட்டத்தில் இரவு நேரத்தில், பெண் துன்புறுத்தப்பட்டால், உடனே 181 என்ற எண்ணிற்கு தொடர்புகொள்ள வேண்டும். உடனே சென்னை கால் சென்டருக்குத் தகவல் வந்து சேரும்.

கால் சென்டரிலிருந்து, அடுத்த நொடி, அந்த மாவட்ட சமூக நல அலுவலருக்கும், ஒருங்கிணைந்த மையத்திற்கும் தகவல் போகும். அங்குள்ள காவல் நிலையத்தின் உதவியுடன், அப்பெண், அரசு மருத்துவமனையில் சேர்க்கப்படுவார். அடுத்த 5 நாட்களுக்கு, அப்பெண் அங்கே தங்கிக் கொள்ளலாம். தேவைப்படும் மருத்துவம், உணவு, சட்ட ஆலோசனை, கவுன்சிலிங், அனைத்தும் அப்பெண்ணிற்கு வழங்கப்படும்.

மறுபடியும் வீட்டிற்குச் செல்ல விருப்பம் இல்லை என்கின்ற பட்சத்தில், அப்பெண்ணை (குழந்தைகள் இருந்தால், அவர்களுடன்) அரசாங்க விடுதியில் / இல்லங்களில் தங்க அனுமதிக்கப்படுவார். அங்கேயே வாழ்வாதாரத்திற்காக, சிறு தொழிலும் கற்றுத் தரப்படும்.

பல விஷயங்கள் நடந்துகொண்டுதான் இருக்கு. வெளியே எதுவும் தெரிவதில்லை. ஆன்லைன் வசதிகளும் தயாராகிக்கொண்டிருக்கு. விரைவில் செயல்படத் துவங்கும்.

பெண்களுக்கு தனிமனித சுதந்திரம் வீட்டிலும், சமூகத்திலும் எந்த அளவுக்கு இருக்கு?

ஒவ்வொரு பெண்ணும் திறமைசாலிதான். பெண் ஒருத்தி, குடும்பத்திற்காக மின் கட்டணம் கட்டி, மளிகைப் பொருள் வாங்கி வைத்து,

குடித்து பெண்ணை அடித்திருப்பான். அந்த பெண், தான் அணிந்திருந்த நைட்டியுடன், இலவச பஸ்ஸில் ஏறி, என்னைத் தேடி ஓடிவருவாள். இப்படி வரும் பெண்களுக்காக, எப்போதும் 10 புடவைகள் என் அறையில் வைத்திருப்பேன். உடன் வரும் குழந்தைகளுக்காக இனிப்பு மிட்டாய்கள் வைத்திருப்பேன்.

"

வீட்டை நிர்வகித்தாலே she becomes a good administrator. ஒரு பெண்ணை நீங்கள் எங்கே கொண்டு வைத்தாலும், இதை திறம்படச் செய்வாள்.

இன்றைய பெண்கள் தைரியசாலிகள். கிராமபுறங்களிலிருந்து நிறைய பெட்டிஷன் வருது. செவ்வாய் மற்றும் வெள்ளிகளில் உங்களால் இங்கே நுழைய முடியாத அளவிற்கு கூட்டம் நிறைந்திருக்கும். மனு கொடுக்க பலர் திரளுவார்கள். நம்மை வலுப்படுத்திக்கொண்டு, விழிப்புணர்வுடன் செயல்பட்டாலே, நம் சுதந்திரம் நம் கையில்.

பழமைவாத தன்மையில் சிக்கிக்கொண்டுள்ள பெண்களுக்கு உங்கள் அறிவுரை?

இன்றைக்கு அப்படியெல்லாம் இருக்காங்களா என்ன? I don't think so. நான் கடவுள் நம்பிக்கை கொண்டவள்தான். ஆனால் பழமைவாதி அல்ல. என் கருத்துக்கள் பெரியாருடையது.

அவ்வளவு ஏன்? "என் மகன் சரியில்ல மா... அவளை விடுவித்து, வேறு திருமணம் செஞ்சு வைங்க.." என்று இங்கே கேட்டு வரும் மாமியார்களும் உண்டு. இன்னைக்கு 70, 75 வயதிற்கு மேலானவர்கள் கூட ஆன்ட்ரோய்ட்லதான் இருக்காங்க. பழமைவாதம் இல்லைனுதான் தோணுது.

உங்களுடைய அடுத்த இலக்கு என்ன?

தற்சமயம், மாதம் ஒரு மாவட்டம் என்ற கணக்கின்படி, 2 அல்லது 3 நாள் சுற்றுப் பயணம் இருக்கும். அந்த மாவட்டத்தில் உள்ள கலெக்டர், SP, NGOக்களை சந்திப்பேன். பின் கல்லூரிகளிலும் பள்ளிகளிலும் சோதனைகள் மேற்கொள்ளப்படும். கழிப்பறைகள், குளியலறைகள், தங்கும் வசதிகள் மற்றும் பாதுகாப்புத் திட்டங்கள் ஆராயப்படும்.

அதேபோல, மகளிர் சிறைகளுக்குச் செல்வேன். அங்கே அவர்கள் தங்கும் இடங்களும் பரிசோதனைச் செய்யப்படும். அவர்களுக்குத் தேவையான கவுன்சிலிங், மருத்துவம், சட்ட ஆலோசனைகள் வழங்கப்படும்.

பத்துப் பெண்களுக்கு மேல் வேலை செய்யும் இடங்களில் ICC (Internal Complaint Committee) அமைக்கப்படும். வேலை இடங்களில்

ஏற்படும் இன்னல்களை அங்கே பகிரலாம். இது எல்லாமே, குறிப்புகள் எடுக்கப்பட்டு, கலெக்டரிடம் சமர்ப்பிக்கப்படும்.

அடுத்து, 2024ம் ஆண்டிற்கான திட்டங்கள் தயாரா இருக்கு. சுய உதவி குழுக்கள் நிறைய உதவிகள் செய்துவந்தாலும், சீக்கிரம் தொய்வு நிலையை அடையறாங்க. *Experts*, நிபுணர்களின் ஆலோசனையுடன், தொய்வு நிலையைச் சமாளிக்க பயிர்ச்சிகள் வழங்கப்போகிறோம். 38 மாவட்டங்களில் உள்ள பெண்களுக்கு இப்பயிற்சி அளிக்க உள்ளோம், இதில் முக்கியமாக, பெண் விவசாயிகளுக்கு முன்னுரிமை கொடுத்து பயிற்சி வழங்கப்படும்.

இந்த இடத்தில் அமர்ந்ததில், எவ்வளவு பெருமிதம் அடைகிறீர்கள்?

மிகவும் சந்தோஷமா உணறேன். எனக்கு உடம்பு சரியில்லை என்றாலும், இங்கே வந்து அமர்வேன். காரணம், என்னைத் தேடி வரும் பெண்கள் யாருமே, சந்தோஷமான மனநிலையோடு வருவதில்லை. குறை சொல்ல வரும் நேரத்தில் நான் இங்கே இல்லையென்றால், மேலும் கவலைகொள்வார்கள்.

குடித்துப் பெண்ணை அடித்திருப்பான். அந்தப் பெண், தான் அணிந்திருந்த நைட்டியுடன், இலவச பஸ்ஸில் ஏறி, என்னைத் தேடி ஓடிவருவாள். இப்படி வரும் பெண்களுக்காக, எப்போதும் 10 புடவைகள் என் அறையில் வைத்திருப்பேன். உடன் வரும் குழந்தைகளுக்காக இனிப்பு மிட்டாய்கள் வைத்திருப்பேன். ஒவ்வொரு நொடியும், பெண்களுக்கு உதவ நான் காத்திருக்கிறேன். நிச்சயம், என் வேலையில் அதிக சந்தோஷமும், ஈடுபாடும் எனக்கு இருக்கு.

Women Empowerment பெண்ணதிகாரம் பற்றிய உங்கள் விளக்கம்?

யாரும் வந்து உங்க கைல கொடுக்கப் போறது இல்ல. உங்க நிலையை பலப்படுத்திக்கோங்க. தரப்படும் உதவிகளும் திட்டங்களும் அனைவருக்கும் தெரிய வேண்டும். அவற்றை அணுகுவதற்கான அறிவையும் தெளிவையும், ஒவ்வொரு பெண்ணும் வளர்த்துக்கொள்ள வேண்டும்.

திருமிகு. ஏ.எஸ்.குமாரி
தலைவர், தமிழ்நாடு மகளிர் ஆணையம்.

I ENJOY BEING A WOMAN

திருமிகு. ஜெயந்திஸ்ரீ பாலகிருஷ்ணன்

உங்களைப் பற்றிய அறிமுகம்...

நான் ஜெயந்திஸ்ரீ. என் கணவர் திரு. பாலகிருஷ்ணன். I am his better half and he is my best half. அடுத்த பிறவியிலும் இவரே உங்கள் கணவராக வர விருப்பமா... என்று கேட்டால், 'இதே குடும்பத்தில் இவர் பிறப்பாரா? பிறக்க வேண்டும்' என்று சொல்வேன்.

நான் ஒரு ஆசிரியை. இன்னும் நிகழ்காலம் (present tense)தான் உபயோகப்படுத்துகிறேன். ரிட்டையர் ஆகி, 6, 7 வருடங்கள் ஆனபின்னும், டீச்சர் என்ற சொல்லைக் கழட்டிப் போட, அது ஒன்றும் உடையல்ல, என் தோல். கோவை பூ.சா.கோ. கல்லூரியின் ஆங்கிலப் பிரிவின் தலைமைப் பேராசிரியராக தொடர்ந்து 35 வருடங்கள் பணியாற்றினேன். நல்ல குழந்தைகள். ஒரு ஆசிரியர் தான் குழந்தைகளைச் செதுக்குவார்கள் என்று சொல்வதுண்டு. குழந்தைகளும், ஆசிரியர்களைச் செதுக்குவார்கள். முதலில் உள்ளே நுழையும்போது, *the teacher will be raw.* 35 வருடங்களில், ஆசிரியருக்கு ஒவ்வாதவற்றையெல்லாம், அக்குழந்தைகள் செதுக்கிச் செதுக்கி வெளியே எடுக்கும்.

எனக்கொரு மகன். சென்னையில் வசிக்கிறார். மருமகள், எதையும் பகிர்ந்து கொள்ளக்கூடிய அருமையான தோழி, ஒரு பேரன். கேட்க எதுவும் இல்லை. கோவிலுக்குச் சென்றால், நன்றி சொல்லவே நேரம் சரியாக இருக்கும்.

பெண் என்று வந்துவிட்டால், நாடு, மொழி, சாதி, எல்லாம் கடந்து தனித்துவிடப்பட்டவளாக இருக்கிறாள். பெண்ணைப் பற்றிய உங்கள் புரிதல்?

முதல் வரி எனக்கு ஏற்றுக்கொள்வதாக இல்லை. பெண் தனித்துவிடப் படலாம் அல்லது, அவள் தனிமையை விரும்பும் பெண்ணாகவும் இருக்கலாம். ஒரு குடத்திற்குள் தண்ணீர் ஊற்றினால், குடத்தின் வடிவத்தில்தான் தண்ணீர் இருக்கும். சில வருடங்கள் கழித்து, அத்தண்ணீரைக் கொட்டினால், தண்ணீர் குடத்தைப் போல் இருக்காது. தண்ணீர் என்றைக்கும் அதன்

தன்மையை இழக்காது. அதன் நினைவும் மறந்து போகாது. பெண்ணும் அப்படித்தான். அந்த உருவத்திற்குள் வார்க்கப்பட்ட ஓர் உயிர். அந்த உருவம், அவளுக்கு உடல் ரீதியாக, மன ரீதியாக, உணர்வு ரீதியாக, எல்லைகளைக் கொடுக்கிறது. கலாச்சார ரீதியான எல்லைகளும் உண்டு.

ஆனால், அவளுக்கு அந்த உடல், உணர்வு ரீதியாகவும், அறிவு ரீதியாகவும் எவ்விதமான வரையறையும் கொடுக்கவில்லை என்பதை நம்பக்கூடியவள் நான். பெண் என்பவள் ஓர் ஆச்சரியம் என்றோ, 'மாதராய்ப் பிறப்பதற்கே தவம்' என்றோ, நான் பார்க்கவில்லை. அதனால், தனித்துவிடப்பட்டாலும், தனியே இருந்தாலும், பெண்ணாய் இருப்பதே, எனக்கொரு அனுபவம். இப்படி இல்லாமல் போகும்போது, இந்த அனுபவத்தை நான் இழந்திருப்பேன். *It is a costly experience. I enjoy being a woman.*

தாங்கள், தமிழ் ஆங்கிலம் என்று இரண்டு மொழியிலும் முனைவர் பட்டம் பெற்றவர். மொழி ஆளுமையின் அவசியத்தைக் குறித்து, தங்களின் பார்வை?

ஒன்று தாய்மொழி. அம்மாவின் கர்ப்பத்தில் நான் இருக்கும்போது, அவருடைய அச்சத்தையும், அபிலாஷைகளையும், ஆசைகளையும், கனவுகளையும், அந்தரங்கமாக, உதடு அசைவது கூட யாருக்கும் தெரியாமல், தன் மனத்தில் பேசுவதெல்லாம், என் காதுல ஒலிச்சிருக்கும். அதுதான் தாயோட மொழி. அப்போ, இயல்பாகவே அதுல பற்றிருப்பது, ஆச்சரியமே அல்ல.

ஆங்கிலத்தைப் பொறுத்தவரை, ஒரு மொழி மீது பிரேமை, அன்பு, பற்று இருந்தால் (வெறி அல்ல), அந்த மொழியும் உங்களுக்குப் பிடிக்கும். அந்த வகையில், எனக்கு ஆங்கில மொழிப் பிடிக்கும். எனக்குப் புலமை இருக்குன்னு நான் சொல்லல, இரண்டிலும் என்னால் சுலபமாகப் புழங்க முடிகிறது.

பேராசிரியர், பேச்சாளர், இலக்கியவாதி, பெண்ணியவாதி. இவற்றில், எதில் சௌகரியத்தை உணர்கிறீர்கள்?

இவை தனித்தனியான விஷயங்கள் அல்ல. ஒரே நபரைப் பல கோணங்கள்ல நீங்க பார்க்குறீங்க. அவ்வளவே. வகுப்பறையில், நான் ஆசிரியை, ஆனால் அதற்குள்ளும் பெண்ணியம் இருக்கும். நான் பேச்சாளர் அல்ல. நான் உரையாடும் நபர். *I don't speak. I communicate.* உரையாடும்போது, எதிரே உள்ளவர் முக்கியம். அவருடைய உடல் மொழி முக்கியம். ஆனால், பேச்சாளருக்கு எதிரே உள்ளவங்க முக்கியமா, இல்லையானு எனக்குத் தெரியாது. என்னுடையது, பெரும்பாலும், பகிர்ந்துகொள்வது. வகுப்பறையாக இருந்தாலும், தனியாக இருந்தாலும், ஆசிரியை, பெண்ணியம், உரையாடுபவர், இலக்கியவாதி ஆகிய நான்கும், என்னுள் இருக்கும். *It's not compartmentalised. Over lapping* கூட கிடையாது. தேவைக்கேற்றாற் போல, கோணங்களை மாற்றிக் கொள்ளவேண்டும்.

மேலே குறிப்பிட்ட நான்கில், எவற்றைக் கவனத்துடன் கையாள்கிறீர்கள்?

எல்லாவற்றிலுமே கவனம் தேவை. *I enjoy being a woman* என்று சொல்லக் காரணமே, *I go by my instincts.* என் உள்ளுணர்வின்படி நடப்பேன். உள்ளுணர்வு என்பது விலங்குகளுடன் சம்பந்தப்பட்டது. அதைவிட உயர்வான நமக்கு, *intuition* என்று சொல்வார்கள். *But I go by animal instinct.* தூங்கும்போது காதை அசைத்துக்கொண்டே இருக்கும் பூனை மாதிரி, தூங்கும் போது மோப்பம் பிடித்துக்கொண்டே இருக்கும் நாய் போல. யாராக இருந்தாலும், கவனத்துடன் இருக்க வேண்டும். எங்கே நிற்க வேண்டும், எங்கே நிற்கக் கூடாது என்று தெரிய வேண்டும்.

ஒரு பெண்ணின் வெற்றி என்பது ஒவ்வொருவருக்கும் வேறு படலாம். ஆனால், பெண்ணின் பொதுவான வெற்றி எவையாகப் பார்க்கப்படுகிறது?

முதலில், புலம்பாமல் இருப்பது. *No complaints.* அனைவரின் வெற்றியாகவும் இது இருக்கும். *When I start complaining,* எனக்கு என் மேலே மரியாதை இல்லைன்னு அர்த்தம். என்னைப் பற்றி நானே புலம்பிக் கொண்டிருந்தாலும், அது *self pity,* சுயபச்சாதாபம் என்ற கழிவிரக்கத்திற்குள் போய்விடுவோம். அது ஒரு புதைக் குழி. மீண்டு வருவது மிகக் கடினம்.

அடுத்த வெற்றி, புறம் பேசாமல் இருப்பது. *Not to gossip.* மற்றவர்கள் மீது நம்பிக்கை இல்லாமல் போனால், புறம் பேசுவோம். மற்றவர்களைப் பற்றி பேசும்போது, அவர்கள் வாழ்க்கைல என்ன இருக்குன்னு நமக்குத் தெரியாது. தெரியாததைச் சுவை கூட்டி, கரம் மசாலா சேர்த்து புதிய ரெசிபியாக... இல்லை, மலினப்பட்டுவிடுவோம். ஆக, என் மீது மரியாதை இல்லைன்னா புலம்புவேன். மற்றவர் மீது நம்பிக்கை இல்லைனா புறம் பேசுவேன்.

இவ்விரண்டையும் செய்யாது இருந்தால், 24 மணி நேரத்தை, 48 மணி நேரமாக இழுக்க, என்கிட்ட சக்தி இருக்கும். இவ்விரண்டையும் செய்யாத பெண்கள், வெற்றி அடைந்த பெண்கள்தான்.

பல நாடுகளுக்குப் பயணம் செய்து, பல சூழலில் இருந்து இயங்கும் சர்வதேச பெண்களைப் பார்த்து, எப்படி உத்வேகப் பட்டீர்கள்? அவற்றிலிருந்து நம் தமிழ்ப் பெண்களுக்கு நீங்கள் உணர்த்த விரும்புவது?

இங்கிருந்து தொலைந்து போனவற்றைத் தான் நான் அங்கே பார்த்தேன். ஔவையார், 'வினைச்சி' என்று சொல்வார். வினை ஆற்றிக்கொண்டே இருப்பவள். என் கொள்ளுப் பாட்டி, பாட்டி மற்றும் அம்மாவை, தொடர்ந்து வினை ஆற்றிக்கொண்டிருப்பவர்களாகத்தான் நான் பார்த்தேன்.

சூரியன் உதித்து அஸ்தமனம் ஆகுற மாதிரி, காற்று வீசி, அலை அடிக்கிற மாதிரி, யாரையும் சார்ந்திருக்காமல், இப்படிச் செய்யலாமா,

> ஒருமுறை கிரண் பேடி அவர்கள் பயணம் செய்துகொண்டிருக்கும்போது, ஒரு ஆண், அவரை உற்றுப் பார்த்தபடியே இருந்தானாம். 'பிறகு நீங்கள் என்ன செய்தீர்கள்?' என்று அவரிடம் கேட்டதற்கு, 'வெரி சிம்பிள்... நான் இடம் மாறி அமர்ந்துகொண்டேன்' என்றாராம். இதுதான் சமயோசிதச் சிந்தனை.

நிமிரலாமா, நிற்கலாமா, என்று கேட்காமல், இயங்கிக் கொண்டிருந்தனர். தெளிவாகச் சொல்லப் போனால், *they never wanted validation*. வேலையைப் பாராட்டணும், கை தட்டணும் என்ற எண்ணமெல்லாம் அவங்களுக்கு இருந்ததில்லை. இந்த உணர்வு இப்போ, இங்கே காணாமல் போனது.

வெளிநாட்டில் பெண்கள் தொடர்ந்து வினையாற்றிக்கொண்டே இருப்பதைக் காணும் போது, ரொம்ப அழகா இருக்கு. யாருக்காகவும் இல்லாமல் அவரவர்களுக்காக. எனக்கு, என் செயல் அல்லாமல், என்னை அடையாளம் காட்ட வேறு எதுவும் இல்லை... இல்லையா? என் கண்ணாடி, என் செயல் மட்டும்தான். வேலையை, பெண்கள், புன்னகையுடனும் புரிதலுடனும், செய்த காலம் உண்டு. விடுமுறைக்குப் பாட்டி வீட்டிற்குச் சென்றால், என் பாட்டி, அத்தனைச் சுறு சுறுப்பாக இயங்கிக்கொண்டிருப்பார். *I have seen her always happy.* அவங்க எம்பவர்மென்ட் பார்க்க எனக்கு ரொம்ப பிடிக்கும்.

எங்கேயோ ஓர் இடத்துல, அங்கிருந்து வெளியே வந்துட்டோம். அடுக்களை பற்றிய வருத்தங்கள் நிறையப் பேருக்கு உண்டு. ஏனோ, வினையாற்றுவதைச் சடமா எடுத்துக்க ஆரம்பிச்சோம். உடல் சோர்வா எடுத்துக்க ஆரம்பிச்சோம். ஓய்வு தேவையில்லையான்னு யோசிக்க ஆரம்பிச்சோம். ஒரு வேலையிலிருந்து இன்னொரு வேலைக்குச் செல்வதுதானே ஓய்வு!

அதேபோல, *True empowerment is to feel absolutely adequate.* ஒரு 10 பேர் இருக்கும் சபையில் நடந்து போகும்போது, பிறருடன் நம்மை ஒப்பிடாமல், கம்பேர் செய்யாமல் இருப்பதுதான் தன்னம்பிக்கை *(confidence).* இதை நான் அங்கே பார்த்தேன். ஒரு வேளை, நான் சந்தித்த பெண்கள் அப்படி இருந்தார்களா என்று தெரியவில்லை. *It reminded me of our bygone ages.*

பெண்களுக்குக் கல்வி அவசியம். கல்வியுடன் சேர்ந்து, இவற்றிலும் பெண்கள் கவனம் செலுத்த வேண்டும், என்று நீங்கள் நினைப்பது எது?

கல்வி என்பது ரொம்ப பெருசு. இரண்டு அட்டைகளுக்கிடையே, பாடப் புத்தகத்துடன் முடிவதல்ல கல்வி. எல்லாமே கல்விதான். *It is either adequate or inadequate.* வட்டமா தோசை சுடுவது கல்வி. எப்போ தீயை அணைக்கணும், எப்போ அதிகப்படுத்தணும்னு தெரிஞ்சிக்கறதும் கல்வி. கம்ப்யூடரில் வேலை கற்றுக்கொள்வதும் கல்வி. தினம் படித்துக் கொண்டேதான் இருக்கிறோம்.

இன்னொரு விஷயம், கல்வி என்றால், *it's not only learning, it's about unlearning also, which you have wrongly learnt.* தப்பை மாற்றி *relearning* செய்வதும் கல்விதான். ஆக, கல்வியும் வினைச்சியுடன் தொடர்புடையதுதான். மீண்டும் மீண்டும் செய்து, மீண்டும் மீண்டும் செய்து, புலம்பாமல் பழகுவது.

சச்சின் தன் மட்டையால் பந்தை விளாசினால், 'சூப்பர்' என்று கை தட்டுகிறோம். *Genius* என்று பாராட்டுகிறோம். அதற்கு முன், *to become a genius,* அவர் எவ்வளவு பயிற்சி எடுத்திருப்பார்! எந்தச் சூழ்நிலையிலும், பதற்றம் இல்லாமல், தரையில் கால் பதித்து *(grounded)*, அமைதியுடன், தன் நிலை உணர்ந்து இருப்பதுதான் கல்வி. கூடுதலாக இதைச் சேர்க்கலாமா, அதைச் சேர்க்கலாமா என்ற யோசனை வந்தாலே, சேர்த்துக்கணும். பின்னமாக இருக்க கூடாது. *It has to be holistic. It doesn't stop with an age. It is always learning and relearning.*

புத்தக வாசிப்பின் அவசியம் குறித்து?

மூச்சு விடுவதின் அவசியம் குறித்துக் கேட்டால் எப்படி இருக்கும்! மூச்சு விடும்வரை, மூச்சு விடுவதே நமக்கு தெரியாது. சில சமயம், பெரு மூச்சு கூட வரும். புத்தகங்களை என்னிடமிருந்து பிரித்தால், எனக்கு மூச்சுத் திணறல் ஏற்படும். *Every book is an extension of my anatomy* என்று சொல்வேன். பாரதி தீக்குள் விரலை வைத்தால் தீண்டும் இன்பம்னு சொல்றார். எனக்குப் புத்தகத்தைத் தொட்டால், தீண்டும் இன்பம்.

உடனடியாக எனக்கு இன்பம் தரக்கூடியது, புத்தகம் தான். புத்தகத்தைத் தொடணும். மீண்டும் மீண்டும் தொடணும். நான் எந்தப் பரிசையும் உடனே பிரிச்சுப் பார்க்க மாட்டேன். ஒரு புத்தகத்தைக் கொடுத்தால், அது மேடையாக இருந்தாலும், அவசரமா அங்கேயே பிரிச்சுப் பார்ப்பேன். எனக்கு அது ஒரு போதை தான். ஆரோக்கியமான போதை.

இறுதியாக, *Women Empowerment,* பெண் சுய அதிகாரம் பற்றிய உங்கள் கருத்து?

Unfortunately, we mistake entitlement (உரிமை பெற்ற) *for empowerment* (சுய நிர்ணய உரிமை கொண்ட). யாரோ எனக்காகப் பாடுபட, யாரோ எனக்காகப் போட்டிப் போட, யாரோ எனக்காகச் சிறை செல்ல, யாரோ எனக்காக உதை வாங்க, பின் சட்டங்கள் இயற்றப்பட்டு, அதன் பின் என் கைக்கு வரும்போது, *I am not an empowered woman. I am an entitled woman.* நான் உரிமை பெற்ற ஒரு பெண்ணாக உள்ளேன்.

நாம, *entitlementä empowerment*ஆ தப்பா எடுத்துக்கறோம். அப்பா சொத்துல பையனுக்கும், பெண்ணுக்கும் உரிமை இருக்குனு போராட இறங்கும் முன்னரே, வேறு யாரோ இறங்கியாச்சு. ஒவ்வொரு கால

கட்டத்திலேயும், அவங்களுக்காகச் சிந்திக்க ஒருவர் இருந்திருக்கார். கல்லும் முள்ளும் இருக்குற பாதைல, ரத்தம் கசிய, அவங்க ராஜபாட்டையை உருவாக்கிக் கொடுத்திருக்காங்க. இந்த ராஜபாட்டைல நடந்து போய்ட்டு, நான் பெண் விடுதலை அடைந்துவிட்டேன் என்று சொல்வது, *it's immature*, முதிர்ச்சியற்ற நிலையைக் குறிப்பதாகும்.

அப்போ, *Empowered woman* - சுய நிர்ணய உரிமைக் கொண்ட பெண் யார்?

1. நான் தீக்குச்சிதான், ஆனால் பத்திரமாக பெட்டிக்குள் இருப்பேன் என்றால் எப்படி? தீக்குச்சியின் உண்மையான பயன் என்ன? தன்னை விட்டுக்கொடுத்து, அடுத்தவருக்கு வெளிச்சம் தருவது. கிடைத்த படிப்பு மற்றும் கிடைத்த எல்லாவற்றிற்கும் முழுப் பயன் என்பது, *when you help somebody else, who had no chance of getting what you have got.* அதாவது, உங்களுக்குக் கிடைத்த நன்மைகளைக் கொண்டு, அவற்றைப் பெற இயலாதவர்களுடன் அவற்றைப் பகிர்ந்துகொள்ளும்போதுதான், கிடைத்த நன்மைக்கு உண்மையான பலன் உண்டு.

2. வீட்டில் உதவிக்கு வரும் வேலைக்காரியின் தட்டில், நீங்கள் சாப்பிடும் அதே உணவைப் பரிமாறினால், உங்களுக்கு ஒவ்வாத உணவு, அவளுக்கும் ஒவ்வாது, என்பதைப் புரிந்துகொண்டால், நீங்கள் சுய நிர்ணய உரிமையைச் சரியாக புரிந்துகொண்ட பெண்மணி. ஒரு ஏழை மாணவியின் கல்விக்கு உதவ முடிந்தால், *you are empowered than, even a CEO of a company.*

3. சகதர்மம். *We don't want empowered women, we need empowering women.* என்னுடைய வார்த்தைகளாலோ, சொல்லாலோ, செயலாலோ, புரிதலாலோ, புன்னகையாலோ, இன்னொரு பெண்ணின் மனதிற்கு அமைதி கொடுக்க முடியுமேயானால், இதுதான் மிகப் பெரிய *empowerment.*

4. எல்லாத்துக்கும் அனுமதி கேட்க வேண்டிய அவசியம் இல்லை. ஆனாலும், சொல்லிட்டுச் செய்யணும் என்கிற மரியாதை இருக்கணும். சொல்லாமல் செய்யும்போது, எங்கேயோ ஒரு அச்சம் இருக்கு. அந்த அச்சத்தைத் தன்னிறைவா, தப்பா புரிஞ்சிக்கறோம்.

5. கத்தாமல், கூப்பாடு போடாமல், கதவை அறைந்துச் சாத்தாமல், பத்து நாள் சோறு திங்க மாட்டேன் என்று மிரட்டாமல், நம் கருத்தை உணர்ச்சி ரீதியான மிரட்டல்கள் இல்லாமல் பகிர முடிந்தால், நீங்கள், உரிமையைச் சரியாக உணர்ந்து செயல்படும் ஒரு பெண்மணி.

6. அதேபோல, *No*, இல்லை, என்று சொல்லத் தெரிய வேண்டும். கத்திக் கூப்பாடு போட்டுச் சொல்லத் தேவை இல்லை. அமைதியாக, அழுத்தமாகச் சொன்னாலே போதும்.

7. சமயோசிதச் சிந்தனை வேண்டும். எங்கே நிற்க வேண்டும், எங்கே நிற்கக் கூடாது என்று தெரிய வேண்டும். முன் சொன்னது போல, *animal* *instinct*. கவனத்துடன் செயல்பட வேண்டும். ஒருமுறை கிரண் பேடி அவர்கள் பயணம் செய்துகொண்டிருக்கும்போது, ஒரு ஆண், அவரை உற்றுப் பார்த்தபடியே இருந்தானாம். 'பிறகு நீங்கள் என்ன செய்தீர்கள்?' என்று அவரிடம் கேட்டதற்கு, 'வெரி சிம்பிள்... நான் இடம் மாறி அமர்ந்துகொண்டேன்' என்றாராம். இதுதான் சமயோசிதச் சிந்தனை. அவனிடம் போய், 'நான் யார் தெரியுமா... உன்னை என்ன செய்வேன் தெரியுமா...' என்று சட்டையை உலுக்குவதெல்லாம் தேவையற்ற செயல்.

இறுதியாகத், 'தட்டுங்கள் திறக்கப்படும்' என்று விவிலியத்தில் சொல்லப்பட்டிருக்கு. பத்திரமா, ஜாக்கிரதையா தட்டுங்க. எந்தக் கதவைத் தட்டினாலும், அது திறந்துகொள்ளும் என்பதை உணர்ந்து செயல்படுங்கள்.

திருமிகு. ஜெயந்திஸ்ரீ பாலகிருஷ்ணன்
M.A, MPhil, Ph.D (English), M.A, MPhil, Ph.D (Tamil)
பேராசிரியர் *(Rtd)*,
கோவை பூ.சா.கோ *(PSG)* கலை அறிவியல் கல்லூரி.

இந்தப் பெண்ணிற்கு, இந்த நேரத்தில் இங்கென்ன வேலை...?

திருமிகு. மீரா சுந்தரராஜன்

○ தொகுப்பு: பத்மா அமர்நாத்

உங்களைப் பற்றிய ஒரு அறிமுகம்...

வணக்கம். நான் மீரா சுந்தரராஜன். கடந்த முப்பது வருடங்களா, நான் *development sector* என்று சொல்லக்கூடிய வளர்ச்சி துறையில் பணியாற்றிவருகிறேன். தொண்டு நிறுவனங்கள், *NGO's* உடன் பணியாற்றி உள்ளேன். ஆந்திரா, கர்நாடகா, ஒரிசா போன்ற பல இடங்களில் வேலை செய்திருக்கிறேன். 2002ல், அரசின் சார்பாக, தமிழ்நாடு *(Women development corporation)* மகளிர் மேம்பாட்டுக் கழகத்தில், பல நலத்திட்டங்களைப் பெண்களிடம் கொண்டு சேர்ப்பதில் பங்கெடுத்துக்கொண்டேன். அவை பெரும்பாலும், பெண்களின் பொருளாதார வளர்ச்சிச் சார்ந்த செயல் திட்டங்களாக இருந்தன. சென்னை மாநகராட்சி அலுவலகத்தில் பணிபுரிவது, இதுவே முதல்முறை.

பாலினக் கொள்கை ஆய்வகத்தில் *(Gender policy lab)* உங்களுக்குக் கிடைத்த அனுபவத்தின் மூலம், பெண்கள் அதிகாரமளித்தலை எவ்வாறு பார்க்கிறீர்கள்?

'பெண்ணதிகாரம்' என்று சொல்லும்போது, முதலில், பெண்கள் பயமில்லாமல் வெளியே போவதற்கான சூழல் உருவாக வேண்டும். அந்தப் பாதுகாப்பு மிக அவசியம். 'நிம்மதியா வெளிய போகவே முடியல' எனும்போது, பெண்களால் எதையுமே செய்ய முடியாது. எல்லாமே தடைபட்டுப் போகும்.

'சிட்டி டெவலப்மென்ட்' என்று சொல்லும்போது, பொதுவாக ஆண்களை மட்டுமே கண்ணோட்டத்தில் வைத்து, செயல்படுவார்கள். ஆனால், பெண்களின் தேவை, வேறு மாதிரி. ஒரு பெண் பொதுவா வெளியே சென்றால், குழந்தைகள் உடனிருப்பார்கள், பைகளைச் சுமந்து கொண்டு போவார்கள், குறைந்த பட்சம், ஒரு பெரிய கைப்பையாவது *(hand bag)* இருக்கும். அதேசமயம், பொது போக்குவரத்தை அதிகம் பயன்படுத்துவார்கள். தனியார் வாகனங்களைப் பெரும்பாலும் ஆண்கள் தான் உபயோகிப்பார்கள். பெண்கள் அதிகம் நடப்பார்கள், *they do more walking. So, pavements* என்று சொல்லப்படும் சாலையோர நடைபாதைகள் சவுகரியமாக,

பத்திரமாக இருக்க வேண்டியது அவசியம். வாகனங்களை அதன் மீது நிறுத்தி வைக்காமல் இருக்க வேண்டும்.

அடுத்து, பூங்காக்கள். உடற்பயிற்சி சாதனங்கள் நிறைய இருக்கும். அவை அனைவருக்கும் பொதுவானது. ஆனால் ஆண்கள் அங்கே இருந்தால், பெண்கள் உபயோகப்படுத்த மாட்டார்கள். நிறைய செடிகளும் புதர்களும் இருக்கும். போதுமான விளக்கு ஒளி இருக்காது. அங்கே *(dark spots)* இருட்டாக இருந்தால், பெண்கள் பாதுகாப்பாக உணர மாட்டார்கள்.

பொது கழிப்பறைகளில் தேவையான விளக்குகள் இருக்காணு பார்க்கணும். வீதியில் எரியும் விளக்குகள் பல இடங்களில் பளிச்சென்று இருக்காது. மரங்கள், தெரு விளக்கின் மீது படர்ந்து, வெளிச்சத்தை மட்டுப்படுத்தாத அளவிற்கு, அவ்வப்பொழுது அவற்றை *(tree trimmings)* களைக்க வேண்டும். இருட்டாக இருந்தால், மறுபடியும் *dark spots* உருவாகும். தெரு இருட்டாக இருந்தால், பெண்களும் சிறுவர்களும் வெளியேப் போக பயப்படுவார்கள்.

குழந்தைகள் ஏதோ ஒரு வகுப்புக்குச் செல்ல வேண்டும் என்று ஆசை பட்டாலும், வெளிச்சம் இல்லையென்றால், பெற்றோர்கள் அவர்களை வெளியேச் செல்ல அனுமதிக்க மாட்டார்கள். 'இருட்டிடுச்சு... பஸ் ஸ்டாப்பிலிருந்து கூட்டி வர, ஒரு துணை தேவைப்படும். சில நாட்களில், 'இந்தத் தொந்தரவுத் தேவையா? இந்த வகுப்பிற்குப் போயாகணுமா?' என்ற கேள்விகள் வரும்.

அடுத்து, பேருந்து நிறுத்தங்களில், போதுமான வெளிச்சம் இருக்க வேண்டும். பஸ் ஸ்டாப்பில் பொதுவா விளக்குகள் இருப்பதில்லை. தெரு விளக்கு அல்லது, பின்புறம் உள்ள விளம்பரப் பலகைகளின் வெளிச்சம்தான் இருக்கும். அதேபோல், *bus stop is a pre fabricated structure.* சுவருக்கும் நிறுத்தத்திற்கும் இடையே இடைவெளி இருந்தால், அதுவும் பாதுகாப்பற்ற சூழலை உருவாக்கும். இடையில் யாராவது ஒளிந்திருக்க வாய்ப்புண்டு. சாலைக்குச் சம தளத்தில் பேருந்து நிறுத்தம் அமைந்திருக்க வேண்டும். குழந்தைகள் அமர்வதற்கு இருக்கைகள் வசதியாக இருக்க வேண்டும்.

சமீபத்தில் நாங்கள் நிகழ்த்திய ஆய்வின்படி, பஸ் ஸ்டாப் அருகே, டாஸ்மார்க் கடை இருந்தால், பெண்கள் பயப்படுகிறார்கள். டாஸ்மார்க்கின் விதிமுறைகள் படி, எந்த ஒரு பள்ளிக்கு அருகாமையிலோ, வழிபாட்டு தலங்களுக்கு அருகிலோ, டாஸ்மார்க் கடை இருக்கக் கூடாது என்பது. ஆனால், பேருந்து நிலையத்தின் அருகே இருக்க கூடாது என்று எவரும் சொன்னதில்லை.

இதுபோன்ற பல கருத்துக்களை மனதில் கொண்டு செயல்பட வேண்டும். பொது போக்குவரத்து, பெண்களுக்குப் பாதுகாப்பா *(women friendly)* இருக்கணும்.

இதுபோன்ற பல ஆய்வுகள் நடத்தி, பல கணக்கீடுகளை, எங்கள் ஆய்வுக் கூடம், அரசாங்கத்திடம் ஒப்படைத்துவருகிறது.

இதை அரசாங்கம் எவ்வாறு ஏற்றுக்கொள்கிறது?

இதுவரை யாரும் வேண்டாம் என்று சொன்னதில்லை. இந்தியாவிலேயே, முதல் *GPL* ஆய்வகம் ஆரம்பிக்கப்பட்டது, நம் தமிழ்நாட்டில்தான். சிறந்த கல்வித் திட்டத்திற்கான முன்னோடியான மாநிலம், நம் தமிழ்நாடுதான். முதல் *(Women self-help group)* பெண்கள் சுய உதவி குழுக்கள் ஆரம்பிக்கப் பட்டதும் நம் தமிழகத்தில்தான். கிராமப்புறங்களிலும், மற்ற மாநிலங்களை விட, முன்னேறி இருக்கிறோம்.

பணியிடத்தில் பெண்களை மேம்படுத்துவதற்கு, ஆய்வகத்தில் உள்ள முன்முயற்சிகளைப் பகிர்ந்துகொள்ள முடியுமா?

*Chennai corporation*ல, *we have reconstituted the PoSH Committee. Internal Complaint Committee (ICC)* உள் புகார்கள் குழு, மறுபரிசீலனை செய்யப்பட்டு, தேவைகளுக்கேற்ப, மாற்றி அமைத்துள்ளோம். 15 மண்டலங்களில் இதற்கான வேலைகள் நடந்துகொண்டிருக்கு. தலைமையகத்துடன் சேர்ந்து, மூன்று இடங்களில் வேலை பார்க்கிறோம். யாரிடம் புகார் கொடுக்க வேண்டும், யாரை அணுக வேண்டும், என்ன செய்ய வேண்டும் போன்ற விழிப்புணர்வு தகவல்களை, முதல் கட்டப் பயிற்சியாக சொல்லிக் கொடுத்துள்ளோம்.

உங்கள் கண்ணோட்டத்தில், பெண்களின் தூய நிர்ணய உரிமையில், பாலினக் கொள்கைகள் என்ன பங்கு வகிக்கின்றன, இதை நீங்கள் எவ்வாறு கையாள்கிறீர்கள்?

நாங்கள் நேரடியாக பாலின வேறுபாட்டையோ, வன்முறையையோ, கையாள மாட்டோம். அதற்கென்றுப் பிரிவுகள் உண்டு. ஆனால், பள்ளிகளில் மாணவர்களுக்குப் பாலின வேறுபாட்டின் அடிப்படை அம்சங்களைப் பற்றிய விழிப்புணர்வைக் கொண்டு செல்கிறோம்.

Gender club மூலமாக, *(Gender sensitisation program)*, பாலின உணர்திறன் என்று மாதம் இரண்டு முறை பயிற்சி நடத்திவருகிறோம். சின்ன வயதிலேயே, இந்த உணர்வைக் கொண்டு வந்தால், பாலின வேறுபாட்டை அகற்றினால், கல்லூரிக் காலங்களில், அனைவரையும் சமமாக மதிப்பார்கள்.

உங்கள் பணியில், பெண்கள் அதிகாரமளித்தல் தொடர்பான ஏதேனும் சவால்களை நீங்கள் சந்தித்திருக்கிறீர்களா, அப்படியானால், அவற்றை எவ்வாறு எதிர்கொண்டது?

2000 - 2001ல் பெண்கள் சுய உதவிக் குழுக்களில் வேலை செய்யும் போது, நிறைய எதிர்ப்புகள் வரும். பொதுவாக நம் சமூகத்தில், பெண்கள் கூட்டமாகக் கூடினாலே, கேள்வி எழுப்பப்படும். கோவிலிலோ, அல்லது பிரார்த்தனைக் கூட்டங்களில் இருந்தால், கண்டுகொள்ள மாட்டார்கள்.

ஆரம்பத்தில், சுய உதவிக் குழு என்பது, வெறும் அரட்டைக்கான கூட்டமாகப் பார்க்கப்பட்டது. பின், நாங்கள் வீடு வீடாகச் சென்று,

விளக்கம் அளித்து, மாமியாரிடம் அனுமதியெல்லாம் பெற்றோம். இது ஒரு வித்தியாசமான அனுபவம். இது சேமிப்பு, பொருளாதார வளர்ச்சிக்கான இயக்கம் என்று தெரிந்த பின்னர், குடும்பத்தினர் வீட்டுப் பெண்களை வெளியே அனுமதித்தனர்.

பின் சேமிப்பு, கடன் வசதி என்று வழங்கி, வீட்டுச் செலவுக்குப் பெண்கள் பணம் கொடுக்க ஆரம்பித்த பின்னர், மொத்த குடும்பமும் ஒத்துழைத்தது. இப்படியாக வந்த பெண்களிடம், இந்த வாய்ப்பைப் பயன்படுத்தி, விழிப்புணர்வு, பெண்கள் பாதுகாப்பு என்று பேச ஆரம்பித்தோம். 'டிரெய்னிங்னு சொல்லி அங்க போய் உட்கார வேண்டியது, உன்ன கேள்வி கேட்கத் தூண்டிவிடறாங்க, எதிர்த்துப் பேச கற்றுக்கொடுக்குறாங்க..' என்று பல விதங்களில் முற்றுகைப் போடுவார்கள்.

கார்ப்பரேட் துறையில் உங்கள் ஆய்வகத்தின் செயல்பாடுகளைப் பற்றி ?

அடுத்து ஒரு திட்டம் இருக்கு. பொது மக்களுக்கு விழிப்புணர்வு கொண்டுவரும் செயல்பாடுகள் நடந்துகொண்டிருக்கு. இதற்கு இரண்டு மூன்று காரணங்கள். ஒன்று, சம்பவம் நடக்கும்போது, மக்கள் 'நமக்கேன் இந்த வம்பு..' என்று ஒதுங்கிச் சென்றுவிடுவார்கள். இரண்டாவது, 'தலையிட்டால் நமக்கேதாவது பிரச்சனை வந்துடுமோ..' என்றும் சிந்திப்பார்கள். மூன்றாவதாக, 'இந்தப் பெண்ணிற்கு, இந்த நேரத்தில் இங்கென்ன வேலை...? அவ டிரெஸ் பண்ணி இருக்குற விதத்தைப் பாரு...' போன்ற கருத்துக்களும் வரும்.

இதுல, ஒருசில விஷயங்களை நாங்கள் கற்றுக்கொடுக்கிறோம். *By standard intervention*னைக் கையாள வேண்டும். அதாவது, நேரடியாக, தவறு செய்பவனை கேள்விக் கேட்டு, நிலைமையை மேலும் சங்கடப்படுத்தாமல், பாதிப்பிற்குள்ளானவர்களிடம் நம் உதவிக் கரங்களை நீட்ட வேண்டும். உதாரணத்திற்கு, ஒரு பெண்ணை, ஒரு ஆண் பின்தொடர்ந்து வருவதை நாம் கவனித்தால், உடனே, அப்பெண்ணிடம் சென்று, 'டைம் என்னமா ஆச்சு..' என்பது போல, ஏதாவது பேச்சுக் கொடுத்துக்கொண்டே வர வேண்டும். பின் தொடருபவன், 'அப்பெண்ணிற்குத் தெரிந்தவர் போல..' என்று ஒதுங்கிவிடுவான். இச்செயல், தற்காலிகமாக அப்பெண்ணிற்கு விடுதலை அளிக்கும்.

இதுபோன்ற சிறு சிறு செயல்பாடுகளை, நாங்கள் ஆண்களுக்கும் பெண்களுக்கும் கற்றுத் தருகிறோம். *Anyone can be a by standard intervention.* இது ஒரு சின்ன உதாரணம்தான். இப்படியாகப் பொதுமக்களுக்கு விழிப்புணர்வை ஏற்படுத்திவருகிறோம்.

CCTV கேமராக்கள் பல இடங்களில் பொருத்தப்பட்டிருக்கு. அனைத்தையும் கண்காணிப்பது சாத்தியம் இல்லை. தவறு நடந்த பின்னர்தான் கேமராக்களின் உதவி தேவைப்படுகிறது. ஆக, பொது மக்கள் விழிப்புணர்வுடன் இருந்தால், பலவற்றை நாமே சமாளிக்கலாம்.

எல்லாப் பூங்காக்களிலும் காவலாளிகள் உண்டு. ஆனால், ஒரு அசம்பாவிதம் நடந்தால், அடுத்து என்ன செய்ய வேண்டும் என்ற விழிப்புணர்வு அவர்களிடம் இல்லை. பொதுமக்களுடன் சேர்ந்து, இவர்களுக்கும் நாங்கள் பயிற்ச்சி அளித்துவருகிறோம்.

இதை பெரிய அளவில், காவல்துறை, மகளிர் குழு, சுய உதவிக் குழு *(NGO's)* என்று, பல துறையைச் சார்ந்தவர்களின் உதவியுடன் நடத்தி வருகிறோம்.

உங்களுடைய பணி, கிராமப்புற மக்களையும் சென்றடைகிறதா?

இதுவரை இல்லை. இந்த ஆய்வகத்தைத் தொடங்கி இரண்டு வருடங்களே ஆகின்றன. ஆனால், மிக விரைவில், கிராமப் புறங்களிலும் எங்கள் பணி சென்றடையும். தமிழக அரசும் அவ்வாறே எதிர்பார்க்கின்றனர்.

பாலினக் கொள்கை ஆய்வகத்தில் செய்யப்படும் பணிகளுக்குத் தொடர்புடைய குறிப்பிட்ட எழுத்தாளர்கள், இலக்கியங்களைக் குறிப்பிட முடியுமா?

நிச்சயமாக. அடிப்படையில் ஒரு புத்தகத்தை நான் பலருக்குப் பரிந்துறை செய்துவருகிறேன். ஷில்பா பாட்கே *(Shilpa Phadke)* எழுதிய *'Why loiter?'* (வை லாயிட்டர்). லாயிட்டர் என்றால், வெறுமனே ஊர் சுற்றி வருவது. வெறுமனே வீதியில் திரிவது. வெறுமனே சில நண்பர்களுடன் சேர்ந்து டீ கடையில் கதை பேசுவது. இச்செயலைப் பெரும்பாலும் யார் செய்வார்கள்? ஆண்கள்தான். ஒரு பெண், பொது வெளியில், தேவை இருந்தால் மட்டுமே வெளியே வருவாள்.

கடைக்குச் செல்லவோ, பிள்ளைகளைக் கூட்டி வரவோ, கோவிலுக்குச் செல்லவோ, வாக்கிங் போகவோதான் வெளியே வருவாள். சும்மா பொழுதுபோகவில்லை என்று ரோட்டில் ஜாலியாக நடந்து போவது அபூர்வம். இந்த எழுத்தாளர், மும்பை நகரத்தைச் சேர்ந்தவங்க. ஆனால், எல்லா நகரங்களுக்கும் ஏற்புடையதாக எழுதி இருக்காங்க.

புத்தகத்தின் லிங்க் இதோ..

https://bit.ly/3Smx8mR

இதன் அடிப்படையில, நாங்க ஒரு நிகழ்வு நடத்தினோம். ஒரு குழு *Heritage walk* செல்வார்கள். நகரின் பாரம்பரிய கட்டிடங்களைப் பற்றி பேசிக்கொண்டே செல்வார்கள். நாங்கள், 'மெட்ராசின் பெண்கள்' என்று, இருபது பெண்கள் கொண்ட ஒரு குழு, அடையாறில் ஹெரிடேஜ் வாக்கை நிகழ்த்தினோம். இதில் குறிப்பிட்ட அம்சம் என்ன வென்றால், மாலை **6.45, 7** மணிக்குத் தொடங்கி, இரவு **9** மணி வரை நடந்தோம். *It was a night walk.*

பெண்களை முதன்மைப்படுத்தும் பல இடங்கள் அடையாறில் உண்டு. 'ஆந்திரா மகில சபா' வை நிறுவியவர், துர்கா பாய் தேஷ்முக். 'தியோசாபிகல் சொசைட்டி' ஆரம்பித்தவர் டாக்டர் அன்னி பெஸன்ட்.

பாலின வேறுபாட்டை ஒழிக்க வேண்டும் என்று சொல்லும்போது, பெண்கள், ஆண்களுடன் சேர்ந்து பணியாற்ற வேண்டும். இருவரின் மனநிலையையும் அதற்கேற்றவாறு மாற வேண்டும். ஒவ்வொரு ஆணின் வெற்றிக்குப் பின்னால் ஒரு பெண் இருப்பதை போல, ஒவ்வொரு பெண்ணின் வெற்றிக்குப் பின்னே, ஆண் இருக்க வேண்டும்.

"

புற்றுநோய் சிகிச்சைக்கான 'கேன்சர் இன்ஸ்டிடியூட்'டைத் தொடங்கியவர், டாக்டர் சாந்தா அவர்கள்.

ஒரு 2 கி.மி பரப்பளவில் உள்ள இடங்களை, 20 பெண்கள், சுற்றிப் பார்த்து, அதன் பாரம்பரியத்தை விளக்கிக்கொண்டே நடந்தோம். நாங்கள் நடந்து செல்கையில், காந்தி நகரில் பலர், 'யார் இந்த பெண்கள்? இந்நேரத்துல சும்மா சுத்திட்டு இருக்காங்க..?' என்று பேசினார்கள். நடந்து போகும் முன்னரே, காவல் நிலையத்தாரின் உதவியை நாடினோம், அவர்களும் 'ஏன் மேடம், பகல்ல நடந்து போகக் கூடாதா? ஏன் இரவு நேரத்துல போறீங்க..?' என்று கேள்வியை எழுப்பானார்கள்.

இந்த நடையின் நோக்கமே, இரவு நேரத்தில், பெண்கள் சுதந்திரமாக நடந்து செல்ல வேண்டும் என்பதுதான். பெங்களூருவில், பல குழுக்கள் இப்படி இரவு நேரங்களில் நடந்து செல்வதுண்டு. பெண்கள் கூடி, பூங்காவில் சினிமா பார்ப்பார்கள். பூங்காவின் புல் தரையில் படுத்துக்கொள்வார்கள்.

இவ்வளவு ஏன், பாகிஸ்தானில் கூட, இப்படியாக நிகழ்வுகள் நடைபெற்றது. அங்கும் டீ கடையில், பெண்கள் கூடி நிற்க மாட்டார்கள். இதை, ஒரு நிகழ்வாகவே அங்கே நடத்தினார்கள்.

பொது இடம் என்பது, அனைவருக்குமே பொதுவானது. ஆண்களுக்கு மட்டுமே உரியது, பெண்கள் வரக்கூடாது என்று எதுவும் இல்லை. இது எல்லாமே social control on Women. போன தலைமுறையை விடுங்கள், இந்தத் தலைமுறை கல்லூரிப் பெண்கள் கூட, டீ கடையில் நிற்க மாட்டார்கள். ஆனால், காஃபி ஷாப்பிற்குச் செல்வார்கள். காரணம், காஃபி ஷாப் என்பது, டீ கடை போல, ரோட்டின் மீது வெட்ட வெளிச்சமான இடம் அல்ல. காஃபி ஷாப்பில், தலைமேல் கூரை உண்டு. அது ஒரு பாதுகாப்பான உணர்வை வழங்கும். அங்கே மேனேஜர் உண்டு, கவனித்து கொள்ள ஆள் உண்டு. இச்சிந்தனகளை நாம் மாற்ற வேண்டும்.

உங்கள் எழுத்துப் பணி பற்றி?

Chronicles of Unknown Indian என்ற தலைப்பில், 2005 முதல் 2010 வரை கட்டுரைகள் எழுதிவந்தேன். ஆனால், இப்போழுது யாரும் கட்டுரைகளை விரும்பிப் படிப்பதில்லை. நானும் எழுதுவதை குறைத்துக்கொண்டேன்.

பெண்ணதிகாரம் பற்றிய உங்கள் கருத்து?

ஒரு விஷயம் எனக்கு உறுதியாகத் தெரியவந்தது என்னனா, ஒரு பெண் சுய உரிமை பெற்று செயல்பட வேண்டுமென்றால், குடும்பத்தாரின் துணை, மிக அவசியம். இல்லையென்றால், அது ஒரு போராட்டமாகத் தான் இருக்கும். ஆண்கள் உதவியாக இருக்க வேண்டும்.

பாலின வேறுபாட்டை ஒழிக்க வேண்டும் என்று சொல்லும்போது, பெண்கள், ஆண்களுடன் சேர்ந்து பணியாற்ற வேண்டும். இருவரின் மனநிலையையும் அதற்கேற்றவாறு மாற வேண்டும். ஒவ்வொரு ஆணின் வெற்றிக்குப் பின்னால் ஒரு பெண் இருப்பதை போல, ஒவ்வொரு பெண்ணின் வெற்றிக்குப் பின்னே, ஆண் இருக்க வேண்டும். அது தந்தையாக இருக்கலாம், கணவராக இருக்கலாம், மகனாக இருக்கலாம்.

'இந்த ஒரு விஷயத்தைப் பெண்கள் கடைப்பிடித்தால், மாற்றம் எளிதில் வரும்' என்று தாங்கள் நினைப்பது?

Patriarchy system - ஆண் ஆதிக்கம், *gender stereotype*. இவை இரண்டையும் மாற்ற வேண்டும். இன்றும் பல பெண்கள், ஆண்களை வேலை செய்ய விடுவதில்லை. காரணம், 'நீதாம்மா எல்லா வேலையும் செய்யணும்' என்று சொல்லி வளர்த்திருப்பாங்க. ஆண்களையும், இணைத்துக்கொண்டு, வீட்டு வேலை, வெளி வேலை என பகிர்ந்து செய்ய வேண்டும்.

குறிப்பாக, நம் வீட்டில், ஆண் குழந்தைகளை வளர்க்கும்போது, பாலின வேறுபாட்டை அகற்றும் விதமாக, ஒரு புரிதலுடன் வளர்க்க வேண்டும். நாமாக, அனைவருக்கும் வேலைகளைப் பகிர்ந்து கொடுத்து, அனைவரும் சேர்ந்து வேலை செய்யும் மனப்பான்மையை வளர்க்க வேண்டும்.

திருமிகு. மீரா சுந்தரராஜன்
பாலினம், கண்காணிப்பு மற்றும் மதிப்பீட்டு நிபுணர்.
(Gender and M & E Expert)
சென்னை மாநகராட்சி

இயற்கை பெண்களுக்கு நெருக்கமான விஷயமாக இருக்கிறது.

திருமிகு. அனிதா

தங்களைப் பற்றிய அறிமுகம்...

நான் அனிதா. பிறந்தது தேனி மாவட்டத்தில். வளர்ந்தது மதுரையில். பள்ளிப் படிப்பு மதுரை ஓ.சி.பி.எம்.மில் முடித்தேன். அதன் பின் மதுரை லேடி டோக் *(Lady Doak)* கல்லூரியில் கணிதத்தில் பட்டம் பெற்றேன். இதை தொடர்ந்து, 2 வருடங்கள், *UPSC* தேர்வு பயிற்சி வகுப்பிற்குச் சென்றேன். ஆனால் அதில் தேர்ச்சி பெற முடியவில்லை. இனி இதில் நேரத்தை செலவழிக்க வேண்டாம் என்று எண்ணி, *MBA*வுக்கு முயன்றேன். பொருளாதார சூழலின் காரணமாக அதை மேற்கொள்ள முடியாமல், அதை விட்டு, *MSW* 'மாஸ்டர் ஆஃப் சோஷியல் ஒர்க்' படிப்பை மேற்கொண்டேன். சேர்ந்த 2 வருடங்களிலேயே, அதிக ஈடுபாடு வந்தது. மகிழ்வுடன் பட்டம் பெற்று முடிக்கும் போதே, வயது 24. 'இனி வேலைக்கெல்லாம் போக வேண்டாம்' என்று கூறி, அப்பா என் திருமணத்தை முடித்து வைத்தார்.

கணவர் மென்பொருள் பொறியாளர் *(software engineer)*. அடுத்த 12 வருடங்கள், முழு நேர இல்லத்தரசியாகவே வாழ்ந்துவந்தேன். இதற்கிடையில் 4 ஆண்டுகள் அமெரிக்காவிலும் வசித்தேன்.

கணிதம், MSW போன்ற பட்டங்களைப் பெற்ற நீங்கள், காட்டுயிர் புகைப்படக் கலைஞராக, எப்போது, எப்படி மாறினீர்கள்?

திருமணமாகி நான் சென்னையில் வசித்துவந்தேன். மதுரையைச் சேர்ந்த என் தோழி, ரீ ப்ரியா ரங்கராஜன், மேற்குவங்கத்தில் கலெக்டராகப் பணிபுரிந்து வந்தார். மார்பக புற்றுநோயால் பாதிக்கப்பட்ட என் தோழி, மதுரைக்கே வந்துவிட்டார். அவ்வப்பொழுது சிகிச்சைக்காக சென்னை வந்துபோவார். தொடர்ந்து அவருடன் மருத்துவமனைக்குச் சென்று, அவருக்குத் துணையாக இருந்து வந்தேன். சரியாக நான் அமெரிக்கா செல்லும் சமயத்தில், சிகிச்சைப் பலனின்றி, என் தோழி காலமானார்.

அது எனக்கு மிகப்பெரிய அடி. அந்த மனவேதனையுடனேயே, அமெரிக்காவின் சியாட்டல் நகரில் குடியேறினோம். சியாட்டலில் எப்போதும் மழையும் குளிரும் தான். பளிச்சென்று

சூரியனைப் பார்ப்பது கடினம். அங்குள்ளவர்களே கூட, எளிதில் மன அழுத்தத்திற்குள்ளாவார்கள். மிகுந்த மன வேதனையுடன், அந்த இடத்திற்குச் சென்ற நான், மன அழுத்தத்திற்கு ஆளாகிறேன் என்பதை உணரும் முன்பே, அதன் பிடியில் சிக்கிக்கொண்டேன்.

என் கணவருக்கும், என்ன நடக்கிறதென்றே புரியவில்லை. அது என் வாழ்வின் இருண்ட காலம். என் அண்ணி தான் என் நடவடிக்கையைப் பார்த்து, ஏதோ சரியில்லை என்பதை உணர்த்தினார். அதன் பின், என் கணவர் என் கையில் ஒரு கேமராவைக் கொடுத்துப் பிடித்தைப் படம் பிடிக்கச் சொன்னார். முதலில் ஆர்வம் இல்லை. பின், படங்கள் எடுக்க ஆரம்பித்தபின், அவற்றை ரசிக்க ஆரம்பித்தேன்.

இன்றளவும், அதன் சம்பந்தமான கற்றலில் இருக்கிறேன். பறவைகளை படம் பிடிப்பதில் தேர்ச்சி பெற்றேன். ஒரு மோசமான நிலையிலிருந்து மீண்டு வர என் கணவர் என் கையில் எதார்த்தமாகக் கொடுத்தது தான் இந்த கேமரா. இன்று, ஒரு ஒளிப்படக் கலைஞராக, எனக்கான ஒரு இடத்தை தக்கவைத்துக்கொண்டேன்.

இயற்கையைப் பற்றிய தங்களின் புரிதல் என்ன? இயற்கை என நீங்கள் எதைச் சொல்வீர்கள்?

ஒரு ஒளிப்படக் கலைஞராக எனக்கு, இயற்கை என்பது ஒரு blessing, ஆசீர்வாதம். ஒவ்வொரு நொடியும், பரந்தவெளியில் நாம் நிற்பதாகட்டும், நம்மை அங்கு கொண்டு நிற்கவைப்பதாகட்டும், அது இயற்கையின் ஆசீர்வாதம்தான். தனிப்பட்ட முறையில், நம் எல்லோராலும் இயற்கையுடன் ஒன்றிணைந்து வாழ முடியும்.

என்னைச் சுற்றி உள்ள பெண்களை நான் பார்க்கிறேன். அம்மா ஆகட்டும், மாமியாராகட்டும், இயற்கையுடன் ஒன்றி இருக்காங்க. அவங்களவுல, இயற்கையை ரசிக்கிறாங்க. இப்போ, ஒரு ஆண் மகன் மோட்டார் பைக்ல, பல மைல் தூரம் கடந்து போய், இமயமலை மீது நின்று படம் எடுப்பதுதான் ஃபோட்டோகிராபி, *nature photography*, என்ற கட்டமைப்புக்குள்ள வந்துட்டோம். இல்லைனா, *solo travel*, தனிமையில் பயணம் செய்து, புகைப்படங்களை வலைதளங்களில் போஸ்ட் செய்பவர்கள்தான் இயற்கையை நேசிப்பவர்கள் போன்ற எண்ணங்கள் உருவாகுது.

நம் வீட்டுப் பெண்களுக்கு, பைக்கில் பயணம் செய்ய நேரம் இல்லை. இயற்கையை நேசிக்கவென்று, தனியே நேரம் ஒதுக்க மாட்டார்கள். இப்போது என் மாமியார் ஒரே ஒரு பூச்செடியைத்தான் வைத்திருப்பார். ஆனால் தினம் அதை தடவி, வருடிக்கொடுத்து ரசிப்பார். என் அம்மாவும், தான் வளர்க்கும் செடிகளை மிகவும் நேசிப்பார். அது ஒரு அமைதியைக் கொடுக்கும்.

அதேபோல, இவங்கள சுத்தி வர்ற பறவைகளுடைய பெயர்கள் இவங்களுக்குத் தெரியாது. ஆனால், அந்தப் பறவை எப்ப வரும், அதன்

இயல்பு என்ன என்று அவர்கள் தெரிந்து வைத்திருப்பார்கள். தன் வீட்டில் இருந்தபடியே, இயற்கையுடன் அணுக்கமாக இருக்கமுடியும் என்பதை, நம் வீட்டுப் பெண்கள் நிரூபித்து வருவதை ஆச்சரியத்துடன் பார்க்கிறேன்.

கேமராவை நான் கையில் ஏந்திய பின் உணர்ந்துகொண்டது, இயற்கை பெண்களுக்கு நெருக்கமான விஷயமாக இருக்கிறது.

நீங்கள் ரசித்த ஒளிப்படக் கலைஞர்?

இந்த துறை, ஒரு கடல் மாதிரி. பல பிரபலங்கள் இதில் உண்டு. ஒவ்வொரு பிரிவிலும் வல்லுனர்கள் உண்டு. என் மனதிற்கு நெருக்கமானவர், *Saul Leiter* என்பவர். அவர் படங்கள், அதிக தெளிவுடன் இருக்காது.

அவர் புகைப்படங்கள் பெரும்பாலும் எதைச் சார்ந்து இருக்கும்?

Street photography. தெருக்கள் மற்றும் மக்கள் நடமாட்டத்தை எடுப்பார். நம் ஊரில் தெருக்களை படம் எடுக்க வேண்டுமானால், குடிசைப் பகுதி, வறுமை தோற்றம்தான் அதிகமாக இருக்கும். ஆனால் இவருடையது அப்படி அல்ல. எந்தப் படமும் நேரடியாக இருக்காது. ஒரு பிம்பமாகவோ, கண்ணாடித் தோற்றமாகவோ, நிழலாகவோ தான் இருக்கும். இந்தப் பாணி என்னை மிகவும் கவர்ந்தது. இதில் நான் தேர்ச்சிப் பெற வேண்டும்.

அடுத்து அஷோக் சரவணன் அவர்களின் படங்களும் பிரமாதமாக இருக்கும். *Multiple exposure* முறையில் தேர்ச்சி பெற்றவர். அதேபோல, மணிலா பாலாஜி என்பவர், *floral photography*யில் சிறந்தவர். ஒவ்வொரு கலைஞருக்கும் ஒரு அம்சம் உண்டு. அதை கவனித்து, அவர்களிடமிருந்து கற்றுக்கொள்வேன்.

காட்டுயிர் ஒளிப்படக் கலைஞராக, மனிதர்களுக்கும் இயற்கைக்கும் இடையே ஆழமான தொடர்பை வளர்ப்பதில் உங்கள் பங்கு?

நான் அந்த அளவிற்கு வேலை செய்தேனா என்று தெரியவில்லை. ஆனால் ஒரு *curiosity*, ஆர்வத்தை உண்டுபண்ண முடிந்தது. இது என்ன பறவை? எங்கிருந்து வந்தது? போன்ற கேள்விகளை எழுப்ப முடிந்தது. இதில் அடுத்த கட்டமாக, நான் அதிக அளவில் மக்களிடம் தொடர்பு கொள்ள வேண்டும்.

காட்டுயிர் ஒளிப்படத்துறையில் பெண்களின் பங்களிப்பு எவ்வாறு உள்ளது?

பெண்களின் பங்களிப்பு அதிகமாகிக்கொண்டே வருகிறது. காட்டுயிர் ஒளிப்படங்கள் எடுப்பதில் அதிக பெண்கள் கவனம் செலுத்த ஆரம்பித்துள்ளனர். 2018வரை எண்ணிக்கை குறைவாகத்தான் இருந்தது. கொரோனா காலகட்டத்திற்குப் பின், அதிக அளவில் ஈடுபடுகிறார்கள் என்பதை பார்க்க முடிகிறது. பறவைகளைப் பற்றிக்

கற்றுக் கொள்வதாகட்டும், ஒளிப்படம் எடுப்பதாகட்டும், வனங்களைப் பாதுகாப்பதாகட்டும், பெண்களிடம் ஒரு நல்ல *network* இருக்கு.

உங்களுடைய கூட்டுயிர் புகைப்பட பயணத்தைப் பற்றி, சுவாரசிய சம்பவங்களை ஏதேனும், நம் புழுதி வாசகர்களுக்கு விவரித்துச் சொல்லுங்கள்?

பொதுவா, யாராக இருந்தாலும், காட்டுயிர் புகைப்படம் எடுக்க விரும்பும் நேரம்,அதிகாலை **6** மணி முதல் **9** மணி வரை, மற்றும் மாலை **4.30** மணிக்கு மேல். இந்த நேரத்தில் தான் பறவைகளும் உற்சாகத்துடன் இருக்கும். காட்டில் நான் தங்கவேண்டிய சூழல் இருந்தால், **95%** என் குடும்பத்துடன் தான் பயணிப்பேன். நான் இதில் ஈடுபட ஆரம்பித்த சமயம், என் மகன் **9**ம் வகுப்பு மாணவன். ஆகையால், அவ்வப்பொழுது பள்ளிக்கு விடுமுறை எடுக்க முடிந்தது. காட்டில், அவர்கள் தங்குவதற்கான வசதியான இடத்தை அமைத்துக் கொடுத்து, பாதுகாப்புடன் இருப்பதை ஊர்ஜிதப் படுத்திய பின் தான், நான் என் வேலையைத் தொடங்குவேன்.

நம் ஊர் காடுகளில், காட்டுயிர் புகைப்படங்கள் எடுப்பது அவ்வளவு எளிதான காரியம் அல்ல. பந்திபூர் ஆகட்டும், முதுமலை ஆகட்டும், மூணார் ஆகட்டும், அங்குள்ள வனதிகாரிகளிடம் *(forest rangers)* அனுமதிப் பெற்று, பின் அவர்கள் வாகனத்தில் தான் செல்ல வேண்டும். நிறைய கட்டுப்பாடுகள் உண்டு. இந்த விதிகளுக்குக் கட்டுப்பட்டு தான் புகைப்படம் எடுக்க வேண்டும். பறவைகளை எங்கு வேண்டுமானாலும் எடுக்கலாம், ஆனால் விதி மீறல்கள் கூடாது. இந்த ஊழலில், முன் கூட்டியே யோசித்து, *plan* செய்த பின் தான் புறப்பட வேண்டும்.

என்னுடைய முதல் பயணமே, ரொம்ப சுவாரசியமா இருந்தது. கர்நாடகாவின் டேன்டலி *(Dandeli)* என்ற இடத்திற்குச் சென்றோம். பறவைகளுக்கான டஃப் **10** இடங்களில் ஒன்று. என்னை போன்ற புகைப்பட கலைஞர்கள், ஓர் இடத்திற்கு செல்லும் முன், அந்த இடத்தை பற்றிய புரிதலுடன், தெரிந்து கொண்டு செல்ல வேண்டும். முக்கியமாக, அங்கு உள்ள வழிகாட்டி *guide* யார் என்று தெரிந்திருக்க வேண்டும். கைடின் உதவி இல்லாமல், நம்மால் அங்கு வேலை செய்ய முடியாது. நேர விரயம்தான் மிஞ்சும்.

ஒருநாள் ஒன்றரை நாள் என்றால், தெரிந்தவருடன் செல்வது நல்லது. என் மகன் மற்றும் கணவரிடம் ஆளுக்கொரு கேமராவைக் கொடுத்து, அவர்களையும் படம் பிடிக்கச் சொன்னேன். *Hornbill* என்ற பறவை, தமிழில், இருவாட்ச்சி என்பார்கள். அந்த பறவை *nesting*, கூடு கட்டும் சமயம் அது. கைட், இருவாட்ச்சிப் பறவையைப் பற்றிச் சொல்லிக்கொண்டருந்தார். நாங்கள் அதன் கூட்டிற்கு அருகே காத்திருந்தோம். பெண் இருவாட்ச்சி, கூட்டிற்குள் இருந்தது.

ஆண் பறவை, அத்திப்பழங்களைக் கொண்டு வரச் சென்றிருந்தது. அப்பழங்களை ஆண் பறவை தொண்டைக் குழியில் அடக்கி

வைத்திருக்குமாம். கூட்டிற்கு வந்ததும், அதை எதுக்களித்து, பெண் பறவைக்கு ஊட்டிவிடுமாம். காலை ஏழு மணிக்கு வந்தது. கூடு கட்டும் சமயத்தில் நேரே கூட்டிற்கு வராது. அருகே யாராவது இருக்கிறார்களா என்று நோட்டம் விட்டு, பின் தான் கூட்டிற்கருகே வரும். இப்படியாக வந்த ஆண் பறவை, தான் கொண்டு வந்த பழங்களை, எதுக்களித்து ஊட்டிவிட்டதைக் காண முடிந்தது.

என் மகனுடன் மறக்க முடியாத அனுபவம்.

புள்ளினங்களை ஒளிப்படம் எடுப்பதும் அவதானிப்பதும் இருவேறான செயல்முறை. அதை எப்படி சமாளிக்கிறீர்கள்?

மக்கள் பொதுவா, பறவைகளைப் படம் பிடிப்பார்களே தவிர, அதை பற்றி அதிகம் படிக்க மாட்டார்கள். அதை நான் குறையாகச் சொல்லவில்லை... ஒரு விருப்பத்தின் பேரால், *passion*க்காக கூட புகைப்படம் எடுப்பவர்கள் உண்டு. எனக்கு இரண்டிலும் ஆர்வம் அதிகம். இரண்டையும் ஒருசேர செய்யும்போது, அது ஒரு நீண்ட பயமாக இருக்கு. ஆனாலும், பறவைகளைப் படம் பிடித்துக்கொண்டே, அவற்றைப் பற்றி படிக்கவும் செய்கிறேன்.

காட்டுயிர் புகைப்படம் எடுப்பதன் மூலம், வனவிலங்குகள் மற்றும் அவற்றின் வாழ்விடங்களை மேம்படுத்துவதற்கான விழிப்புணர்வை ஏற்படுத்திய ஒரு குறிப்பிட்ட தருணத்தைப் பகிர்ந்துகொள்ள முடியுமா?

பள்ளி மாணவர்களுக்கு, கொரோனா காலத்தில், நிறைய வகுப்புகள் எடுத்திருக்கேன். புகைப்படங்கள் எடுப்பதைவிட, பறவைகளைப் பற்றித் தெரிந்து கொள்வதில் அதிக ஆர்வம் காட்டுவார்கள். சுற்றுச்சூழல் பாதுகாப்பைப் பற்றி நாம் அவர்களுக்குச் சொல்லித் தர வேண்டும். சுற்றியுள்ள பறவைகளைப் பற்றி, அவை எழுப்பும் ஒலிகளைப் பற்றியும் சொல்லித் தர வேண்டும். இந்தப் புரிதலை நாம் அவர்களுக்கு கொடுத்தாலே போதும்.

ஒரு காட்டுயிர் புகைப்படக் கலைஞராக, நீங்கள் புகைப்படம் எடுக்கும் விலங்குகளின் நடவடிக்கைகளைப் பாதிக்காத வண்ணம், படங்களை எவ்வாறு படம் பிடிக்கிறீர்கள்?

அந்த விஷயத்துல நான் ரொம்ப ரொம்ப கவனமா இருக்கேன். தொடர்ந்து இருக்கவும் முயற்சி பண்ணிக்கிட்டே இருக்கேன். என்னுடைய சீனியர்ஸ், பறவைகளின் வாழ்விடத்தை பாதிக்காத வண்ணம் புகைப்படம் எடுக்க வேண்டும், நாமாக மாற்றங்கள் செய்தால் என்னென்ன பாதிப்புகள் வரும், என்று இதை பற்றிப் பேசிக்கொண்டே இருப்பார்கள். அப்படிப் பேசுபவர் மத்தியில் நாம் இருக்கும்போது நம் கவனம் இன்னும் கூடுதலாக இருக்கும்.

நான் பின்பற்றும் முறைகள் என்னவென்றால், ஒரு கூட்டைப் புகைப்படம் எடுக்கும்போது, அதை வலைதளங்களில் பகிர மாட்டேன்.

எனக்குத் தெரிந்த ஒரு சிறுவன், தொடர்ந்து இரவு நேரங்களில் காட்டுயிர் புகைப்படங்களை எடுத்துக்கொண்டிருந்தவன், திடீரென்று ஒருநாள்.. 'நான் இரவு நேரங்கள்ல புகைப்படம் எடுப்பதால பறவைகளுக்கு இடைஞ் சலா இருக்குறதா உணர்றேன். இனி இரவு நேரங்கள்ல படம் எடுக்க மாட்டேன்'னு தீர்மானம் எடுத்துட்டான்.

”

காரணம், அந்த கூட்டிலிருந்து எத்தனை தூரம் விலகியிருந்து, டெலி லென்ஸ் வழியாக நான் படம் பிடித்தேன் என்று எனக்குத்தான் தெரியும். ஆனால், பார்ப்பவர்களுக்கு அது புரியாது.

ஒரு கூட்டைப் பார்த்த உடனே, கைபேசியில் போய் புகைப்படம் எடுக்க, பறவை பதற நான் பார்த்திருக்கிறேன். இது மிகவும் தவறான செயல். ஒரு பறவையையும் அதன் கூட்டையும் பிரிப்பதற்கான செயல். திரும்ப அந்தப் பறவை, அந்தக் கூட்டிற்கு வராமல் போக வாய்ப்புண்டு. அல்லது, குஞ்சுகளுக்கு பாதிப்பு உண்டாக வாய்ப்புகள் உண்டு.

அடுத்து, புகைப்படம் எடுக்க வேண்டும் என்பதற்காக, நான் அந்த சூழலை மாற்ற மாட்டேன். 'இந்தக் கொம்பை நகர்த்தி வை... அதை அங்கே தள்ளி வை... அந்தச் செடியை அகற்று, பறவையை மறைக்கிறது' என்றெல்லாம் செய்யவே மாட்டேன்.

அடுத்த முக்கியமான விஷயம், இந்தப் பறவை இங்கே இருக்குனு தெரியும். இங்கே வரும் என்றும் தெரியும், வரும்வரை நான் காத்திருப்பேன். சில சமயம் வராமல் போகலாம். அப்படி வராமல் போகும் பட்சத்தில், நாளை வந்து பார்த்துக்கொள்ளலாம் என்று கிளம்பிவிடுவோம். ஆனால், ஒருசிலர், ஒலி எழுப்புவார்கள். அதாவது, பறவைகளை வரவழைக்கவென்றே ஒரு சில ஒலிகள் உண்டு (*recorded voices*). அதை போட்டு, பறவைகளை வரவழைப்பார்கள். இது மிக தவறான செயல்.

பல காரணங்களுக்காக, அந்தப் பறவை வெளியே வராமல் இருக்கும். அதைப் புரிந்துகொள்ளாமல், ஒலிகளை எழுப்பி, அதன் ஆர்வத்தைத் தூண்டி, வரவழைக்கும்போது, பெரும்பாலும் அப்பறவைக்கு நன்மையாக முடிவதில்லை. புகைப்படம் எடுக்க விருப்பமுள்ளவர்கள், இத்துறையில் உள்ளவர்களிடம், எப்படி நடந்துகொள்ள வேண்டும் என்று கற்றுக்கொண்டு செயல்பட்டால், நல்லது.

Flash lights உபயோகப்படுத்தலாமா?

Flash light பறவைகளுக்குப் பெரும்பாலும் உபயோகப்படுத்த மாட்டார்கள். *Hummingbird* பறவைக்குதான் உபயோகிப்பார்கள்.

வளரும் இளம்தலைமுறையினைக் காட்டுயிர் ஒளிப்படங்கள் சார்ந்தோ காட்டுயிர் சம்மந்தமான படிப்புகளுக்கோ நீங்கள் பரிந்துரைச் செய்வீர்களா? ஏன்?

கண்டிப்பாக பரிந்துரை செய்வேன். ஏற்கனவே ஒரு குற்றச்சாட்டு இருக்கு. மென்மொருள் பொறியாளர்கள் (*software engineers*) அதிகமாகிப் போன இந்த காலகட்டத்தில், எளிதா ஒரு கேமராவை வாங்கி, விலை உயர்ந்த லென்ஸ் வாங்கி, பறவைகளையும், விலங்குகளையும் படம் பிடிக்க, காட்டிற்குள் பயணம் போறாங்க. இதனால, பறவைகளின் வாழ்விடங்கள்ல நிறைய தொந்தரவு வர ஆரம்பிக்குது. இது வெறும் குற்றச்சாட்டல்ல. உண்மையும் கூட. எந்த அளவிற்கு இதை நாம் ஒழுங்கு படுத்த வேண்டும் என்பது, நாம் அனைவரும் சேர்ந்து எடுக்க வேண்டிய விஷயம்.

இளைய தலைமுறை நிச்சயம் இதில் வரவேண்டும். சமீபத்தில் *Tamil Birders meet* தமிழ்ப் பறவையாளர்கள் சந்திப்பு திருச்சியில் நடந்தது. அதில் ஒரு சில பெண்களின் கருத்து என்னவென்றால், மிகப் பெரிய வேட்டைக்காரர்களாக இருந்தவர்கள்தான் பின்னாளில், மிகப் பெரிய *conservationist* ஆ மாறி, காடுகளை *National park* ஆகவும், *Wild Life sanctuaries* ஆகவும் மாற்ற மிகப் பெரிய திட்டங்களைக் கொண்டுவந்தாங்க. உதாரணத்திற்கு, ஜிம் போர்பெட் (*Jim Corbett*), டிக்லா கேபரியலி (*Dinkl Gabriely*) போன்றவர்கள்.

இந்தியாவின் பறவை மனிதன் என்று அழைக்கப்படும் சலீம் அலி கூட, சிறுவயதில் வேட்டையாடியவர்தான். ஆக, ஆசையாக இன்று படம் எடுக்க வருபவர்கள் கூட, பின் நாளில் பறவைகளை ஆசையுடன் பார்க்கவும், பாதுகாக்கவும் செய்வார்கள். ஒரு இடத்தில் மைண்ட் மாறிடும்.

எனக்குத் தெரிந்த ஒரு சிறுவன், தொடர்ந்து இரவு நேரங்களில் காட்டுயிர் புகைப்படங்களை எடுத்துக்கொண்டிருந்தவன், திடீரென்று ஒருநாள்.. ‘நான் இரவு நேரங்கள்ல புகைப்படம் எடுப்பதால பறவைகளுக்கு இடைஞ்சலா இருக்குறதா உணர்றேன். இனி இரவு நேரங்கள்ல படம் எடுக்க மாட்டேன்’னு தீர்மானம் எடுத்துட்டான். நிறைய பேர் வரணும், அதே சமயத்துல, பொறுப்புணர்ச்சியோட வரணும்.

சவால்கள் மற்றும் கணிக்க முடியாத சூழல் இருக்கும் ஒரு துறையில், நீங்கள் எவ்வாறு பயணம் செய்கிறீர்கள்?

இரண்டு வகையான இடைஞ்சல்கள் இதில் இருக்கு. களத்தில் நான் சந்திப்பது ஒன்று, குடும்பத்தில் சந்திப்பது மற்றொன்று. என் கணவருக்கும் மகனுக்கும், என் மீதும் என் வேலை மீதும் புரிதல் இருக்கு. அவர்களைத் தாண்டி, அடுத்த வட்டத்தில் உள்ளவர்களை சமாளிக்கணும். ‘நான் இப்படித்தான்’ என்று ஒரு வார்த்தைல சொல்லிவிட்டுப் போகலாம். ஆனால், மறுபடியும் இங்க தான் வரணும். ‘தனியா போறியே, பயமா இருக்கு’னு அம்மா சொல்லிக்கிட்டே இருப்பாங்க.

என் கால்கள் சும்மா இருக்காது. போகணும்னு எண்ணம் வந்தா உடனே கிளம்பிடுவேன். ஆனா, எல்லா பாதுகாப்பு முன்னேற்பாடுகளோட தான் கிளம்புவேன். யாரோ ஒருவரை உடன் அழைத்துச் செல்வேன். சில இடங்களில், ஒரு பய உணர்வோடு நின்றிருக்கிறேன். இதுவரை எதுவும் நிகழவில்லை.

இதுபோன்ற தடைகளை எதிர்கொள்ளும் ஆர்வமுள்ள காட்டுயிர் புகைப்படக் கலைஞர்களுக்கு நீங்கள் என்ன ஆலோசனை வழங்குவீர்கள்?

இரண்டு விஷயங்களில் கவனம் செலுத்த வேண்டும். மற்ற புகைப்படங்கள் எடுக்கும்போது, வெளிச்சத்தை சரிசெய்து, படம் எடுத்து கிளம்பிவிடலாம். ஆனால், காட்டுயிர் புகைப்படத்தில், நமக்கு முன் இன்னொரு உயிர் இருக்கு என்ற பொறுப்புணர்வுடன் செயல்படவேண்டும். அந்த உயிரைப் பற்றிய புரிதல் நமக்கு இருக்கணும்.

படம் எடுத்து, வலை தளங்களில் போடுவது வேறு. போனேன், பார்த்தேன், படம் பிடித்தேன் என்று இல்லாமல்... 'நான் இந்த இடத்திற்குப் போனேன், இந்த இனத்தைச் சேர்ந்த பறவையை, இவ்விடத்தில் பார்த்தேன். அச்சமயத்தில் அதன் செயல்பாடு இப்படியாக இருந்தது..' என்ற ஆவணத்தை நாம் உருவாக்க வேண்டும்.

இன்னைக்கு நாம் பார்க்கும் இனம், நாளை இருக்குமா என்பது சந்தேகம். 2018ல் நான் பார்த்த பறவை இனம், 2022வில் இல்லை. இந்த ஆவணத்தால் என்ன பயன் என்று நினைக்க வேண்டாம். அது என்றைக்காவது தேவைப்படும் முக்கிய ஆவணமாகத் தான் இருக்கும்.

பல மாற்றங்கள் நிகழுது. இந்த முறை, அக்டோபர்ல ஆரம்பிக்க வேண்டிய சீசனே, ரொம்ப தாமதமா ஆரம்பிச்சுது. காரணம் மழை இல்ல. இது தொடர்ந்தால், நம்நிலை என்ன? ஆக, நாம் படம் பிடிக்கும் போது, ஒரு பறவையை மட்டும் நாம் படம் பிடிக்கவில்லை. அதை சுற்றிய வாழ்விடங்களையும் படம் எடுத்து, அதை ஆவணப்படுத்த வேண்டும்.

பறவைகளுக்கான பருவம் (season) எது?

உள்ளூர் பறவைகளை எப்பவுமே பார்க்கலாம். தமிழ்நாட்டில், அக்டோபரிலிருந்து வலசைப் பறவைகள் வரத் தொடங்கிவிடும். வலசைப் பறவைகள் இரண்டு வகை. வட இந்தியாவிலிருந்து வருபவை உண்டு. மத்திய ஆசியகண்டம், மங்கோலியா மற்றும் குளிர் பிரதேசங்களிலிருந்து வருபவையும் உண்டு. மார்ச், ஏப்ரலில் கிளம்பிவிடும்.

பொழுதுபோக்கு அம்சம் என்னனு கேட்டா, *photography*னு சொல்லுவாங்க.. *photography*யே வேலையா இருக்குற உங்களுடைய பொழுதுபோக்கு என்ன?

பாடல்கள் கேட்க பிடிக்கும். புத்தக வாசிப்பு குறைந்துவிட்டது. பறவைகள் சம்பந்தப்பட்டவை மட்டும் படிப்பதுண்டு. குடும்பத்துடன்

பயணம் போக பிடிக்கும். இதைத் தவிர, கேமரா பற்றி தெரிந்துக் கொள்வதும் புகைப்பட நுணுக்கங்களை ஆராய்வதிலும் அதிக நேரம் செலவிடுவேன்.

கேமரா சம்பந்தப்பட்டவை எல்லாமே விலை உயர்ந்தவை என்று கேள்விப்பட்டுள்ளேன்..?

ஆம். நீங்க கேள்விபட்டது சரிதான். அதுமட்டும் இல்ல, மாதம் ஒரு புது மாடல், புது டெக்னிக் என மாற்றங்கள் வந்து கொண்டே இருக்கும். அதை நாம் கவனித்துக்கொண்டே இருக்க வேண்டும்.

இந்த காட்டுயிர் புகைப்படம், உங்களை எந்த அளவிற்கு *empower* பண்ணி இருக்கிறதா உணர்றீங்க?

நான் முன் குறிப்பிட்டது போல, என் தோழியை இழந்த உடனே, நான் அமெரிக்காவில் குடியேறிய அந்த காலக்கட்டம், என் வாழ்வின் இருண்ட காலம். கேமராவைக் கையில் பிடிக்க ஆரம்பித்த பின் தான், மெல்ல மாறத் தொடங்கினேன். படம் எடுப்பது, பறவைகள் பற்றி படிப்பது என அதில் ஈடுபட்ட பிறகு, மன அழுத்தத்திலிருந்து மெல்ல வெளிவர முடிந்தது.

அந்த மோசமான காலக்கட்டத்தில் அதிகம் பாதிக்கப்பட்டது என் மகன் தான். அவன் அப்போ சின்னப் பையன். நான் மன அழுத்தத்திலிருந்து வெளிவந்தது அவனுக்கு தான் அதிக நன்மையாக இருந்தது. ஒரு தாயாக, சிறுவனை வழிநடத்தி, சொல்லிக்கொடுக்க வேண்டிய முக்கியமாக ஒரு காலம் அது. அதை இனி மாற்ற முடியாது. நடந்துடுச்சு... என் மகன் இழந்த அந்த நாட்கள், இழந்தது தான். என் மகனுக்கு சமைத்துக் கொடுக்க கூட என்னால் முடியவில்லை. பேசாமலேயே இருந்திருகிறேன்.

அதிலிருந்து, என்னை வெளியே கொண்டு வந்தது, இந்த புகைப்படத் துறைதான். *Anxiety*, பதற்றத்திலிருந்தும் வெளியே வர உதவியது. யாரைப் பார்த்தாலும், பயம் பதற்றமாக இருக்கும். யாரையும் பார்க்கப் பிடிக்காது. இது எல்லாவற்றிலிருந்தும் என்னை வெளிக்கொண்டு வந்தது, *photography* தான்.

கையில் கேமரா இருந்தாலே எனக்கொரு தனிப் பலம். "எங்க போனாலும் கேமராவ தூக்கிட்டுப் போவியா.." என்று என்னைப் பார்த்து கேட்காதவர்களே இல்லை. கடந்த 5 வருடங்களாக, ஒரு சின்னக் கேமராவையாவது கையில் எடுத்துச் செல்வேன். இடைப்பட்ட காலத்தில், ஏற்பட்ட சம்பவத்தில் இருந்து, என்னை பழைய நிலைக்குக் கொண்டுவந்தது மட்டும் அல்லாமல், புகைப்பட கலைஞர் என்ற மேன்மையான அந்தஸ்தையும் , தைரியத்தையும், என் கேமரா எனக்கு கொடுத்திருக்கு.

இன்று, இத்துறையில் உள்ள மற்றவர்களின் பிரச்சனைகளைக் கேட்டு, தீர்வு கொடுக்கும் அளவிற்கு, என் கேமரா என்னை தைரியசாலியாக

மாற்றி இருக்கு. இன்றைய நிலையில், என் குடும்பத்தாருக்காக, நானே செலவு செய்து, அவர்களை வெளியே, கூட்டிப்போகும் அளவிற்கு இன்று நான் உயர்ந்து நிற்கிறேன்.

இத்துறையில் தாங்கள் பெற்ற அங்கீகாரம் பற்றி?

நல்ல வரவேற்பிருக்கு. ஆனா, சமயங்கள்ல, கேமரா என் கையில் இருக்கும் போது, யாரும் என் கிட்ட வந்து பேச மாட்டாங்க. என் கணவர் கூட இருந்தா, அவர் கிட்ட கேள்வி கேட்பாங்க. ஓர் அளவுக்கு மேல அவரால விளக்கிச் சொல்ல முடியாது. 'இனி யார் கேள்வி கேட்டாலும், என்கிட்ட கேட்க சொல்லுங்க' என்று என் கணவரிடம் சொல்லிவிடுவேன்.

இதற்கு காரணம் என்னனு எனக்கேப் புரியல. கையில் கேமரா இருந்தாலும், பெண்ணுக்கு போதுமான அங்கீகாரம் இல்லையான்னு யோசிக்கத் தோணும். எந்தத் துறையிலும், பிரபலமானவர்களா இருந்தாதான் போய் பேசுவாங்களோன்னு தோணும். எனக்குத் தெரிந்த பல பெண்களும் இதை மாதிரியான சூழலை சந்திச்சிருக்காங்க. இது மாற வேண்டும். பெண்களுக்கு அனைத்து நிலைகளிலும் அங்கீகாரம் கிடைக்க வேண்டும்.

திருமகு. அனிதா
B.Sc. (Maths), M.S.W., (Community Development)
காட்டுயிர் ஒளிப்படக் கலைஞர்

○ தொகுப்பு: பத்மா அமர்நாத்

கேள்விகளை எழுப்பாத கலை,
இலக்கிய செயல்பாடு எதுவும்
சரியில்லை.

திருமிகு. ஆ.வெண்ணிலா

உங்களைப் பற்றிய அறிமுகம்...

நான் வெண்ணிலா. கவிஞர், எழுத்தாளர், பதிப்பாளர். பிறந்தது, வளர்ந்தது, படித்தது, வேலை பார்ப்பது எல்லாமே வந்தவாசியில். இப்போ இரண்டரை வருடங்களா சென்னைல இருக்கேன். தற்சமயம், தமிழ்நாடு ஆவணக்காப்பகத்தின் *assistant editor* ஆ இருக்கேன்.

கணவன் மனைவி என்பதைத் தாண்டி, இரு எழுத்தாளர்கள் கொண்ட வீடு உங்களுடையது. இருவரும் எப்படி எழுத்துப் பணிகளை சமாளிக்கிறீர்கள்?

திருமணத்திற்கு முன்னாடியே எங்கள் இரண்டு பேருக்கும் இடையே அறிமுகம் இருக்கு. எழுத்தாளர்னு தெரிஞ்சு, அந்தக் காரணத்திற்குத் தான் கல்யாணமே பண்ணிகிட்டோம். அதை தவிர, அவங்கவங்க எழுத்துத் துறைல, அவங்கவங்களுக்குப் பிடிச்ச மாதிரி வேலை செய்வோம். யாரும் யாருடைய எழுத்து நடையிலோ, விஷயங்களிலோ தலையிடுவதில்லை. *But basic understanding*, அடிப்படைப் புரிதல் நிச்சயம் உண்டு. இப்போ, பொதுவா வீடுகள்ல, அல்லது குடும்பங்கள்ல, நாம எழுதணும், வெளியே அதுக்காக பயணம் பண்ணனும்னு வரும்போது, எவ்வளவு தூரம் பொதுவா குடும்பத்துல ஒத்துக்குவாங்கன்னு தெரியாது. அந்த மாதிரி எழுதுறதுக்காக நேரம் கொடுக்குறது, பயணம் போறதுன்னு, நா ஒரு எழுத்தாளராவே வாழறதுக்கு அப்படியே இன்னொரு எழுத்தாளரோடு இருக்கும் போது, ரொம்ப இலகுவா இருக்கு.

எழுதும்போது நிறைய ஆய்வுகள் மேற்கொண்டிருப்பீர்கள். இன்று தமிழ்நாடு ஆவணக் காப்பகத்திலேயே பணியாற்றுவதை பற்றிய உங்கள் உணர்வு?

என்னுடைய 'நீரதிகாரம்' தொடர் எழுதுறதுக்காகத்தான் நான் ஆவணக்காப்பகத்தைத் தேடி வந்தேன். அதுக்கு முன்னாடியும் வந்திருக்கேன், ஒண்ணு, ரெண்டு ஆவணங்கள் பார்த்து, எழுதிட்டுப் போயிருக்கேன். இது பெரிய *treasure* (பொக்கிஷம்). ஆசியாவிலேயே பெரிய காப்பகம். ஏறத்தாழ 40 கோடி பக்கங்கள் கொண்ட பல ஆவணங்கள் இங்கே புதையல் மாதிரி இருக்கு.

நமக்குத் தேவையாதுனு மட்டும் பார்க்காம, நிறைய ஆய்வு பணிக்காக வர்றவங்களுக்கு உபயோகமா இருக்கணும். முன் இருந்த *commissioner* (ஆணையர்)உம் சரி, இப்போ இருக்கிற அதிகாரிகளும் சரி, இங்க உள்ள ஆவணங்களை மின்னுருவாக்கம் செய்யறதுக்கான முயற்சிகள பண்ணிகிட்டிருக்கங்க. ஏன்னா, அது மட்டுமே ஒரு *eternal preservation*ஆ (காலத்திற்கும் நிலைத்த தன்மை கொண்டதாக) இருக்கும்.

என்னோட தனிப்பட்ட விதத்துல பார்க்கும் போது, இங்க இருக்குற காலங்கள், இந்தப் பழமையான கட்டடத்தைப் பார்க்குறது, மாலை நேரங்கள்ல நடந்து போகும்போது ரொம்ப பெருமிதமான உணர்வு வரும். 500 வருட ஆவணங்கள்... வரலாறு... தனக்குள்ள வச்சுருக்குற இடத்துல, நான் இருக்கேன். எவ்வளவு பெரிய *stalwarts* (வல்லவர்கள்) இதுக்குள்ள நடந்து போயிருக்காங்க. எத்தனை பெரிய மனிதர்கள் இங்கே வேலை பார்த்திருப்பாங்க! எத்தனைக் கனவுகளோட பிரிட்டீஷ் இதை உருவாக்கி இருக்குனு நினைக்கும்போது, ரொம்ப சந்தோஷமா இருக்கு.

ஒரு பெண் எழுத்தாளராய், நீங்கள் சந்தித்த இன்னல்கள் (எழுத்தாளர் சமூகத்திலும், சமுதாயத்திலும்) அதை தாங்கள் எதிர்கொண்டு முன்னேறியதை பற்றி?

பெரிய இன்னல்கள்னு எதுவும் இல்ல.

கேள்விகள் எதுவும் வரவில்லையா?

கேள்விகள் வரத்தான் செய்யும். கேள்விகளை எழுப்பாத கலை, இலக்கிய செயல்பாடு எதுவும் சரியில்லை என்று அர்த்தம். சமூகத்துல கேள்விகள் உருவாகுது, எதிர் விமரசனம் வருதுன்னா தான், நாம சரியான பாதையில போய்கிட்டிருக்கோம்னு அர்த்தம். ஆனா, இது எதுவுமே என் பயணத்தைத் தடை பண்ணாது, நிறுத்தாது. *It is a part of my life.*

தங்களின் எழுத்திற்கான ஆதாரப்புள்ளியாக எதை நினைக்கிறீர்கள்?

அன்புதான். என்னுடைய எல்லா எழுத்துக்குமே மையமா இருக்குறது அன்பு - *Universal love*. மனுஷங்க மேலே உள்ள அன்பு, நேசித்தலை மட்டும்தான் நான் தொடர்ந்து சொல்வேன். ஒரு போருக்குப் பின்னாடி, இல்ல சமூகத்துடைய பல பிரச்சனைகளுக்குப் பின்னாடி, மனிதம் உயிர்த்து எழுந்து வருதுன்னா, அதுக்குப் பின்புலம் அன்பு மட்டும்தான். ஆக, ஏதோ ஒருவகைல அன்புதான் என் எல்லா எழுத்துக்களிலும் சொல்வேன். முக்கியமா, கவிதைகள்ல.

'நீரதிகாரம்' எழுத உங்களை உந்தித்தள்ளியது எது?

ஆரம்பத்துல ரொம்ப சுவாரஸ்யமால்லாம் எனக்குத் தோணவே இல்ல. என்னோட நண்பர் திரு. இராஜேந்திரன் *IAS* அவர்கள் ஒரு சினிமா படத்திற்காக *script* (திரைக்கதை) பண்ணியிருந்தாரு. அப்போதான், இப்படி ஒரு விஷயம் இருக்கு, *content* இருக்குன்னே தெரிஞ்சுது. பின், விகடன்ல ஒரு வாய்ப்பு வந்தபோது, அது தானாவே இழுத்துடுச்சு.

கதை நடப்பது தென் மாவட்டம், நான் வட மாவட்டம். அந்த ஊர் வாழ்வியலோட எனக்குப் பெரிய உறவு கிடையாது. ஆனா, ஒரு எழுத்தாளர் எந்த வாழ்வியலோடயும் தன்னை அடையாளப்படுத்திக்க முடியும். ஆங்கிலேயர் வாழ்க்கை முறையை கூட, நான், அதுல வாழ்ந்து பார்த்த உணர்வோடதான் எழுதி இருப்பேன். ஒரு எழுத்தாளருக்கு இது சாத்தியமான விஷயம்தான்.

இப்படியாக, 'நீரதிகாரம்' எழுதத் தொடங்கினேன். ஆனா, இவ்வளவு நீண்ட கால பயணமா இருக்கும்னு நான் எதிர்பார்க்கல. சில நிகழ்வுகளுக்குக் காரண காரியம் சொல்லமுடியாதபடி, எப்படி நடந்துச்சுனு நமக்கே தெரியாது. நிகழ்ந்திருக்குஞ் ரொம்ப சந்தோஷமா இருக்கு.

இந்தக் கதைக்கான ஆய்வுகளை மேற்கொண்டதில், உங்களுக்கென இருக்கும் பசுமையான சில நினைவுகளைப் பற்றி எங்களுடன் பகிர்ந்துகொள்ளுங்களேன்?

நிறைய மனிதர்களை சந்திக்க முடிஞ்சது. இந்தக் கதை வந்து, ஒரு நாலு, ஐந்து தலைமுறைக்கு முன்னாடி, 1100கள்ல நடக்குது. 135 வருஷங்கள் கடந்து வந்துட்டோம். இப்போ, ஐந்தாவது தலைமுறைல இருக்கோம். அந்த வம்சாவழியினரைக் கண்டு பிடிச்சது ரொம்ப சந்தோஷம். குறிப்பா இதில் வரும் நிவான் கேரக்டர் ஒருத்தர். ராமையங்கார் னு பேரு. அவர் மெட்ராஸ் பிரசிடென்ஸியைச் சேர்ந்தவரு. அவர் வேலை பார்த்தது, திருவாங்கூர்ல. அவருடைய வம்சாவழியைப் பத்தி ஆய்வு பண்ணும் போது, அவருடைய மகள் வழிப் பேரனை என்னால கண்டுபிடிக்க முடிஞ்சுது. அவரோட நான் பேசினேன்.

இதுல ரொம்ப அழகான ஒரு விஷயம் என்னனா, கதைக்குள்ள சில கேரக்டர்கள நாம திட்டமிடமாட்டோம். கதையோட ஓட்டத்துல எழுதும்போது, தானா அமையும். அப்படி இருக்கும் போது, கதைல, ராமையா வீட்ல, பென்னிகுவிக்கோட அவர் பேசிகிட்டு இருப்பார். அப்போ, ஒரு குட்டிப் பையன் ஓடி வருவான். அவருடைய பேரன், பேரு பத்மநாபன்னு சொல்லி, ராமையா அறிமுகப்படுத்துவார். அந்த பேர் வெச்சதுக்கு கூட எனக்குக் காரணம் தெரியாது. என்ன யூகத்துல வெச்சேன்னா, ஐயங்கார் குடும்பம். திருவனந்தபுரத்துல வேலை செய்றாரு. அனந்தன் அங்க இருக்கான். அந்த சுவாமியோட பெயர் பத்மநாபன். இந்த பேரனுக்கு அந்த பேர் வெச்சிக்கலாம்னு நெனச்சு, பத்மநாபன்னு பெயர் வெச்சேன்.

இந்த கதை வந்த கொஞ்ச நாள்ல, அந்த குடும்பத்துல இருந்து, எனக்கு மெஸேஜ் போட்டாங்க. ராமையங்காருக்கு நாலு மகள்கள். அதுல, மூன்றாவது மகள் பெயர் கமலா. அவங்களுடைய மூத்த மகன் பேரு பத்மநாபன் னு சொல்லி போட்டிருந்தாங்க. இத எப்படி எடுத்துகறதுனு தெரியல. அந்த குறுஞ்செய்திய வாசிச்சு, ஒரு அரை மணி நேரம், எனக்கு ஒண்ணுமேப் புரியல. எப்படி வந்து, ஒரு காலத்திக்குப் பின்னாடி போய், ஒரு கதையை நாம எழுதினா கூட, அதுல நடந்த

உண்மைகள் நடந்தது, நடந்தமாறி உணர்வதற்கான சில தருணங்கள் நமக்குக் கிடைக்குது. அந்தத் தருணம், உண்மையிலேயே எனக்கு ரொம்ப முக்கியமாப் பட்டுது.

அதே மாதிரி, பூஞ்சார சமஸ்தானம். மதுரை பாண்டிய வம்சாவளியில இருந்து புறப்பட்டு போய், இன்னைக்கி, மேற்குத் தொடர்ச்சி மலையில அவங்க இருக்காங்க. நாம, சேர, சோழ, பாண்டிய வம்சாவழியினர்னு யாரையுமே பார்க்கல. நிறைய பேர் 'நாங்க சோழர்களோட வம்சத்துல வந்தவங்க'னு சொல்றாங்க. ஆனா, ஒரு அரச குடும்பமா, திருவாங்கூர் சமஸ்தானத்தோட *chieftains* ஆ இருக்கற, பூஞ்சார சமஸ்தானத்துடைய அந்த வேர, நான் கண்டுபுடுச்சேன்.

மதுரைல இருந்து போன மன்னான்களை (ஆதிவாசிகள்) பார்த்தேன். இந்த மாதிரி நிறைய அனுபவங்கள் இந்தத் தொடருக்குள்ள இருக்கு. குறிப்பா, அந்த மனிதர்களுடையத் தொடர்ச்சியைப் பார்க்க முடிஞ்சது. அதைத்தான் ரொம்ப முக்கியமாப் பார்க்குறேன்.

வெளியீட்டுத் துறையில் தற்போதைய நிலை என்ன?

நாங்க பதிப்பகம் தொடங்கினது, ஏதோ விற்பனைக்கான இடமா அதைத் தொடங்கல. புத்தகம் போடணும், விற்கணும்னு, வணிகமா நாங்க அதைப் பார்க்கல. எங்களுக்குப் பிடித்த தமிழ் இலக்கியத்தினுடைய மற்றும் தமிழ் வரலாற்றினுடைய அரிதான புத்தகங்கள் முயற்சி பண்ணி, கொண்டு வரணும்ங்கரதுதான் எங்களுடைய நோக்கமா இருந்தது. அதுக்குதான் நாங்க *publication house* ஆரம்பிச்சோம். அதுல, எங்களுக்குப் பிடித்த மாதிரி நிறைய அரிதான புத்தகங்களக் கோண்டு வந்தருக்கோம்.

ராதிகா சாந்தவனம் *(Radhika Santawanam)*னு சொல்லி, 18ம் நூற்றாண்டு தஞ்சாவூர் அரசர், பிரதாப சிங்கனிடம் இருந்த தேவதாசி எழுதிய ஒரு புத்தகம். பெங்களூர் நாகரத்தினம்மாள் அதை பதிப்பிச்சு, பின் தடை செய்யப்பட்டது. அந்தப் புத்தகத்தை தெலுங்கிலிருந்து முதல்முறையா நாங்க தமிழ்ல மொழிபெயர்த்திருக்கோம். இதுவரை 100 காபி கூட வித்திருக்காது (சிரித்தார்). ஆனா, அதுக்குரிய தடையயைத் தேடிக் கண்டுபிடிக்கிறதுக்கு, அதை மொழிபெயர்த்து வாங்குறதுக்கு, ஏறக்குறைய ஒன்றரை வருடங்கள் செலவு பண்ணியிருக்கேன். செலவு பண்ணி, முதலீடு பண்ணி, எத்தனைப் பிரதிகள் வித்திருக்குனு பார்த்தா, 100 கூட இல்ல. ஆனால், நாங்க அதைப் பொருட்படுத்துறது இல்ல. எங்க திருப்திக்கான ஒரு வேலையா, தமிழ் இலக்கிய வரலாற்றிற்கான *contribution*ஆதான் பார்த்தோம்.

பொதுவா, பதிப்பகச் சூழல் நல்லா இருக்கு. நிறைய பேர் நல்ல புத்தகங்கள் போடுறாங்க. நிறைய பரிசோதனை முயற்சிகள் செய்யறாங்க. அதற்கான வரவேற்பு, கேரளாவை ஒப்பிடும் போதோ, பிற உலக நாடுகளைப் பார்க்கும்போது, எண்ணிக்கை அளவிலான வெற்றியை நம்மால் கொண்டு வர முடியல. ஆனா, பதிப்பாளர்களுக்கானப் பங்கை, அவங்க செஞ்சிகிட்டு வர்றாங்க.

❍ பெண்ணதிகாரம் 74

ஒரு சமுதாயத்துல போராடுவதைவிட, குடும்பத்துக்குள்ள போராடுவது தான் ரொம்ப கஷ்டம். சமுதாயத்துல, யாரோ ஒரு தெரியாத நபரோட போராடப் போறோம். ஆனா, தெரிஞ்சவங்களோட போராடத்தான் பலம் வேணும், மனோ திடம் வேணும்.

"

தமிழ் சூழல்ல பார்த்தீங்கன்னா, எழுத்தாளர்தான் இப்போ பதிப்பாளர்களாவே இருக்காங்க. இது, ஒரு வகையில, ஆரோக்கியமான சூழல் இல்ல. ஏன்னா, படைப்புக்கு மட்டுமே இருக்கக் கூடிய எழுத்தாளர்கள், பதிப்புத் துறைக்கு வர்றதுங்கறது, அவங்க எழுத்தாற்றலை மடைமாற்றுற ஒரு விஷயம்தான். வணிகத்தைப் பற்றியோ, வர்த்தகத்தைப் பற்றியோ... தன்னோட புத்தகத்தை விற்கணும்னு ஒரு எழுத்தாளனை நினைக்க வைக்கிறது, இந்தச் சமூகத்துடைய அவலம். அது தமிழ் சூழல்ல நடந்துட்டேதான் இருக்கு. ஆனால், குறைந்த பட்சம், நாமாவது முயற்சி செய்யணும் என்ற எண்ணம்தான் எழுத்தாளர்கள்கிட்ட வந்திருக்கு. தமிழ்ல கணக்கெடுத்தோம்னா, பெரும்பாலான எழுத்தாளர்கள், பதிப்பளர்களா மாறிட்டேதான் இருக்காங்க.

இன்றையச் சூழலில், *(competitive world)* தங்கள் படைப்புகளை வெளியிட விரும்பும் ஆர்வமுள்ள எழுத்தாளர்களுக்கு நீங்கள் என்ன ஆலோசனை வழங்குவீர்கள்?

ஒரு எழுத்தாளர் எழுத ஆரம்பிக்கும்போதே, அதை கண்டுபிடிச்சு வந்துருவாங்க. யாருடைய ஆலோசனையும் மனசுல இருக்காது. எழுத்தே வழியைக் காட்டும். எழுதி முடிக்கும் போதே, அதுக்கான வழியும் அந்த எழுத்துக்குள்ளேயே வரும்.

ஓர் ஆசிரியராக, எழுத்தாளராக, இந்த சமூகத்தின் மீது உங்களின் பார்வை என்ன?

நிறைய சவால்கள் இருக்கு. எல்லா காலகட்டதிலும், கால மாற்றத்தோட இருக்கும்போது, நாம எதிர்கொள்வது சவால்கள்தான். ஒரு எழுத்தாளரா, அதாவது, நமக்கு மட்டும் இல்ல, அந்தந்த காலகட்டத்து எழுத்தாளர்களான புதுமைப்பித்தனுக்கும் சவால்கள் இருந்திருக்கு, பாரதிக்கும் இருந்திருக்கு. எல்லா காலத்துலயும் அவங்க சமூகத்தோட முரண்படும்போதுதான் எழுத்து வரும். சமூகத்துல என்னெல்லாம் சிக்கல்கள் இருக்கு, பிரச்சனைகள் இருக்கு, என்பதெல்லாம் எழுத்தாளருடைய கண்ணுக்குத்தான் நல்லாத் தெரியும்.

எதை எழுதணும், உளச்சிக்கலுக்குரிய இடம் எதுன்னு, அவங்களாலதான் பார்த்து எழுத முடியும். அப்போ, எழுத்தாளர்கள் எப்பவுமே, சமூகத்தோட

உடன்பட முடியாத இடத்துல தான் இருப்பாங்க. ஒரு *main stream* ஓட அவங்க ஓடிகிட்டே இருக்க மாட்டாங்க. இன்று எல்லா எழுத்தாளர்களும் நடக்குற நிகழ்வுகள்ல இருந்து, விலகி நின்னு பார்க்கும்போது தான், இந்தச் சமூகத்தைப் புரிஞ்சிக்க முடியும்.

சமகால பெண் சமூகம் எப்படி இருப்பதாக நீங்கள் கருதுகிறீர்கள்? அவர்களுக்கு தாங்கள் அளிக்க விரும்பும் வார்த்தைகள்?

பெண் சமூகம் நிறைய வளர்ச்சி அடைஞ்சிருக்கு. ஆனா, இன்னும் வரணும். நாம பார்க்குறது, ஒரு ஒளிமயமான, *focus* செய்யப்படுற இடங்கள்தான். இன்னும் தெரியாத இடங்கள்ல, நிறைய பெண்கள், வழிகாட்ட ஆட்கள் இல்லாமல் இருக்காங்க. சரியான பாதையை புரிஞ்சிக்கக் கூடிய கல்வியோ, பொருளாதாரச் சூழலோ இல்லாத பெண்கள் இன்னும் எங்கெங்கோ இருட்டுக்குள்ள இருக்காங்க. அவங்க எல்லாருக்குமான உலகமா, நம்ம உலகம் மாறனும்.

உங்களைப் பாதித்த / சிந்தனையைத் தூண்டியப் புத்தகம் எது?

ஒவ்வொரு காலத்திற்கும் ஒவ்வொரு புத்தகம் பிடிக்கும். ஆய்வு சார்ந்து, மன நிலை சார்ந்து மாறிகிட்டே இருக்கும். அந்தந்த நேரத்திற்கான ஒளின்னு ஒண்ணு இருக்கு. 'நீரதிகாரம்' எழுதும்போது, பிரிட்டீஷ் ஆவணங்களும், அது தொடர்பான புத்தகங்களும் என் தேர்வா இருந்தது

ஆனா, வாழ்நாளுக்குமான புத்தகங்கள், தமிழ் புனைவுல எப்பவுமே, தி.ஜா. ஏன்னா, நாம சோர்ந்து போறதுங்கறது, அறிவு சோர்வா இருக்காது. உணர்வுபூர்வமான சோர்வாதான் இருக்கும். மன ரீதியா சோர்ந்து போவோம். அப்படியாக சோர்ந்து போகும்போது, தி.ஜா. கிட்ட நான் அடைக்கலம் ஆவேன். தி.ஜா. வுடைய ஒரு பக்கம், ஒரு நாவல், ஒரு கதைன்னு, ஏதோ ஒன்று படிக்கப் பிடிக்கும்.

அதேபோல, வண்ணநிலவனுடைய எழுத்துக்கள் எல்லாமே பிடிக்கும். மத்தபடி, நிறைய எழுத்தாளர்களுடைய புத்தகங்கள் எல்லாமே நமக்கு வழிகாட்டிகளாதான் இருக்கு.

மீண்டும் மீண்டும் வாசிக்கத் தூண்டும் புத்தகம் எது?

இப்பொ சமீபத்தில், ஆனந்தரங்கன் பிள்ளையுடையது. தமிழில், முதல் உரை நடை. அந்த உரைநடை எவ்வளவு செறிவா, சுவாரசியமா, எத்தனைக் கோணங்கள் கொண்டதா இருக்குனு புரிஞ்சுக்க முடியுது. ஆக, 'ஆனந்தரங்கன் பிள்ளையினுடைய நாட் குறிப்புகள்'.

எந்த எழுத்தாளருடைய writing style உங்களை அதிகம் கவர்ந்தது?

வண்ணநிலவன் அவர்களுடைய எழுத்து. ரொம்ப சுருக்கமா இருக்கும். நிறைய வளவளன்னு எழுத மாட்டார். அவருடைய 'ரெயினீஸ் ஐயர் தெரு', 100 பக்கம் கொண்ட நாவல்தான். ஆனா, அதுல ஒரு வார்த்தை

கூட நாம தனியா எடுத்துட முடியாது. தனியா எடுத்துட்டா, அந்த மொத்த *text*ம்மே இல்லாத மாறி ஆயிடும். அப்படியாக, செதுக்கி வெச்ச மாதிரியான எழுத்து, வண்ணநிலவனுடையது.

நீங்கள் எழுத நினைக்கும் ஒரு விஷயம், இந்த ஒரு சம்பவத்தை பற்றி அல்லது நடைமுறையைப் பற்றி என் எழுத்தின் மூலமா வெளிப்படுத்தணும்னு நினைக்கிற ஒன்று?

(சிறு யோசனைக்குப் பிறகு) நான் என்னோட பாலியகால வாழ்க்கையை எழுதணும்னு, ரொம்ப நாளா நினைச்சுட்டிருந்தேன். அதை 'சாலாம்புரி' நாவலா எழுதிட்டேன். எழுதாம தள்ளிப் போனது எதுவும் இல்ல. ஆனா எழுதுவதற்கான தேர்வுகள் நிறைய இருக்கு. 'சாலாம்புரி' தான் கொஞ்சம் தாமதமாச்சு. ஏறக்குறைய 10வருட கால தாமதம். என் முதல் நாவல் கங்காபுரத்துக்குப் பிறகு எழுத முடிஞ்சுது.

உங்களுடைய அடுத்த கதை களம்?

இரண்டு மூன்று இருக்கு. அதில் ஒன்று, நேதாஜியினுடைய, நாடு கடந்து சென்று, இந்திய தேசிய ராணுவத்தை அமைக்கிற அந்த பயணத்தை எழுதணும்னு இருக்கேன்.

***Women Empowerment*, பெண்கள் சுய அதிகாரம் பற்றிய உங்கள் சிந்தனை?**

இன்னைக்கி அது ஒரு தனி சப்ஜெக்ட் மாதிரி பேசுறதுல, எனக்கு உடன்பாடில்ல. தன்னைப் பற்றிய விழிப்புணர்வு இருக்குற எல்லா பெண்களுமே, தன்னை சக்தி கொண்ட ஆளா மாத்திப்பாங்க. கிராமத்துல இருக்குற பாட்டி, அம்மா, பாட்டியோட அம்மா, அவங்களுக்கெல்லாம் படிப்பறிவோ, உலக ஞானமோ இருக்காது. ஆனா, அவங்களுக்குத் தேவையான நேரத்துல அவங்க ரொம்ப பவர்ஃபுல்லா (*powerful*) இருப்பாங்க.

ஒரு சமுதாயத்துல போராடுவதைவிட, குடும்பத்துக்குள்ள போராடுவது தான் ரொம்ப கஷ்டம். சமுதாயத்துல, யாரோ ஒரு தெரியாத நபரோட போராடப் போறோம். ஆனா, தெரிஞ்சவங்களோட போராடத்தான் பலம் வேணும், மனோ திடம் வேணும். இப்படியாக, நம் குடும்பத்தில் இருக்குற மூதாதையர்களைப் பார்த்து, அவங்க கதைகளைக் கேட்டாலே, அதுவே நமக்குத் தேவையான ஆற்றலைக் கொடுக்கும். ஒவ்வொரு பெண்ணும் வெளியில போய் உதாரணத்தை தேட வேண்டியதே கிடையாது. அவங்க வீட்டுக் கதைகளக் கேட்டாலே போதும்.

திருமிகு. ஆ.வெண்ணிலா

தமிழ்நாடு ஆவணக் காப்பகங்கள் மற்றும்
வரலாற்று ஆய்வுத் துறை துணை பதிப்பாசிரியர் (*sub editor*)

கவிஞர், சிறுகதை எழுத்தாளர், நாவலாசிரியர்.

பெண் தன்னைத் தானே
காத்துக்கொள்ள வேண்டும்.

திருமிகு. திலகவதி ஐ.பி.எஸ்.

உங்களை பற்றிய அறிமுகம்...

நான் பிறந்தது தர்மபுரியில் உள்ள குமாரசாமி பேட்டையில். தர்மபுரி என்றாலே, *it is highly notorious*. இன்றளவும் அதிகபடியான பெண் குழந்தைகள் கொல்லப்படுவதில் முதல் இடம் என்று *data* (தரவுகள்) இருக்கு. அப்படியான ஒரு ஊரில் பிறந்தவள் நான். என் அம்மா ஒரு பள்ளி ஆசிரியை. அப்பா *Ex serviceman* (ஓய்வு பெற்ற இராணுவ வீரர்). அவர் படித்ததே இராணுவத்தில் சேர்ந்த பிறகுதான். மிகவும் வித்தியாசமான சிந்தனை கொண்டவர். என் பெற்றோருக்கு நான் ஒரே குழந்தை. அடுத்து ஒரு குழந்தை வேணும்னு முயற்சி கூட பண்ணல. "ஆயிரம்தான் இருந்தாலும், ஒரு ஆண் குழந்தை இல்லைனா எப்படி டீச்சர்?" என்று தெருவில் உள்ள மற்ற பெண்கள் எல்லாம் கேட்பாங்க. அம்மாவின் ஒரே பதில், "யார் சொன்னா எனக்கு ஆண் பிள்ளை இல்லையென்று, இவதான் எனக்கு ஆண் பிள்ளையும், பெண்பிள்ளையும் கூட" என்பார். 'கோவிலுக்கு நேந்துகோ', 'டாக்டரைப் போய் பாரு' என்று யார் எது சொன்னாலும், அம்மா கேட்க மாட்டார். இத்தனைக்கும் அவர்கள் அதிகம் படித்தவர்களோ, உலக விவரங்கள் அதிகம் தெரிந்தவர்களோ, பெண்ணியத்தைப் பற்றி அதிகம் அறிந்தவர்களோ இல்லை.

இன்று எனக்கு வயது 71 ஆகுது. திரும்பிப் பார்க்கும்போது, 71 வருடங்களுக்கு முன், இப்படி ஒற்றுமையாக முடிவெடுத்தார்கள் என்பதை எப்படி பார்ப்பதென்றே தெரியவில்லை. இன்றைக்கும் பல குடும்பங்களில், ஆண் பிள்ளைகள் மேல் ஒரு தனிப்பற்று உண்டு. வறுமையில் இருப்பவர்கள் கூட, ஆண் பிள்ளை பிறக்கும் வரை, வரிசையாக பெண் பிள்ளைகளை பெற்றுக்கொள்கிறார்கள்.

இந்த ஒரு முடிவில் மட்டுமே, அப்பாவும் அம்மாவும் ஒற்றுமையா இருந்தாங்க. மற்ற எல்லா விஷயத்திலும் வட துருவம் தென் துருவம்தான். அம்மா, பெரியார் சிந்தனைகளை பின்பற்றுபவர். கடவுள் நம்பிக்கை கிடையாது. எந்தப் பண்டிகையும் கொண்டாட மாட்டார். அவர் பட்டுடுத்தி நான் பார்த்தே இல்லை. அம்மா ஒருநாளும் பவுடர் பூசியதில்லை, மஞ் சள் தேய்துக்கொண்டதில்லை, பொட்டு வைத்துக்கொண்டதும்

இல்லை. எதுவுமே அவருக்குப் பிடிக்காது. இதனால், நானும் அப்படியே வளர்ந்தேன்.

முகம் பார்க்கும் கண்ணாடி ஒரு அறையில் இருக்கும். நான் பள்ளிக்குப் போகும் சமயத்தில், அம்மா அந்த அறையை பூட்டிட்டு போய்டுவாங்க. நானும் கண்ணாடி பார்க்காமலேயே, தலையை மட்டும் சீவிக்கொண்டு கிளம்பிடுவேன். மற்றபடி எந்த அலங்காரமும் செய்துகொண்டதில்லை. "ஏன் பொட்டு இல்லாமல் வர்ரே..."னு கேட்பாங்க. "சாந்து உள்ள இருக்கு"னு சொல்லி, வீட்டுக்கு வந்து அம்மாவிடம் கேட்பேன். அதற்கு அம்மா, "அதெல்லாம் ஒன்னும் முக்கியமான விஷயமே இல்ல. படிக்கிற புள்ள புஸ்தகத்தை விட்டு போனாதான் தப்பு. பொட்டில்லாம போனா தப்பில்ல"னு சொல்லுவாங்க.

இதற்கு நேர்மாறானவர் என் அப்பா. தீவிர பக்தி உள்ளவர். எந்த இடத்தில் சாமியார் இருக்கார்னு சொன்னாலும் சமாதி இருக்குனு சொன்னாலும், உடனே கிளம்பிடுவார். ஒருநாளும் காலை பூசை முடிக்காமல் சாப்பிட்டதே கிடையாது. அதேபோல, நான் வீட்டில் இருந்தால், என்னையும் பூஜை அறைக்கு அழைத்து போவார். அங்கிருக்குற ஸ்தோத்திரங்களை யெல்லாம் சொல்லனும், கந்த சஷ்டி கவசத்தை மனப்பாடமா சொல்லனும். இதற்கு பின், விபூதியை என் நெற்றி நிறைய பூசி விடுவார். பக்கத்தில் டியூஷன் வாத்தியார் வீட்டிற்குச் சென்றால், 60, 70 மாணவர்கள் இருப்பாங்க. எல்லாரும் 'கே.பி.சுந்தராம்பாள் வந்துட்டாங்க'னு கிண்டல் பண்ணுவாங்க.

அப்பா, வியாழன் தோறும் சாய்பாபாவுக்காக சாம்பிராணி போடுவார். "அந்த புகையெல்லாம் போன பிறகு வந்து சொல்லு" என்று அம்மா எதிர்வீட்டு வாசலில் போய் உட்கார்ந்துகொள்வார். "அந்த காலத்துல, மின்சாரம் கிடையாது, அதனால எண்ணெய் விட்டு விளக்கேத்திட்டு இருந்தாங்க. ஆனா, இப்ப எதுக்கு உங்க அப்பா நல்லெண்ணெய், நெய் எல்லாம் விட்டு விளக்கேத்துறாரு..?" என்று அம்மா என்னிடம் கேட்பார். எல்லாவற்றிலும் கருத்து வேறுபாடு.

அப்பா காந்தி படம் மாட்டி இருப்பார். எனக்கு இன்னும் நினைவுல இருக்கு... சுதந்திரத் தாயின் புகைப்படம், அவருக்கு முன்னால் ஒரு விளக்கு எரியும், அந்த விளக்கின் ஜுவாலை, காந்திஜியின் முகத்தில் வெளிச்சமாகப் படும். பக்கவாட்டில் நின்றபடி, காந்தி அதை பார்த்துக்கொண்டிருப்பார். எங்க அம்மா உடனே சுபாஷ் சந்திர போசுடைய படத்தை வாங்கி மாட்டுவார். அம்மா எப்போதும் அண்ணாவைப் பற்றியும் தமிழக மேடை பேச்சாளர்கள் பற்றியும் பேசுவார். அப்பாவுக்கு காமராஜரும் கக்கனும்தான் பிரியம். இவர்களுடைய இந்த உரையாடல்களைக் கேட்டு வளர்ந்தவள் நான். இதுபோன்ற அமைப்பு இன்று எத்தனை குழந்தைகளுக்கு கிட்டும்?

பின் தங்கிய மாவட்டமாக கருதப்பட்ட தர்மபுரியிலும், இப்படிப்பட்ட exposure இருக்கத்தான் செய்தது. எனக்கு 11, 12 வயது இருக்கும்போதே,

நல்ல வாட்டசாட்டமா இருப்பேன். என் பெரியப்பா, "பொண்ணு வளர்ந்துட்டா. இனி பள்ளிகூடமெல்லாம் போக வேண்டாம். இந்த வருஷத்தோட நிப்பாட்டிடு. இல்லைனா, ஒரு தப்பான முன்னுதாரணமா ஆயிடும்"னு சொன்னார். எங்க அப்பாவுக்கும் பெரியப்பாவுக்கும் இருந்த உறவை நான் சொன்னா, இந்த காலத்துல யாரும் நம்ப கூட மாட்டாங்க. அப்பாவுக்கு அவர் வெரும் அண்ணன் இல்லை. ஒரு குரு ஸ்தானத்தில் இருக்க கூடியவர். ஆனால், இந்த ஒரு விஷயத்தில் மட்டும் அவர் பேச்சைக் கேட்கவில்லை.

நான் *SSLC* படிக்கும் சமயம், என் தலைமை ஆசிரியை அப்பாவை அழைத்து, "படிப்பில் சுட்டியா இருக்கா. கல்யாணம் பண்ணி வெச்சுடாதீங்க. மேலே படிக்க வைங்க. கண்டிப்பா ஏதோ ஒரு துறையில சாதிப்பா" என்றார். அப்பாவை பொறுத்தவரை, *discipline* ரொம்ப முக்கியம். நேரத்தை கடைபிடிக்க வேண்டும், பொய் பேசக் கூடாது. எங்கள் ஊரிலிருந்து, 7 கி.மி தொலைவில் உள்ள கடத்தூர் ஆஸ்பத்திரிக்கு அழைத்து சென்று, அங்குள்ள கன்னியாஸ்திரிகளைக் காட்டுவார். அவர்கள் மீது அதிக மதிப்பு கொண்டவர் அப்பா. "இந்த வயசுல கல்யாணம், குடும்பம்னு இல்லாம, மக்கள் சேவையில் இருக்காங்க பாரு. நம் பெண்கள் தலை முடி வளர்க்க எவ்வளவு நேரம் செலவு செய்றாங்க, ஆனா இவங்கள பாரு... அதையெல்லாம் வெட்டிட்டு, நேரத்தை எவ்வளவு பயனுள்ளதா ஆக்குறாங்க பாரு" என்பார்.

பின் அப்பா என்னை வேலூரில் உள்ள ஆக்ஸிலியம் கல்லூரியில் பி.ஏ. பொருளாதாரம் சேர்த்துவிட்டார். இது எனக்கு நன்மையாகவே முடிந்தது. காரணம், அங்கு சேர்ந்த பிறகு நான் பைபிளை முழுமையாக படித்தேன். அங்கிருந்த சிஸ்டர்கள், மாரல் சயின்ஸ் வகுப்பு நடத்துவாரகள். அந்த வகுப்பில் சொல்லிக் கொடுக்கப்பட்ட பாடங்கள், இன்றளவும் என்னை வழிநடத்திவருகிறது. அங்கு பட்டம் பெற்ற பின், இங்கு ஸ்டெல்லாவில் சேர்ந்து எம்.ஏ முடித்தேன். பின் பொது தேர்வு எழுதி, போலீசில் சேர்ந்தேன்.

அம்மா ஒரு வழி, அப்பா ஒரு வழி. இந்த சூழலில், உங்களுக்கு எது *adaptive*ஆ இருந்தது? உங்கள் தேர்வு எதுவாக இருந்தது?

சின்ன வயசுல, பெருசா முடிவெடுக்க முடியல. ஆனா, அம்மா சொல்றது, எளிமையாகப் புரிந்தது. வாழ்க்கையில் செலுத்த கூடிய, *apply* பண்ணிப் பார்க்க கூடிய விஷயமா இருந்தது. அப்பா சொன்ன விஷயங்கள் எல்லாமே, *metaphysical*ஆ இருந்தது. இந்த முறையில் மந்திரம் சொன்னா இப்படி, இந்த முறையில ஜபம் பண்ணனும் என்று சொல்வதெல்லாம், விளைவு என்னனு என்னால உணர முடியல. செய்யலேனா, அப்பா வருத்தப்படுவாரேனு, அவர் சொன்னதையெல்லாம் செஞ்சேன்.

காவல்துறை என்ற பாதையைத் தேர்ந்தெடுக்க, உங்களைத் தூண்டியது எது?

சுயமரியாதை சிந்தையோடுதான் நான் வளர்ந்தேன். திமுக தலைவர்கள்

எழுதிய பத்திரிக்கைகளை, எங்க வீட்டு திண்ணையில உட்கார்ந்து விவாதிப்பாங்க. இதில் சுப்ரமணிம் சார்தான் எனக்கு தமிழக வரலாறை சொல்லிக் கொடுத்தவர். அண்ணாவின் மேடைப் பேச்சைக் கேட்க, அப்பா அழைத்துச் செல்வார். இதையெல்லாம் கேட்டு வளர்ந்த எனக்கு, தன்மானமும், சுய மரியாதையும் உடன் வளர்ந்தன. தாய் தந்தை ஆனாலும், எதையும் எதிர்பார்க்கக் கூடாது என்ற சிந்தனையும் வளர்ந்தது.

இதன் அடிப்படையில், கல்லூரி முடிக்கும்போதே, வங்கித் தேர்வு, குரூப் 1 தேர்வு, என எல்லா பொதுத் தேர்வுகளையும் எழுதினேன். என் பெரியப்பா மகன் ஒருவர், அரசு அலுவலகத்தில் விசாரிப்பார். "உன் தங்கை நல்லா எழுதி இருக்காங்க. நிச்சயம் தேர்வாவாங்க" என்று சொல்வார்கள். காசு கொடுத்தால் வேலை நிச்சயம் என்ற வதந்திகளெல்லாம் இருந்தது. ஆனால் எனக்கு அதில் நம்பிக்கை இல்லை. தபால்காரர் தெய்வமாய் தெரிவார். 'ஒரு போஸ்ட் கார்டு வராதா, *you are selected* என்ற வாசகத்தை படிக்க மாட்டேனா...' என்று ஏங்குவேன். ஆனால், செலக்ஷன் லிஸ்டல் என் பெயர் வராது. சோர்ந்து போவேன்.

என்னை பொறுத்தவரை, வேலைக்குச் செல்வது என்பது, சம்பாதித்து சுயமாக யாரையும் எதிர்பார்காமல் வாழ்வதற்கு மட்டும் அல்ல, என் எண்ணங்கள் மற்றும் கருத்துக்களை செயல்படுத்த ஒரு வழியும் கூட. சமூக பங்களிப்பிற்கான ஒரு வாய்ப்பு. நேரத்தை உபயோகமாக செலவிட வேண்டும். இப்படியாக, *UPSC* தேர்வு எழுதி, ஐ.பி.எஸ் ஸில் தேர்வானேன். இதுவே நல்ல வேலைதான், போதும் இனி தேர்வு எழுத வேண்டாம் என்று அப்பா சொல்லிவிட்டார்.

எனக்கு ரொம்ப மகிழ்ச்சி. காரணம், அச்சமயத்தில், *Freedom at midnight* என்ற புத்தகத்தை படித்துக்கொண்டிருந்தேன். 'அப்பாடா, இனி தேர்வுக்கு படிக்க வேண்டாம். தடையில்லாமல் இந்தப் புத்தகத்தை படிக்கலாம்' என்ற நிம்மதி. பல பரிட்சைகள் எழுதி, தோல்வியுற்ற எனக்கு, இந்த ஐ.பி.எஸ். பதவி என்பது, வராது வந்த மாமணியைப் போல. நான் தேர்வாகும் நான்கு வருடங்கள் முன், கிரண் பேடி தேர்வானார். 1972, கலைஞரின் ஆட்சியில், முதன்முறையாக 4 பெண் சப் இன்ஸ்பெக்டரும், 20 கான்ஸ்டபிள்களும் தேர்ந்தெடுக்கப்பட்டனர். இந்த பெண்கள் போலீஸ் துறையில் வேலை செய்யும்போது, நான் மட்டும் ஏன் செய்யக்கூடாது என்ற எண்ணமும் உத்வேகமும் தோன்றியது.

சமூகத்தில் ஒரு பெண், எந்த மாதிரியானச் சூழலில் குற்றம் நிகழ்த்தும் சூழலுக்குத் தள்ளப்படுகிறாள்.

குற்றங்களில் இரண்டு வகை உண்டு. கொடுங்குற்றங்கள் மற்றும் தினசரி நிகழக் கூடிய சிறு குற்றங்கள். உதாரணத்திற்கு, பெண்கள் சிறைச்சாலையில் பார்த்தீங்கன்னா, சாராயம் காய்ச்சுபவர்களும், அதை விற்பவர்களும்தான் 50% இருப்பார்கள். அவங்க வீட்டு ஆம்பளைங்கதான் சாராயம் காய்ச்சுவாங்க. ஆனா, விற்கும் இடத்திலோ, காய்ச்சும் இடத்திலோ, அவங்க வீட்டுப் பெண்களை நிக்க வெச்சுட்டு போய்டுவாங்க.

"காவல் துறையில, நிறைய பேர் லஞ்சம் வாங்குவாங்க. அது வாங்குவது கூடத் தவறில்லை. ஆனா, எப்படி வாங்கனும்னு ஒரு கணக்கு இருக்கு" என்பார். எனக்கு ஆச்சர்யம் இருக்கும் இவர் என்ன சொல்ல வராறுன்னே புரியாது.

"

காரணம், ஆரம்ப காலத்தில், இந்தப் பெண்களை எளிதில் கைது செய்ய மாட்டாங்க. இவங்கள எங்க கூட்டிட்டு வர்றது? எங்க தங்க வைக்கிறது? ஏதாவது அசம்பாவிதம் நடந்தா, யார் பதில் சொல்வது? காவல்துறையே கையை பிசைஞ்சுகிட்டு நிப்பாங்க. அந்த நிலமையை உண்டாக்குவதுதான் இவர்களுடைய நோக்கம்.

அதன் பின் பெண் காவல் நிலையம், பெண் போலீஸ், பெண் குற்றவாளிகளை நடத்துவதற்கான பயிற்சி இதெல்லாம் கொடுக்கப்பட்டது. பெண்களை கைது பண்றாங்க, ஆனா, இந்த நடைமுறை மட்டும் மாறவே இல்ல.

அடுத்து, விபச்சார வழக்குகள். ஆண்களால் துன்புறுத்தப்பட்டு, வற்புறுத்தப்பட்டு, கட்டாயப்படுத்தி, ஈடுபட வைக்கிறார்கள். அதற்கும் தலைமையில் ஒரு பெண் இருப்பார். ஆனால் இவர்களை இயக்கிக்கொண்டிருப்பது ஒரு ஆணாகத்தான் இருக்கும்.

இதைத் தவிர, தற்காலத்தில், குடும்பங்களுக்குள் நடக்க கூடிய கொலைகள் அதிகரிக்கிறது. கணவனைப் பிடிக்காத மனைவி, கள்ளக் காதலனுடன் சேர்ந்து கணவனை கொலை செய்யும் மனைவி, அம்மாவை கொலை செய்யும் மகன், இதெல்லாமே சமீப காலமா நான் பார்க்குறேன். இவை எல்லாமே, சமூகம் சார்ந்த, உளவியல் சார்ந்த குற்றங்கள். இதற்கான காரணங்கள்னு பார்த்தா, பேராசை, இயலாமை, திருமணத்திற்கு மீறிய உறவுகள்.

ஒரு பெண் தன்னை எவ்விதங்களில் பலப்படுத்திக்கொள்ள வேண்டும்? உண்மையில் *Empowerment* என்றால் என்ன?

ஒரு பெண், முதலில், மனதளவில் தைரியத்தை வரவழைத்துக்கொள்ள வேண்டும். தன்னால் முடியும் என்ற நம்பிக்கை அவசியம். பெண் தன்னைத் தானே காத்துக் கொள்ள வேண்டும். எந்த ஊர் ராஜாவும் வெள்ளைக் குதிரையில் வந்து உங்களை காப்பாத்த மாட்டார். நீயே தான் உனக்கு காவல் என்ற அளவில், உன்னை தயார் படுத்திக் கொள்ள வேண்டும். அதற்கென்று போர்வீர்ராகவோ, குத்துச் சண்டை போட்டியளராகவோ இருக்க வேண்டாம்.

முதலில், எல்லா நிலையிலும் *alert*-ஆ இருக்கனும். ஒரு நிகழ்வுக்குப் பின், அடுத்து என்ன என்று மனம் கடகடனு சிந்திக்கனும். மனப் பயிற்சியும் துணிச்சலும் வேண்டும்.

அடுத்து, முக்கியமான விஷயம் *emotion* உணர்வுகள். உணர்ச்சி ரீதியா, யாரையும் நம்பியிருக்கக் கூடாது. உணர்வு சார்ந்து அடுத்தவரை ஊன்றுகோலாக பயன்படுத்திக்கொள்வது தேவையில்லை. நட்புடன், இனிமையாகப் பழகலாம். அதில் தவறில்லை. அது வாழ்க்கைக்கு வளம் சேர்க்கும். ஆனால், அவர் இல்லாமல் நான் இல்லை, எது நடந்தாலும் உடனே போய் அவரிடம் சொல்ல வேண்டும், போன்ற *emotional crutch* எல்லாம் வேண்டாம். இப்படி நினைப்பவர்களால்தான் நமக்குத் துன்பம் வரும்.

கலைஞர் சொன்னது போல, கூடா நட்பு கேடாய் முடியும். இது நடந்ததை நாம் எல்லோருமே கண்ணால் பார்த்திருக்கோம். எவ்வளவு அதிகாரம் பெற்ற மனிதராக இருந்தாலும், அவர்களை உடன் வைத்துக் கொண்டு *surrender* ஆக வேண்டாம். இந்தச் சார்பு நிலை யாருக்கும் தேவையில்லை.

அடுத்து, பொருளாதாரம். பணத்திற்காக யாரையும் எதிர்பார்க்கக் கூடாது. நம் தேவைகளை நாமே பார்த்துக்கொள்ளும் அளவிற்கான திறனை வளர்த்துக்கொள்ள வேண்டும். தலைவலிக்கான ஒரு மாத்திரை வாங்கக் கூட பிறர் கையை நம்பி இருப்பது வாழ்க்கை அல்ல. பிடித்த உடை வாங்கிக்கொள்ள, உங்க தோழி வந்தா ஒரு காபி டிபன் வாங்கிக் கொடுக்க, இதற்கெல்லாம் பணம் தேவை. அரசு பதவிதான் என்றில்லை. படிப்பிற்கேற்ற வேலையைத் தேடிக்கொள்ளலாம், அல்லது வீட்டில் இருந்தபடியே வேலை செய்யலாம், வியாபாரம் தொடங்கலாம், ஒரு பெட்டிக் கடை வைக்கலாம், விவசாயியாக இருக்கலாம்.

உங்களுக்கென்று ஒரு வருமானம் அவசியம். சுருக்கமாகச் சொல்லப் போனால், உணர்ச்சி, பொருளாதாரம், பாதுகாப்பு போன்ற தேவைகளுக்கு, யாரையும் சார்ந்து இருக்கக் கூடாது.

காவல்துறையில் தாங்கள் கற்றுக்கொண்ட, முதல் மறக்க முடியாத பாடம், என்னவாக இருந்தது?

என் முதல் பாடம் அகாடமியில்தான். வெளியில் இருந்து நிறைய பேர் வந்து பாடம் நடத்திட்டு போவாங்க. காவல்துறையில் பணியாற்றுவது, வாழ்க்கை பாடங்கள் எல்லாம் சொல்லிக் கொடுப்பாங்க. அதன்பின் பயிற்சிக்காக வேலூர் வந்தேன். அங்கே, வயதில் மூத்த காவல்துறையினர் இருந்தாங்க.

அதுல, நடராஜர் என்பவரின் அறிவுறைகள் எனக்கு ரொம்ப வித்தியாசமா பட்டுது. அவர் சொல்வார், "காவல் துறையில, நிறைய பேர் லஞ்சம் வாங்குவாங்க. அது வாங்குவது கூடத் தவறில்லை. ஆனா, எப்படி வாங்கனும்னு ஒரு கணக்கு இருக்கு" என்பார். எனக்கு ஆச்சர்யம் இருக்கும்

இவர் என்ன சொல்ல வராறுன்னே புரியாது. உடனே விளக்குவார், "இப்போ... ஒரு வீட்ல கொலை நடந்த உடனே அந்தக் கொலைகாரன், ஆயிரக்கணக்கில் நமக்கு பணம் தரத் தயாரா இருப்பான். அந்த பணம் நமக்குத் தேவையில்லை. அதை விட கொலையுண்ட அந்த வீட்டு மனிதர்களிடம் போய் நீ பணம் கேள். எதற்குன்னா, நமக்கு அந்தக் கொலைகாரன் பற்றிய தகவல் வரும். இந்த ஊரில் இருக்கிறான், உதாரணத்திற்கு பெங்களூரில் இருப்பதாகத் தகவல் வரும். நீ இங்கே வேலூரில் இருந்து உடனே கிளம்பினால் அவனைப் பிடிக்கலாம். பெங்களூர் வரை உடனே சென்று வர அவர்களிடமே பணம் கேள். வேலையை துரிதமா முடி. அவர்களிருக்கும் வேதனையில் எப்படிக் கேட்க என்று யோசிக்க வேண்டாம். ஒரு காவலாளியாக, அவர்களுக்கு உதவி செய்ய, அவர்களிடம் இந்த உதவியை கேட்டு நீ செய்யலாம்" என்பார்.

அதை அவர் சொல்லக் காரணம், என்னனு பார்த்தீங்கன்னா, இன்று உள்ள வசதிகள் எங்களுக்கு அப்ப கிடையாது. குற்றவாளியிடம் பல ஆயிரங்கள் வாங்குவதை விட, இது எவ்வளவோ மேல் என்பார்.

அடுத்து. நான் ஒரு பெண் என்பதால் இதைச் சொன்னாறானு தெரியல, நிறைய வீடுகள்ல களவு போகும். 100 பவுன் 200 பவுன் திருட்டு மோகும். அதை கண்டுபிடித்து, திரும்ப கொடுக்கும் போது, "100பவுன் இருக்கு... திரும்ப கொடுக்க போறோம். இதில் இருந்து ஒரு தோடோ, சின்ன நெக்லஸோ எடுத்தா, அவங்களுக்குத் தெரியவாபோகுது? மொத்தம் 97 பவுன்தான் கிடைச்சதுனு சொன்னா, கிடைத்தவரை போதும்னுதான் சந்தோஷப்படுவாங்க... அப்படீங்கற எண்ணத்தோட, அந்த சின்ன நகைக்கு நீ ஒருநாளும் ஆசைப்படாதே"னு சொல்லுவார். காரணத்தையும் அவரே சொல்லுவார், "நாம கண்டுபிடிக்கும் அந்தத் திருட்டு பொருள், சிவன் சொத்து. அதுல ஒரு போதும் நீ கை வைக்காதே" என்று எனக்கு அவர் சொல்லிக் கொடுத்தது, என் மனசுல பசுமையா பதிஞ்சு போச்சு.

உங்களுடைய வாசிப்பும் எழுத்தும்?

காவல்துறை பணி என்பது, எனக்கு 22 வயதில் வாய்த்தது. ஆனால், எழுத்தும் இலக்கியமும், எனக்கு 8 வயது முதலே அறிமுகம். எங்க வீட்டு பக்கத்துல, கந்தசாமி என்பவர் குடியிருந்தார். அவரிடம் பாடம் படிக்க போவேன். பூங்குன்றன் என்ற புனைபெயரில் நிறைய எழுதுவார். அவருடைய கவிதைகளுக்கு, முதல் வாசகியும் விமர்சகரும் நான்தான்.

அடுத்து, அவருடைய பழக்கம் என்னனா, ஈசீ சேர்ல கண்ணை மூடி படுத்திருப்பார். என் கையில், மு.வா. உரையுடன் திருக்குறளை கொடுத்து, விளக்க உரையுடன் வாசிக்கச் சொல்லி, அவர் காதில் கேட்டு கொண்டிருப்பார். இப்படியாக பல இலக்கியங்களை நான் அவருக்கு வாசித்தேன். அதுமட்டும் அல்ல, அவர் வேலை செய்யும் பள்ளியின் நூலக மேலாளரும் அவர்தான். நிறைய புத்தகங்களை வீட்டிற்கு கொண்டு வந்து, லெட்ஜரில் குறிப்பார். இந்த வேலையில் நானும் உதவியாக இருப்பேன். இப்படியாக, புத்தக வாசிப்பின் மீது ஆர்வம் அதிகரித்தது.

தெருவில் யார் புதிதாக குடி வந்தாலும், அவங்க வீட்ல புத்தகம் இருக்குனு தெரிஞ்சா, உடனே ஆர்வமா போய் பார்ப்பேன். புத்தகம் இல்லைனா, அவங்க கூட பழக மாட்டேன். அதேபோல, எங்க வீட்டுக்கு பால் கொண்டு வந்து கொடுக்கும் வெங்கடேசன் என்பவர், வங்கியில் பியூன் வேலை பார்த்து வந்தார். அவங்க அம்மாவும் அப்பாவும் கல்கியின் தீவிர வாசகர்கள். என்றைக்கு கல்கி ஆரம்பிக்கப்பட்டதோ, அன்றிலிருந்து எல்லா பதிவுகளையும் பைண்டிங் பண்ணி வெச்சிருந்தாங்க. அதை ஆர்வத்தோடு வாங்கி வந்து படிச்சேன்.

இப்படியாக ஒரு சமயம், ஒரு டீச்சர் தம்பதி, எங்க தெருவுல குடிவந்தாங்க. அந்த அம்மா ஒரு தீவிர கம்யூனிஸ்ட். அந்த காலத்திலேயே அவங்க வீட்டுகாரர 'காம்ரேட்'ன்னுதான் கூப்பிடுவாங்க. அவங்க, நூலகத்திலிருந்து நிறைய புத்தகங்கள வாங்கிட்டு வந்து படிக்கிறத நான் பார்ப்பேன். எனக்கு ஆச்சரியமா இருக்கும். 'பள்ளிக்கு வெளியே இப்படி நூலகம்னு ஒன்னு இருக்கா? அங்க போய் யார் வேண்டுமானாலும் புத்தகம் எடுத்து வந்து வீட்ல வச்சு படிக்கலாமா..'னு ஆச்சரியமா பார்ப்பேன். அவங்க படிச்சிட்டு மேசை மீது வைத்த புத்தகங்கள நான் கேட்டு வாசிப்பேன். என்னுடைய ஆர்வத்தைப் பார்த்து, அவங்களே என்னை லைப்ரரிக்கு கூட்டிட்டு போய், அவங்களே பணம் கட்டி சேர்த்துவிட்டாங்க.

அவங்க என்னமோ சேர்த்து விட்டுட்டாங்க. ஆனா, நான் அங்க ஒவ்வொரு முறையும் பதுங்கி பதுங்கிதான் போகனும். தெருவுல ஆள் நடமாட்டம் இல்லாத சமயமே பார்த்து, நூலகத்துக்குள்ள ஓடிபோய், அவர் எடுத்து வைத்திருந்த புத்தகங்கள வாங்கிட்டு ஓடி வந்துடுவேன். காரணம், பெண்பிள்ளைகள் இது போன்ற இடங்களுக்கு செல்வதை கூட கிண்டலாக பேசிய காலம் அது. இது ஒருபக்கம் இருக்க, வீட்டிலும் என் நிலைமை வேறு. அப்பாவுக்கு, பாடப் புத்தகங்களை தவிர, வேறு எந்த புத்தகமும் படிக்ககூடாது. இதையெல்லாம் படிச்சா பொண்ணு கெட்டுபோய்டுவா என்பதுதான் அவருடைய காரணம்.

ஒன்பது மணிக்கெல்லாம் அப்பா லைட்ட அணைச்சுடுவார். பரிட்சைக்கு படிக்கனும்னு சொன்னா கூட, 'இத்தனை நாள் படிக்காததை இந்த ராத்திரியில உட்கார்ந்து படிக்கப் போறியா'னு கேட்பார். இவர் இப்படி செய்வார்னு தெரிஞ்சு, முன்கூட்டியே தலையனைக்கு கீழ டார்ச் லைட் ஒளிச்சு வெச்சுடுவேன். அதை கொண்டு, புத்தகம் படிப்பேன். இப்படியாக எல்லா ரஷ்ய இலக்கியங்கள வாசிச்சேன். டால்ஸ்டாய், செக்காவ், மைக்கல் ஷொடொகொ, இப்படி பல எழுத்தாளர்கள் எனக்கு அறிமுகம் ஆனார்கள்.

அம்மா பாரதியார் பாடல்கள் புத்தகத்த வீட்ல வச்சு இருந்தாங்க. அதை நான் முழுசா மனப்பாடம் பண்ணேன். 'கண்ணீர் விட்டு வளர்த்தேன் சர்வேசா..' என்ற பாடலை நான் எப்போ கேட்டாலும், வாசிச்சாலும், கண் கலங்கும். அதே போல, வ.உ.சி. பற்றிய அவர் பாடல். வ.உ.சி. மேல

காவல்துறையில் பணியாற்றியபோது, சிரமத்தோடு என்னை வந்து சந்தித்த பெண்கள், அவங்க தாயாரிடம் கூட, சில விஷயங்கள பகிர்ந்திருக்க மாட்டாங்க. ஆனா என்கிட்ட பகிர்ந்துக்குவாங்க. அதற்கு காரணம், நான் அதிகாரத்துடன் இருக்கேன் என்பதுதான்.

"

எனக்கு அதீத பற்று உண்டு. எல்லாரும்தான் சுதந்திரத்திற்கு போரடினாங்க. ஆனா, அந்த சுதந்திர போராட்ட தீயில், தன் குடும்பத்தையே ஆகுதியாக கொடுத்தவர் வ.உ.சி. தியாகத்தை உணராத நாடா இருக்கே, தியாகத்தை உணராத மக்களா இருக்காங்களேனு நினைக்கும் போது மனசு வலிக்கும்.

இப்படிப்பட்ட மக்கள் போடும் ஓட்டில்தான் அரசியல் தலைவர்கள் வர்றாங்க. இது ஒரு நச்சு ஓட்டமா மாறி போச்சுன்னு தோணும். இதற்காக போடப்பட்ட விதை தான் என் அம்ருதா பிரசுரம்.

அதிகாரத்தின் உயர் பதியில் இருந்த தங்களுக்கு, மிக மென்மையான மனித உணர்வுகளை பதிவு செய்யும் எழுத்துத் துறை, எப்படி சாத்தியமானது

எனக்கு தெரிஞ்சது இலக்கியம் மட்டும்தான். காவல்துறை பணி ஒரு கட்டத்தோட நிறைவு பெற்றது. இப்போ நான் போய் கேஸ் கண்டுபிடிக்க முடியாது. ஆனா இலக்கியம் அப்படி இல்ல. நான் நிறைய படிச்சிருக்கேன், நிறைய எழுதுவேன். சிவகாமியின் சபதம் படிக்கும்போதெல்லாம், என் மனசை ரொம்ப பாதிக்கும். அகிலனுடைய 'வேங்கை மைந்தன்', 'பாவை விளக்கு' எல்லாம் அழுதுட்டே வாசிப்பேன். பின் யோசிக்க ஆரம்பிச்சேன். ஒரு எழுத்துக்கு இவ்வளவு வலிமையா? அழவைக்கிறாங்க, சிரிக்க வைக்கிறாங்க, இது எப்படி சாத்தியம்னு யோசிச்சுப் பார்ப்பேன்.

இப்போ எல்லோரும் சொல்லும் வார்த்தை, *decoding*, கட்டுடைத்தல். இந்த வார்த்தை எனக்கு அப்போ தெரியல. ஆனா, பள்ளி பருவத்திலேயே நான் அதை செய்திருக்கேன். அதன் பின் எதை வைத்து, கதாபாத்திரங்களை உருவாக்கி, நம்ம மனச பாதிக்கச் செய்றாங்கனு யோசிச்சு, மறுபடியும் இந்தக் கோணத்தில் முழு புத்தகமும் படிப்பேன். இப்படியாக எழுத்தின் மீது ஆர்வம் அதிகமாச்சு.

அடுத்து, நிறைய புது எழுத்தாளர்கள், வெளிச்சம் படாத எழுத்தாளர்கள், சிறு கிராமங்களில் இருக்கக் கூடியவர்கள், இவங்களுடைய பல படைப்புகள் வெளிவராமலேயே இருக்கு. இன்னொரு பக்கம், மூத்த எழுத்தாளர்கள் பலரை நாம் மறந்துட்டோம். திரும்பத் திரும்ப நாம சொல்ற பெயர்கள் புதுமைப்பித்தனும், ஜெயகாந்தனும், ஜானகிராமனும்

தான். ஆனா, அழகிரிசாமி பத்தி நிறைய பேசுறதில்ல. இதுபோன்ற மூத்த எழுத்தாளர்களுடைய படைப்புகளை மீண்டும் கொண்டு வரணும்.

இலங்கையில் ஒரு பெண்மணி. இலங்கையில், முதல் தமிழ் நாவலை எழுதியவர். அவரை யாருக்கும் தெரியாது. கோதை நாயகியை பற்றி யாரும் பேசுவதில்லை. பாரதிக்கு இணையாக, பல நெருக்கடிகளுக்கு இடையே எழுதியவர். இத்தனைக்கும் தமிழ் எழுத படிக்கத் தெரியாது. அவர் செல்லச் சொல்ல, அவருடைய உறவுக்காரப் பெண் அதை எழுதுவார்.

ஒருமுறை நான் கோபிச் செட்டிபாளையம் சென்றபோது, அங்கே ஒரு பேராசிரியர், 18ம் நூற்றூண்டின் முடிவில் அப்பகுதியில் வாழ்ந்த இஸ்லாமிய பெண்கள் சிலர், தாலாட்டு பாடல்களையும், ஒப்பாரிப் பாடல்களையும் எழுத்து வடிவில் சேகரிச்சிருந்தாங்க. அந்த குடும்பத்தை சேர்ந்தவர்களிடம் ஒன்று இரண்டு பதிவுகளே கிடைத்தன.

படிப்பு இருக்கோ இல்லையோ, இலக்கியம் சார்ந்த படைப்பாளிகள் பலர் இருந்திருக்காங்க. இந்தப் பதிப்பகத்தின் வாயிலாக, இப்படியானவர்களுடைய படைப்புகளை வெளிக் கொண்டு வரணும் என்பதுதான் என் நோக்கம்.

பதிப்பகம் ஆரம்பித்த பின், 'இதுல மட்டும் உறுதியா இருக்கனும்' என்று இன்றுவரை தாங்கள் கடைபிடிப்பது?

நானே ஒரு பதிப்பகம் நடத்தறேன். நானே ஒரு வார பத்திரிக்கையும் நடத்தறேன். ஆனால், 'என்னை முன்னிலைப்படுத்தும் விதமா, ஒருநாளும் இருக்க கூடாது' என்பதில் உறுதியா இருப்பேன். 'அமிர்தா' என்ற மாத பத்திரிக்கை தொடங்கி, 18 வருஷமாச்சு. இதுவரை என்னுடைய ஒரு கட்டுரை கூட அதில் வெளிவந்ததில்லை. என்னை முன்னிலைப்படுத்த ஒருநாளும் அதை பயன்படுத்த மாட்டேன். இலக்கியத்தை பரப்பி, வளர்ப்பதில் மட்டுமே என் கவனம் இருக்கும்.

காவல்துறையை விட்டு, வேறொரு பாதையைத் தேர்ந்தெடுத்திருக்கலாமோ என்று எப்போதாவது எண்ணியதுண்டா?

இல்லை. உறுதியாகக் கிடையாது. காவல்துறை பணி எனக்கு மகிழ்ச்சியும் மன நிறைவையும் தரக்கூடியதாகதான் இருந்தது. நான் செய்ய நினைத்ததை பல விஷயங்கள், சுருக்கமா சொல்லப் போனால், ஒருவருடைய கண்ணீரைத் துடைக்க வேண்டும், அவருடைய மனசுல நம்பிக்கை ஒளியை ஏற்ற வேண்டும் என்பதெல்லாம் நான் செய்ய விரும்பிய விஷயங்கள். இதையெல்லாம் நான் செய்வதற்கு, எனக்கு ஒரு அதிகாரத்தையும் காவல்துறை கொடுத்தது. என்னுடைய கை வெறும் கையாக நீளாமல், அதற்குப் பின்னால் இன்னும் ஒரு லட்சம் காவல் வீரர்கள் சேர்ந்து அந்தப் பணியில் ஈடுபட்டு செய்ய கூடிய துறை அது.

இது போக, பலவிதமான மனிதர்களை சந்திக்கக் கூடிய வாய்ப்பு எனக்கு கிடைத்தது. காவல்துறையில் பணியாற்றியபோது, சிரமத்தோடு என்னை வந்து சந்தித்த பெண்கள், அவங்க தாயாரிடம் கூட, சில விஷயங்கள

பகிர்ந்திருக்க மாட்டாங்க. ஆனா என்கிட்ட பகிர்ந்துக்குவாங்க. அதற்கு காரணம், நான் அதிகாரத்துடன் இருக்கேன் என்பதுதான். இப்படியாக பல மனிதர்கள், சிந்தனைகள், சூழல்கள், சூழல் மாற்றங்கள் என பலவற்றை கற்பித்தது காவல்துறைதான். இது எல்லாமே என் எழுத்துக்கு உரம் சேர்த்தது, மறுபக்கம், என் இலக்கிய வாசிப்பு, மனிதர்களின் உணர்வுகளைப் புரிந்துகொள்ள உதவியது. ஒன்றுக்கு ஒன்றாக, இரு பணிகளுமே உதவியாக அமைந்தது.

பெண்கள் அரசு அதிகார பீடத்திற்கு செல்வதற்கு தடையாக இருப்பதும் எது?

பெரியார் சொன்னது போல, இது 500 ஆண்டு கால இருட்டு. பெண் அடங்கி நடக்கணும், ஆண் என்பவன் ஆளப்பிறந்தவன், வீரன், பெண் என்றால் அன்பு, பெண் என்றால் கற்பு... இப்படியாக சில குணங்களை விதிச்சு வச்சுட்டாங்க. இந்தச் சிந்தனை ஓட்டத்திற்கு பெண்கள் பலியானாங்க. காலம் காலமாக தொடர்ந்து வந்த இந்த மரபு தான் தடை. அதை உடைத்து ஒரு பெண் செயல்பட்டால், 'என்ன அடங்காப்பிடாரியா இருக்காளே... தான்தோன்றியா இருக்காளே..'னு பேச ஆரம்பிப்பாங்க. பல வீட்டில் பெண்களே இப்படி பேசறாங்க. இப்படிப்பட்ட சிந்தனை தான், நம் பெண்கள் முன்னேற தடையா இருக்கு.

அதை எப்படி சமாளித்து எதிர்கொள்வது?

இன்று பெண்கள் படிக்க ஆரம்பித்துவிட்டார்கள். வேலைக்குச் செல்லவோ, சுய தொழில் செய்யவோ, கற்றுக்கொண்டார்கள். பெண்கள், தான் பெற்ற கல்வியின் பயனை முழுமையா பெறனும். ஒரு தோடு போலவோ, செயின் போலவோ மாட்டிக் கொள்வதற்கல்ல கல்வி. 'கற்ற பின் நிற்க அதற்குத் தக'. அதுபோல, இவர்கள் படிப்பின் மூலமாக யாரைத் தெரிந்துகொண்டார்கள்? இந்திராகாந்தி அம்மையாரைப் பற்றி தெரிந்துகொண்டார்களா? பண்டார நாயிகே பற்றி வாசித்தார்களா? இவர்களின் மூலமாக, நல்லதைச் செய்தவர்கள், எப்படி முன்னேறி, தன்னை சுற்றி உள்ளவர்களையும் முன்னேற்றி, நாட்டுக்கு சேவை செய்தார்கள் என்பதை தெரிந்துகொள்ளலாம்.

கல்வியை தவறாக பயண்படுத்தினால், அவப்பெயர் அடைவார்கள் என்பதற்கும் உதாரணங்கள் உண்டு. பொது வாழ்வில் எப்படி நடந்துக்க கூடாது என்பதற்கான உதாரணங்களும் உண்டு. இந்த இரண்டையும் படித்து, உங்கள் மனதில் தோன்றும் ஒரு மாடலை (model) கொண்டு பணிச் செய்யுங்கள்.

குறிப்பாக, அரசாங்க வேலையில் இருப்பவர்களுக்கு நான் சொல்ல நினைப்பது, அரசாங்க பணியில், மக்களுக்கு சேவை செய்யும் நோக்கத்துடனே இருக்க வேண்டும். நம் constitution (அரசியலமைப்பு) ஒரு மிகப் பிரமாதமான constitution. அதில் சொல்லப்பட்ட விஷயங்களை செயல்படுத்துவது மட்டுமே ஒரு அரசாங்க பணியாளரின் நோக்கமாக

இருக்க வேண்டும். நம் மக்களுக்கும், அரசியலமைப்பு சட்டத்திற்கும் பதில் சொல்ல வேண்டிய நிலையில் உள்ளோம் என்பதை உணர்ந்து செயல்பட்டாலே போதும்.

பெண்கள் தங்களை மேம்படுத்திக்கொள்ள இன்று நிறைய வழிகள் இருக்கு. அன்றைய வீர நங்கைகள், வேலு நாச்சியார், கிட்டூர் ராணி போன்றவர்களைப் பாருங்கள்... வேலு நாச்சியார் 16ம் நூற்றாண்டைச் சேர்ந்தவர். பல மொழிகளில் பாண்டித்யம் பெற்றவர். இதுபோல நாமும் ஆகலாமே! ஆனால், இன்றைய பெண்களின் எண்ணம், எப்படி இடையை குறைப்பது? எப்படி அந்த நடிகையை போல் ஆவது? அது என்ன... ஜீரோவா?

Size zero அம்மா.

ஆ... இதுபோன்ற சிந்தனைகளில்தான் இருக்காங்க. இன்று அதிகாரத்தில் நிறைய பெண்கள் இருக்காங்க, ஆனால் இவர்களில் பலர், குஷ்வந்த் சிங், ஒரு பெண்கள் மாநாட்டில் சென்னது போல, "அதிகாரத்தில் உள்ள பெண்கள் பலர் வந்திருந்தனர். ஆனால், இவர்களில் பலர், பிரபலமான ஆண்களின் படுக்கை வழியாகவே வந்தவர்கள்" என்றார். அதாவது, பிரபலமானவரின் மகளாகவோ, அல்லது காதலியாகவோ இருந்து ஆட்சியை கைபற்றியவர்கள் என்று குறிப்பிட்டார். இதுபோல இல்லாமல், இன்னும் நிறைய பெண்கள் சுயம்புவாக இயங்கி, களத்தில் இறங்கி, மக்களை சந்தித்து, நம்பிக்கை பெற்று ஆட்சிக்கு வரும்படியாக இருந்தால், அது மிகவும் நல்ல முன்னேற்றமாக இருக்கும்.

இன்றைய நாளிலிருந்து, பல பெண்கள் இப்படியாக முன்னேற, நடைபோட ஆரம்பிக்கலாம்.

தாங்கள் பெருமிதம் அடைந்த தருணம்? கடந்துவந்த மைல் கற்கள்?

ஒருமுறை ஆண்டி மடத்திற்கு, ஒரு திருமணத்திற்காக சென்று கொண்டிருந்தேன். சிமெண்ட் கெஸ்ட் அவுஸில் தங்கியிருந்தேன். அங்கிருந்து 20, 25 கி.மீ பயணித்து, திருமணத்திற்கு போக வேண்டும். ஒரு கூட் ரோட்டில் போலீஸ் வண்டி போய்க்கொண்டிருந்தபோது, ஒரு பெண்மணி, நடு ரோட்டில் கைகளை அசைத்து, ஜாடை காட்டிக் கொண்டிருந்தார். ஏதோ லிப்ட் கேட்டு நிக்கிறாங்க போலனு நெனச்சு, டிரைவர் வண்டிய நிறுத்தாம போய்ட்டார். திருமண வீட்டில் ஒரு பெண் என் பக்கத்துல உட்கார்ந்தாங்க. "அம்மா என்னை நினைவிருக்கா"னு கேட்டாங்க. எனக்கு உண்மையிலேயே ஞாபகம் இல்ல.

"யாருமா? நாம இதுக்கு முன்னால சந்திச்சிருக்கோமா?"

"என்னமா, நான்தான் சரோஜா. இங்கதான் நர்ஸ் வேலை பார்க்குறேன். இன்னைக்கி பேப்பர்ல நீங்க இங்க வரப் போறதா படிச்சேன். அதனாலதான் வழியிலேயே காத்திருந்து, உங்க வண்டியை கை காட்டி நிறுத்தப் பாத்தேன்.

எல்லாவற்றிற்கும் மேலாக, ஆணுக்கு பெண் சமம்தான், ஆனால் ஆண் குடித்தால், நானும் குடிப்பேன். ஆண் சகரெட் பிடித்தால் நானும் பிடிப்பேன் என்பது சமத்துவமோ, விடுதலையோ அல்ல.

"

இப்பதான் தெரியுது, நீங்க என்ன சுத்தமா மறந்துட்டீங்கனு" என்றார்.

அப்பெண்மணியை நான் சந்திக்கும்போது அவருக்கு 16, 17 வயசிருக்கும். இப்போ திருமணமாகி, குழந்தைகள் பெற்று, ஆளே அடையாளம் நெரியவில்லை. நான் அவருக்கு செய்த உதவிகளையெல்லாம் சொல்லிக்கொண்டிருந்தார். தமிழ்நாட்டின் சிறந்த நர்ஸுக்கான விருதை பெற்றுள்ளார். கேட்க ரொம்ப சந்தோஷமா இருந்தது.

அந்த பெண்ணைப் பற்றி நான் சொல்லியாக வேண்டும். என்னை சந்திக்கும்போது, மிக மோசமான நிலையில் இருந்தார். என்னை பார்க்காமல் இருந்தால் போயே இருப்பாள். என்னால் முடிந்த வகையில் பலருக்கு உதவி செய்தேன். என்னை தேடி வந்து நன்றி சொல்ல வேண்டும் என்று எதிர்பார்க்க மாட்டேன். மாதம்தோறும், எனக்கு வரும் சம்பளத்திலிருந்து, வீட்டு பட்ஜெட் போக, தனியே ஒரு வங்கி கணக்கு தொடங்கி, அதில் ஒரு தொகையை போட்டுக்கொண்டே வருவேன். இப்படி தேவைப்படும் பெண்களுக்கு பயன்படும் என்பதால்.

பேப்பரில் படித்து, ரோட்டில் காத்திருந்து, என்னை அந்த பெண் சந்திக்க வந்தது, மறக்கமுடியாத நிகழ்வு.

இன்னும் கடந்து போக வேண்டிய தூரம்? அடுத்த இலக்கு?

நிறைய கனவுகள் இருக்கு. ஆனால், இதற்குமேல் என் காலம் எவ்வளவுனு எனக்கு தெரியல. அத்துடன், மேலும் பணி செய்ய, உடல் பலமும், பொருளாதார பலமும் இல்லை.

இன்றைய தேதியில், முதியோர் படும் துன்பம், மன வேதனையை கொடுக்குது. மதுரவாயில் (சென்னை) பகுதியில், ஒரு முதிய தம்பதி, ரோட்டில், தங்கள் மீது பெட்ரோல் ஊற்றி, பற்றவைத்துக்கொண்டனர். விசாரித்ததில், அவர்களுக்கு இரண்டு பிள்ளைகள். நல்லா படிக்க வெச்சுருக்காங்க. இருவரும் வெளிநாட்ல இருக்காங்க. இவங்கள கவனிக்க யாரும் இல்லை.

எப்போதாவது சமயம் கிடைக்கும்போது முதியோர் இல்லம் போய், அவர்களுடன் பேசுவேன். அவர்கள் கதையை கேட்டால் கண்ணில் ரத்தம்

வரும். சில பெற்றோர்கள் இறந்து போன செய்தியை தெரிவித்தாலும், 'பணம் அனுப்பறேன், இறுதி சடங்க நீங்களே செஞ்சு முடிச்சிடுங்க' என்று சொல்லும் பிள்ளைகள் உண்டு. கொஞ்சம் பாசம் உள்ள பிள்ளைகள், அதை ஃபோட்டோ பிடித்து அனுப்புங்க என்பார்கள்.

என் ஆசை என்னனா, நட்சத்திர அந்தஸ்துடன், நிறைய அறைகள் கொண்ட பெரிய கட்டிடத்தை உருவாக்கனும். தேவைப்படும் முதியவர்கள், நேரே உள்ளே வந்து தங்கிக்கொள்ளலாம். அவர்களுக்கான ஒரு ஆதரவு கிடைக்கும்வரை தங்கலாம். அதேபோல, கணவனால் பாதிக்கப்பட்ட பெண், எத்தனை நாட்கள் வேண்டுமானாலும். வந்து தங்கலாம். தனக்கொரு வழி பிறக்கும் வரை, இங்கே இருக்கலாம். நல்லா சாப்பிடலாம், ஆடலாம், பாடலாம், சந்தோஷமா இருந்துட்டு போகலாம்.

அடுத்த ஆசை, கோச்சிங் சென்டர். இன்று ஐ.ஏ.எஸ் பயிற்சி ஒரு பெரிய வியாபாரமாகவே மாறிப்போச்சு. அரசாங்கத்தில் பயிற்சி கூடங்கள் இருக்கு. ஆனா, அதில் சேரவே, தேர்வு எழுத வேண்டும். என் ஆசை என்னனா, ஒரு பயிற்சி கூடம் அமைத்து, படிக்காத பெற்றோர்களின் பிள்ளைகளாக, வருமானம் குறைவான குடும்பத்திலிருந்து வந்த பிள்ளைகளாக, ஆர்வம் உள்ள பிள்ளைகளாகப் பார்த்து இவர்களுக்கு, இலவசமாக பயிற்சி அளிக்க வேண்டும்.

இது எதுவும் நிறைவேறவில்லை.

உங்கள் பயணத்தையும், தனிப்பட்ட குடும்ப வாழ்கையையும் எப்படி சமநிலைப்படுத்திக்கொண்டு போனீங்க? *Work life balance*.

நேர மேலான்மைதான் எல்லாமே. கட்டாயமாக ஒருசில உதவிகளை உள்கள் குடும்பத்தாரிடமிருந்து பெற்றுக்கொள்ள வேண்டும். பெற்றோர்களை உடன் வைத்திருப்பது நல்லது. எல்லாவற்றிற்கும் மேலாக, உங்கள் பிள்ளைகளிடம் பேச வேண்டும். அவர்களுடைய நிலையில், நம் வேலையை புரிய வைக்க வேண்டும்.

நான் என் பிள்ளையை அமரவைத்து, 'உன் அம்மா மற்ற அம்மாக்கள் போல இல்லை. கொஞ்சம் ஸ்பெஷல்தான். இன்றைக்கு, பாராளுமன்றத்திலேயே குறைந்த அளவில்தான் பெண்கள் இருக்காங்க. எல்லா இடத்திலேயும் அப்படிதான். அப்படி இருக்கும்போது, அம்மா ஒரு பெருமையான இடத்தில இருக்கேன். இதுல சந்தோஷமா, பெருமையா என்று கேட்டால், அவன் நிச்சயம் பெருமைதான் என்பான். "அப்படியானால் நீ அம்மாவுக்கு சில உதவிகள் செய்ய வேண்டும்.." என்று, மகனை ஒரு பெரியவர் போல பாவித்து பேசுவேன். நான் டீச்சர் மீட்டிங் வருவதில்லை. ஆனால் நேரம் கிடைக்கும்போது உன் ஆசிரியர்களை போய் பார்பேன் என்று அவனுக்கு புரிய வைப்பேன்.

குழந்தைகள் நிச்சயம் புரிந்துகொள்வார்கள். இப்படியாக ஒரு புரிதலுடன் செயல்படுங்கள்.

காவல்துறை பணியை மேற்கொள்ள நினைக்கும் மற்றவர்களுக்கு, நீங்கள் அளிக்கும் ஆலோசனை...

இன்றைக்கு, காவல்துறையின் அனைத்து மட்டத்திற்கும் பரிட்சை உண்டு. சில வருடங்கள் முன், உடல் ஆரோகியத்தைதான் பார்ப்பார்கள். இப்போ, பரிட்சையில், பொது அறிவு ரொம்ப முக்கியம். சுற்றி நடக்கும் நிகழ்வுகள், சமீபத்திய செய்திள், இதிலெல்லாம் கவனமாக இருக்க வேண்டும். தமிழ் மற்றும் ஆங்கிலத்தில் தேர்ச்சி பெற்றவரா என்று பார்பார்கள். இதை தவிர, உடற்பயிற்சி செய்ய வேண்டும். ஓடுவது, கயிறு ஏறுவது போன்றவை.

தங்களுக்குப் பிடித்த எழுத்தாளர்கள் மற்றும் புத்தகங்கள்?

அது ஒரு பெரிய பட்டியலே இருக்கு. (சிரித்தார்)

சில புத்தகங்கள் அல்லது எழுத்தாளர்களை சொல்லுங்களேன்?

இந்தியாவை பொருத்தவரை, ரபீந்திரநாத் தாகூர், பிரேம் சந்த்

நம் ஊரில், பாரதியார்.

வெளிநாடுகளில், டால்ஸ்டாய், செக்காவ், இப்படி பலர்.

தங்களுடைய பொழுதுபோக்கு அம்சங்கள்?

பாட்டு கேட்க பிடிக்கும். சினிமா பார்ப்பேன். உலகளவில், பிரபல இயக்குனர்களின் படங்களை பார்ப்பேன். இன்றைய நவீன உலகில் பல வசதிகள் உண்டு. நெட்பிளிக்ஸ், அமேசான் போன்றவற்றில் நிறைய நல்ல படங்கள் இருக்கு.

டாக்குமென்டரீஸ் பார்பீர்களா?

பார்ப்பேன். *National geographic documentaries* நிறைய பார்ப்பேன்.

இறுதியாக, புழுதி 'பெண்ணதிகாரம்' வாயிலாக, தாங்கள் சொல்ல நினைக்கும் கருத்துக்கள்?

பெண்கள் யாருக்கும் சளைத்தவர்கள் அல்ல. ஆணுக்கு உள்ள அத்தனை திறமைகளும் பெண்ணுக்கும் உண்டு. என்ன, ஆண் 50கி அரிசி மூட்டையை தூக்க முடிந்தால், பெண் 25 கிலோவாக, இரண்டு பைகளை தூக்கி வரலாம். அவ்வளவுதான். இருக்கும் வேலைகளை பெண்கள் செய்து பழக வேண்டும். லைட் மாற்றுவதாக இருக்கட்டும், வங்கி வேலையாக இருக்கட்டும், ஷேர் மார்கெட் என்றால் என்ன, பண மேலாண்மை என்றால் என்ன, இது எல்லாமே தெரிந்துகொள்ள வேண்டும்.

மொபிலிட்டி ரொம்ப முக்கியம். கார் ஓட்டத் தெரிந்தால் போதாது. டையர் பஞ்சரானால் ஜாக்கி மாற்ற தெரிய வேண்டும். கரண்ட் ஃபியூஸ் போனால், ஒரு ஆண் வந்து மாற்றும்வரை காத்திருக்கக் கூடாது. அது ஆணின் வேலை என்றால், பின் எங்கிருந்து வரும் சமத்துவம்? எதிலெல்லாம் புழங்குறீங்களோ அவற்றையெல்லாம் கையாளத் தெரிய வேண்டும்.

எல்லாவற்றிற்கும் மேலாக, ஆணுக்கு பெண் சமம்தான், ஆனால் ஆண் குடித்தால், நானும் குடிப்பேன். ஆண் சிகரெட் பிடித்தால் நானும் பிடிப்பேன் என்பது சமத்துவமோ, விடுதலையோ அல்ல.

மனித நாகரீகம் கண்டுபிடித்த அற்புதமான ஏற்பாடுதான் திருமணம். பெண்ணுக்கு ஆணின் தேவை இருக்கு, ஆணுக்கு பெண்ணின் தேவை இருக்கு. ஆக முறைப்படுத்தி நடந்து செல்ல வேண்டும்.

முக்கியமாக, நம் குழந்தைகளை நல்வழிப்படுத்தி வளர்தெடுக்கும் கடமை நமக்கு இருக்கு. ஆண் பெண் இருவருமாக சேர்ந்து, குழந்தை வளர்ப்பில் கவனம் செலுத்த வேண்டும். ஆண் பிள்ளைகளுக்கு, பெண்களை மதிக்கச் சொல்லிக் கொடுங்கள். இன்று திருமண உறவைவிட்டு வெளியேரும் தம்பதிகள், குழந்தைகளை நிராகரிக்கும் கொடுமை நடந்து கொண்டிருக்கு. எவ்வளவு பெரிய கொடுமை இது? இப்படி கவனம் செலுத்தப்படாத குழந்தைகள் தான் நாளைய குற்றவாளிகளாகும் சூழல் உருவாகுது.

ஆக, விடுதலை உணர்வுடன், குடும்பத்தைக் கட்டிக்காத்து, இருவரும் அனுசரித்து, வாழ்க்கையை சிறப்பாக நடத்திச் செல்லுங்கள். உங்கள் பிள்ளைகளையும் அதே மனநிலையுடன் வளர்த்தெடுங்கள்.

திருமிகு. திலகவதி ஐ.பி.எஸ்.
எம்.ஏ. பொருளாதாரம்
டி.ஜி.பி (*R*), எழுத்தாளர், பேச்சாளர், பதிப்பாளர்

நாலு பேர் என்ன சொல்வார்களோ

திருமிகு. நிவேதிதா லூயிஸ்

உங்களை பற்றிய அறிமுகம்...

நான் நிவேதிதா. பிறந்தது நெல்லை மாவட்டம், அம்பா சமுத்திரத்தைச் சேர்ந்த விக்கிரமசிங்கபுரத்தில். தாமிரபரணியின் கரையில் இருக்கக்கூடிய, ஒரு அழகான ஊர். இயற்கையுடன் ஒன்றிய ஒரு பாதுகாப்பான வாழ்க்கை. அம்மா ஒரு ஆங்கில ஆசிரியை. வீட்டில் அம்மாவுடன் பேசிக்கொண்டிருக்கும் போதே, ஷேக்ஸ்பியரையும், கீட்ஸையும் மேற்கோள் காட்டிப் பேசுவார். ஒரு சாதாரண உரையாடலாகவே இருக்காது. இத்தன்மை, எனக்குள் நிறைய திறமைகளை வளர்த்துக்கொள்ள உதவியது. பள்ளியில் தமிழ், ஆங்கிலம், ஹிந்தி என அனைத்துப் போட்டிகளிலும் கலந்துகொண்டு வெற்றி பெறுவேன். வாசிப்புப் பழக்கத்தை எனக்கு ஏற்படுத்தியது என் அப்பா. ஆறாம் வகுப்பு படிக்கும்போது, நேரு அவர்களுடைய *Letters from a father to his daughter* என்ற புத்தகத்தை விரும்பி வாசித்தேன். பத்தாம் வகுப்பு வரும்போதே ரஷ்ய இலக்கியங்களை வாசிக்க ஆரம்பித்துவிட்டேன்.

பத்தாம் வகுப்பு இறுதியில், தோழிகள் சிலர், மதுரைக்குச் சென்று ரயில்வே ஆட்சேர்ப்பு *(recruitment)* பரிட்சை எழுத மதுரைக்குச் சென்றனர். நானும் ஜாலியா மதுரைக்குச் செல்வோமே, என்று அவர்களுடன் சென்று எழுதினேன். அதில் தேர்ச்சி பெற்று, தேர்வானேன். முதல் மதிப்பெண் பெற்றுவரும் எனக்கு, டாக்டர் ஆக வேண்டும் என்ற கனவு இருந்தது. ஆனால், இது மத்திய அரசாங்க வேலை, நிரந்தர வருமானத்திற்கான நல்ல வழி என்று பெற்றோர்கள் இரயில்வே படிப்பிற்காக சென்னை *SBOA*வில் சேர்த்துவிட்டனர். அங்கே ரயில்வே கமர்சியல் கோர்ஸ், ரயில்வே துறைக்கான இரண்டாண்டு படிப்பாக, 11 மற்றும் 12ம் வகுப்பை முடித்தேன். படிப்பை முடித்து கிளம்பும்போது, சிறந்த மாணவிக்கான சான்றிதழுடன் வெளியேறினேன்.

பன்னிரெண்டாம் வகுப்பு முடித்த உடனே, திருச்சியின் ரயில்வே *(goods shed)* சரக்குக் கொட்டகையில் வேலை. *Coal dock* கரி கூடாரத்திற்குள் ஒரு முறை உள்ளே சென்று வெளியே வந்தால்,

தலை முதல் கால் வரை, கரி படிந்து, கருப்பா வெளியே வருவோம். 'என்னடா இது, நாம எங்க வந்து என்ன பண்ணிகிட்டிருக்கோம்'னு கவலையா இருந்தது. ஆனா சம்பாதிக்கறோம்ங்கற திருப்தியும், அதற்கான தேவையும் இருந்ததால், தொடர்ந்து வேலை செஞ்சேன்.

அத்துடன் தபால் முறையில் B.Com, MBA படிப்பையும் முடித்தேன். திருமணம் ஆனது, கணவருக்கு வெளிநாட்டில் வேலை. இப்படியாக 35 வயது வரை திருச்சி ரயில்வேயில் பணியாற்றி, 2016ல் வேலையை விட்டேன். வேலையை விடும்போது, டிக்கெட் கவுண்டரில் வேலை செய்துகொண்டிருந்தேன்.

"முதல் பெண்கள்" புத்தகத்தை எழுத வேண்டும் என்ற சூழல் எப்படி உருக்கொண்டது? அதற்கான அவசியமாக நீங்கள் கருதுவது?

திருச்சி ரயில்வே பணியிலேயே முடங்கிவிட வேண்டாம் என்று நினைத்திருந்த சமயத்தில், மகனும் சென்னையில் உள்ள பள்ளியில் படிக்க வேண்டும் என்று விருப்பம் தெரிவித்தான். 2016க்கு பிறகு சென்னையில் குடியேறினோம். சென்னை எனக்கு ஒரு மிகப்பெரிய் திறப்பு. இங்கு நண்பர்கள் சிலர் மரபு நடை *(heritage walk)* போகும் பழக்கம் கொண்டவர்கள். அதில் நானும் ஈடுபட்டு, அதை பற்றி வலைதளங்களில் பதிவிட ஆரம்பித்தேன். என் எழுத்து என்பது, இப்படியாக ஆரம்பமானது.

அச்சமயத்தில், ஒரு விபத்தின் பேரால், கால் எலும்பு முறிந்து, ஆறு மாத காலம் ஓய்வில் இருக்க வேண்டிய சூழலில், முகநூலில் நிறைய பதிவுகள் போட ஆரம்பித்தேன். அதில் ஒன்று, 'முஸ்லீம் பெண்கள் பர்தா அணிவது கட்டாயம் என்று இல்லாமல் விருப்பத்தின் பெயரால் அணிய வேண்டும்' என்று பதிவிட்டேன். இதற்கு நிறைய சர்ச்சைக்குரிய விவாதங்கள் நடந்தன. யாரோ ஒருவர், என் புகைப்படத்தை பதிவிட்டு, 'இவர் ஒரு கிறித்தவரை மணந்துள்ளார். வரதட்சனை கொடுமைக்கு ஆளாகி, உயிருக்குப் போராடிக்கொண்டிருக்கிறார்' என்று பதிவிட்டார். தூத்துகுடி, கன்னியாகுமரி வரை இச்செய்தி பரவியது. உறவுக்காரர்கள் எல்லாம் தொலைபேசியில் அழைத்து பேச ஆரம்பித்துவிட்டனர். என்ன செய்வதென்று புரியாத நிலை. ஒரு வாரம் வலைதளங்களிலிருந்து ஒதுங்கி அமைதியாய் இருந்தேன்.

ஒருவாரம் கழித்து, மீண்டும் ஒரு புதிய பதிவுடன் புதிதாய்ப் பிறந்தேன். 'சமூக ஊடகங்களில் பிரச்சனையா? சமாளிக்க 25 வழிகள்' என்று பதிவிட்டேன். நல்ல வரவேற்பு. என் தோழி இதை குமுதம் சிநேகிதிக்கு அனுப்பி வைத்தார். இப்படியாகதான் என் முதல் கட்டுரை வெளியானது. அதன் பின் எடிட்டர் என்னை அழைத்து மரபு நடை பற்றி கட்டுரையாக எழுதச் சொன்னார். பின் அவர் அவள் விகடனுக்கு மாறிப் போகவே, என் கட்டுரைகள் அதில் வரத் தொடங்கின.

அவள் விகடனின் 20ம் ஆண்டு சிறப்பிதழுக்காக, இந்தியாவின் முதல் சாதனை படைத்த பெண்களைப் பற்றி எழுதச் சொன்னார். இதை ஒரு

தொடராக எழுத ஆரம்பித்தேன். பின் ஒருநாள், கமலா சத்தியநாதன் என்பவரை பற்றிக் கேள்விப்பட்டேன். 1901ல் பெண்களுக்கான முதல் பத்திரிகையைத் தொடங்கியவர். அடுத்த நாள் கன்னிமரா நூலகத்திற்குச் சென்றேன். 1901 முதல் 1939 வரையிலான பெண்கள் பத்திரிகைகளைக் கேட்டு வாங்கினேன். பொடிந்து போன பழைய தாள்களாக இருந்தது. மின்விசிறியின் கீழ் பார்க்கக்கூடாது, அதிக வெளிச்சம் படக்கூடாது என்ற நிபந்தனைகளுடன், ஒரு பெரிய பொக்கிஷத்தை என் முன்னே வைத்தார்.

1901ல் வெளிவந்த புகைப்படங்களையெல்லாம் பார்த்து வியந்து போனேன். காரணம், அந்த காலத்துப் பெண்களைப் பற்றிய ஒரு பிம்பம் நமக்கிருக்கும் அல்லவா. படிக்காதவர்களாக, வீட்டிற்குள்ளேயே இருப்பார்களென்று... ஆனால் நான் பார்த்த படங்கள் வேறு. ராஜா அண்ணாமலை டென்னிஸ் கிளப் என்று ஒரு படம். அதில், ஒரு 10 பெண்கள், புடவையை மேலே சொருகிக்கொண்டு, கையில் பேட்டுடன் ஒரு போஸ். முதன்முதலில் விமானம் செலுத்திய ஒரு முஸ்லிம் பெண்மணி, விமானத்தை இயக்கியவாறே ஒரு போஸ். புதுக்கோட்டை மாவட்டத்தின் முதல் பெண் மாஜிஸ்டிரேட்டின் புகைப்படம். பார்க்க பிரமிப்பாக இருந்தது. இதை ஏன் யாருமே பேசவில்லை? 'சுல்தான்ஸ் டிரீம்' என்ற அறிவியல் புனைகதையை ஒரு இஸ்லாமிய பெண் 1905ல் எழுதி உள்ளார்.

இதை வைத்து, சாதனை படைத்த பெண்களைப் பற்றி எழுத ஆரம்பித்தேன். இதுதான் 'முதல் பெண்கள்'ன் ஆரம்பம். கிட்டத்தட்ட 45 தமிழ்ப் பெண்களை பற்றி எழுதினேன். இதை மைத்ரி பதிப்பகம் வெளியிட்டது. இச்சமயம், கிழக்குப் பதிப்பகத்திலிருந்து தொல்லியல் சார்ந்து எழுதச் சொல்லிக் கேட்டார்கள். இதன் காரணமாக ஆதிச்சநல்லூர் போக ஆரம்பித்தேன். அங்குள்ள பொருட்களை ஆய்வு செய்து, சங்க இலக்கியங்களில் அதற்கான மேற்கோள்கள் மற்றும் திறவுகளுடன், 'ஆதிச்சநல்லூர் முதல் கீழடி வரை' என்ற புத்தகத்தை எழுதினேன். என் இரண்டு புத்தகங்களும் ஏறத்தாழ ஒரே சமயத்தில் வெளியாயின.

பெண்களைப் பற்றி எழுத ஏதாவது குறிப்பிட்டக் காரணம்?

வரலாறு என்றைக்கும் ஆண்களைப் பற்றிதான் பேசும். அந்த மன்னர் ஆண்டார், இந்த மன்னர் போனார் என்று வாசித்தே பழகிவிட்டோம். 2000 வருடங்களாக பெண்கள் என்ன ஆனார்கள், எங்கே போனார்கள், என்ற கேள்விக்கான விடை கிடைக்காது. சங்க காலத்தில் ஔவையாரைப் பார்க்கலாம், பின் காரைக்கால் அம்மையார் அதன் பின்னர் நேரே 19ம் நூற்றாண்டு. ஆங்கிலத்தில் சொல்வதுண்டு, ஒரு வேடன் கதை சொல்வது கதையாக இல்லாமல், சிங்கம் தன் கதையை அதுவாகவேதான் எழுத வேண்டும், என்பது போல, நம் கதையை நாமாகவேதான் சொல்ல வேண்டும். அது மட்டும் அல்ல, ஒரு பெண்ணின் வரலாற்றை, பெண்ணின் உணர்வுகளுடன், ஒரு ஆணால் நிச்சயம் எழுத முடியாது. வரலாறு என்றைக்குமே *History, His – story*யாகத்தான் இருந்துவருகிறது. அதை *Her-stories*ஆக மாற்ற வேண்டும் என்பதற்காகதான், எங்கள் பதிப்பகத்திற்கு '*Her stories*' என்று பெயரிட்டுள்ளோம்.

சமூகத்தில் பெண்ணின் கவனத்தை சிதறடிக்கும் காரணிகளாக நீங்கள் பார்ப்பது எவற்றை, மற்றும் அவற்றில் இருந்து எப்படி விடுபடுவது?

முதலாவதாக, *guilt ripping*. குற்ற உணர்வு. குடும்பம் என்ற சுழற்சிக்குள் பெண்கள் இருக்கிறார்கள். அவர்களைச் சுற்றி சமூகம் என்ற இன்னொரு வட்டம். இப்படியாக, பல வட்டங்கள் பெண்களைச் சுற்றி இருக்கு. இந்த வட்டத்திற்குள்ளேயே நாம் சமரசம் செய்துகொண்டு பயணிக்கிறோம். இந்தப் பெண் ராத்திரி 10 மணிக்கு மேலே வெளியே போறா, இவ எப்படி பட்டவளா இருப்பா என்ற பார்வையோடு சமூகம் பார்க்கும். பையனுக்கு பரிட்சை இருக்கு. ஆனா, இவ ஆய்வு செய்ப்போரேனு பையத் தூக்கிட்டு கிளம்பிப்போறா. இவ ஒரு நல்ல தாயா? என்ற கேள்வியை குடும்பம் எழுப்பும். அப்போ, குடும்பத்திற்கும், சமூகத்திற்கும் ஒரு நல்ல பெண்ணாக காட்டிக் கொள்ளவேண்டிய கிரீடம் நம் தலையில் சுமத்தப்பட்டிருக்கு. கட்டாயத்தின் பெயரால் நாமும் அதை சுமந்து கொண்டிருக்கிறோம். ஆக, ஒவ்வொரு பெண்ணும் வெவ்வேறு பாணியில் சமாளிக்கிறார்கள். நமக்கு எளிதான வகையில், நாம் நம் குடும்பத்தை சமாளிக்க வேண்டும்.

அடுத்து, வேலையும் குடும்பத்தையும் சமாளிக்கும் ஆற்றலை நாம் வளர்த்துக்கொள்ள வேண்டும். அந்த ஆற்றல் இல்லாத காரணத்தினால், 35 வயதிற்கு மேற்பட்ட பெண்கள் இதில் சிக்கித் திணறுவதை நான் பார்த்திருக்கிறேன். ஒருகட்டத்தில், இனி வேலை செய்து என்ன ஆகப் போகிறது என்ற சிந்தனை வரும். நான் என்ற ஒரு பெண் தனியானவள். அந்தக் குடும்பத்தில் ஒரு பங்கு. அந்தப் பெண்ணே அந்தக் குடும்பம் அல்ல. 'நான்' என்பதற்கு முக்கியத்துவம் கொடுக்க வேண்டும். அப்படிக் கொடுத்தால், சுயநலம் பிடித்தவள், என்ற முத்திரை குத்தப்படுவாளோ என்ற பய உணர்வு தோன்றும். இதை ஒதுக்கிவிட்டு, நான் என் வாழ்க்கையை வாழ வேண்டும் என்ற புரிதல் இருக்க வேண்டும்.

நான் ஒரு எழுத்தாளர் என்பது எனக்கான அடையாளம்.

நான் ஒரு பெண்ணியவாதி என்பது எனக்கான அடையாளம்.

இன்னாரின் மனைவி, மகள் என்ற பிற அடையாளங்கள் நமக்கு இரண்டாம் பட்சம்தான் என்ற புரிதல் இருக்க வேண்டும்.

அடுத்து, பல பெண்கள் இன்று பாதிக்கப்படுவது *peer pressure*ஆல். அலுவலகம் சென்றால், உடன் வேலை செய்பவர்கள் என்ன உடை அணிகிறார்கள், எப்படி உடுத்துகிறார்கள் என்று கவனிப்பது. உடனே வாங்க ஆசைப்படுவது. இந்தப் போட்டி மனப்பான்மை, நமக்கு எவ்விதத்திலும் பயனளிக்காது. என் தேவை என்ன என்ற சிந்தனையும், நான் யார் என்ற அடையாளமும் மட்டுமே உங்களைப் பற்றி பேசும்.

இந்த ஒப்பீடுதல் வலைதளங்களின் மூலம் அதிகமாகிறதல்லவா?

Exactly. ஒரு கணவன் மனைவி ஊருக்குப் போய் வந்து 10 புகைப்படங்கள் போட்டால், உடனே நானும் போக வேண்டும் என்ற மனப்பான்மை

அதிகரிக்கிறது. வீடு வாங்கினேன், கார் வாங்கினேன், அதை செய்தேன் போன்ற பழமைவாத சூழலை உருவாக்கி வைத்துள்ளோம். நமக்கிருந்த அரண், விழுமியங்கள் எல்லாமே மாறி போச்சு.

அதை விட்டு, நான் படித்த பள்ளிக்கு என்ன செய்தேன், நான வளர்ந்த கிராமத்திற்கு என்ன செய்தேன், சமூகத்திற்கு என்ன கொடுத்தேன், ஒரு குழந்தையின் கல்விக்கு உதவினேனா போன்ற விஷயங்களில் போட்டி போடலாமே. கார் வாங்குவதிலும் நகை வாங்குவதிலும் போட்டிப் போடும் நாம், இது போன்ற சமூக மேன்மைக்கு போட்டிப் போடலாமே. ஆண்கள் ஒருசிலர் இதைச் செய்து வந்தாலும், பெண்கள் அதிகம் செய்யாததற்குக் காரணம், பொருளாதார சுதந்திரம் இல்லாததுதான்.

பெரும்பாலும் பெண்களை உயர் பதவிகளுக்கு வரவிடாமல் தடுப்பது எவை?

பெரும்பாலும் ஒரு அலுவலகத்தில் ஒரு பெண் உயர் அதிகாரியை, ஆண்கள் ஏற்றுக்கொள்ள மாட்டார்கள். அவள் சொல்வதை நாம் கேட்க வேண்டுமா என்ற ஈகோ மனப்பான்மை குறுக்கே வரும். *Character assassination*ல் தொடங்கி, பல பிரச்சனைகளை உருவாக்குவார்கள். இது ஆண்கள் மட்டும் அல்ல, ஆணாதிக்கச் சிந்தனைக் கொண்ட பெண்களும் செய்கிறார்கள். 'அவங்க அந்த நிலைக்கு சும்மாவா வந்திருப்பாங்க..' என்று அந்த ஆணாதிக்க சிந்தனை கொண்ட பெண்ணும் சிந்திப்பாள். அதிகார வர்க்கத்தில் உள்ள ஒரு ஆண் தவறு செய்வதற்கும், அதே தவறை, ஒரு பெண் செய்துவிட்டால், அப்பெண்ணை இந்தச் சமூகம் அணுகும் விதமே வித்தியாசமாகத்தான் இருக்கும். ஒரு பெண்ணின் வாழ்க்கையை யாருமே பார்ப்பதில்லை.

பெண்களுக்கான சமூக பொருளாதார மேம்பாடு பற்றிய புரிதலின் அவசியத்தை உங்கள் பார்வையிலிருந்து சொல்ல முடியுமா? அதற்கான முன்னெடுப்புக்கள் எப்படி இருக்க வேண்டும்?

பன்னிரெண்டாம் வகுப்பு முடித்து நான் வாங்கின முதல் சம்பளம் ரூ.900. 17 வருடங்கள் நான் வேலை செய்து, பின் 2016ல் என் கடைசி சம்பளம் 80,000. வேலையை விட்டதால், திடீரென்று ஒருநாள், என் கையிலிருந்து அந்த 80,000 போய்விட்டது. கணவர் எனக்குத் துணையாக இருந்துவந்தாலும் கூட, என்றைக்காவது அவரிடம் வாய் திறந்து சற்றுக் கூடுதலாக பணம் கேட்க கூச்சமாக இருக்கும். ஆய்வுப் பணிகளுக்கு செல்லும்போது எனக்கு நிறைய செலவாகும். என் சம்பாத்தியம் என்று இருந்தால், எனக்கான சுதந்திரம் என்னிடம் இருக்கும்.

பல பெண்களுக்கு பொருளாதார சுதந்திரத்தின் அர்த்தம் புரியவில்லை. சம்பளம் வாங்கி, கணவரிடம் கொடுத்துவிட்டால், வேலை முடிந்ததென்று இருக்கிறார்கள். அப்படி இருக்கக் கூடாது. பெண்கள் பணத்தை மேலாண்மை செய்ய கற்றுக்கொள்ள வேண்டும். என்னால் பணத்தைக் கையாள முடியும் என்ற நம்பிக்கை பெண்களுக்கு அவசியம்.

> பொருளாதார ரீதியில், கிராம பெண்களில் கூட, 100 நாள் வேலை திட்டத்தில் உள்ள பெண்கள்தான் அதிகம் பாதிக்கப்படுகிறார்கள். அத்திட்டத்தின் மூலம் பணம் கிடைத்தாலும், குடிகார கணவனை வைத்துக்கொண்டு சமாளிப்பது கடினம். அவர்களுக்கு சுய உதவி குழுக்கள் கடன் உதவி செய்துவருகிறார்கள்.

கிராமப்புற பெண்களிடம் அந்த நம்பிக்கை உண்டு. அம்மா எங்கோ ஒரு இடுக்கில் பணத்தை சேர்த்து வைப்பார். அப்பாவுக்குத் தேவை என்றால், உடனே எடுத்துத் தருவார். நகரப் பெண்கள், நகை சீட்டு, பாத்திரக் கடை சீட்டு என்று போவார்களே தவிர, அதற்கு மேல் தன்னை பாதுகாத்துக்கொள்ள சிந்திப்பதில்லை.

பொருளாதார ரீதியில், கிராம பெண்களில் கூட, 100 நாள் வேலை திட்டத்தில் உள்ள பெண்கள்தான் அதிகம் பாதிக்கப்படுகிறார்கள். அத்திட்டத்தின் மூலம் பணம் கிடைத்தாலும், குடிகார கணவனை வைத்துக்கொண்டு சமாளிப்பது கடினம். அவர்களுக்கு சுய உதவி குழுக்கள் கடன் உதவி செய்துவருகிறார்கள். இதுபோன்ற சுய உதவி குழுக்களை, இன்னும் வளப்படுத்த வேண்டும்.

அதே போல, மாதம் ரூ.1000 என்பது பெண்களுக்கு மிகப் பெரிய உதவி. பெண்களுக்கு Mobility ரொம்ப முக்கியம். அதற்கான கட்டணமில்லா பேருந்தும் மிகப் பெரிய உதவி. இதையும் தாண்டி, கிராமப்புறங்களில் பெண்களுக்கான வேலைவாய்ப்பை அதிகப்படுத்த வேண்டும். நகரங்களில் உள்ள பெண்கள், பொருளாதார வசதி இருந்தும், அதை மேலாண்மை செய்யத் தெரியாத முட்டாள்களாகத்தான் இருக்கிறார்கள். கிராமங்களுக்குச் சென்று பார்த்தால்தான், அவர்கள் படும் துன்பம், மற்றும் பணத்தின் தேவையை உணர்வார்கள்.

எல்லாவற்றிற்கும் மேலாக பணம் சம்பாதிப்பது ஆணின் வேலை, என்ற சிந்தனை மாற வேண்டும்.

தற்போதைய சூழலில் பெண் விடுதலை என்பது?

அடுத்த தலைமுறையினர், சுதந்திரத்துடன் இருக்கிறார்கள். ஆனால், அவர்களுக்கு முறையான அரசியல் கல்விக் கொடுத்திருக்கோமா, பொருளாதார சுதந்திரம் கொடுத்திருக்கோமா என்பது கேள்விதான். முடிவெடுக்கும் சுதந்திரத்தை பெண்களுக்குக் கொடுத்திருக்கோமா என்றால், கிடையாது.

○ தொகுப்பு: பத்மா அமர்நாத்

இன்று சில பெண்கள் தைரியமாக, தனியாக ஊர்சுற்றிப் பார்க்க வேண்டும் என்று விரும்புகிறார்கள். முப்பது வயதிற்கு மேல் திருமணம் செய்துகொள்கிறேன் என்கிறார்கள். ஆனால், 45 வயது, 50 வயது பெண்களுக்கு அது ஒரு culture shock.

எனக்குக் கல்யாணம் வேண்டுமா, வேண்டாமா, எத்தனை குழந்தைகள் பெற்றுக்கொள்வது, எப்போது பெற்றுக்கொள்வது, நான் எப்போ கருத்தடை செய்வேன், நான்தான் செய்ய வேண்டுமா, என்ற முடிவுகளை பெண்கள் எடுக்க வேண்டும். அதற்கு மூத்தத் தலைமுறை பெண்கள் ஆதரவளிக்க வேண்டும். எனக்குக் கிடைக்காத சுதந்திரம் என் பெண்பிள்ளைக்கு கிடைக்கட்டும் என்று சிந்திக்க ஆரம்பிப்போம். நல்லா வாழ்ந்துட்டுப் போகட்டுமே! இந்தப் புரிதல் அம்மாக்களுக்கு இருக்க வேண்டும். 'நாலு பேர் என்ன சொல்வார்களோ..' என்று அந்த நாலு பேர் பற்றிதான் இன்னும் கவலைப்பட்டுக்கொண்டிருக்கிறோம்.

சமூகம் தொடர்ந்து நம்மை அச்சுறுத்தத்தான் செய்யும். அதுவும் காதல் என்ற பெயரில் இருக்கும் அச்சத்தை, நாம் களைய வேண்டும். அதாவது, கற்பு என்பதிலும், கருப்பை என்பதிலும் நம் மக்களுக்கு ஒரு தூய்மைவாதம் தேவைப்படுகிறது. பெண்ணின் கருப்பை என்பது ஆணின் உடைமையாக பார்க்கப்படுகிறது. அப்போ, அந்த கருப்பைக்குள் யாருடைய விந்து போக வேண்டும் என்பதை, அந்த ஆண் தான் முடிவு செய்கிறான். அதை அந்தப் பெண் முடிவு செய்து போகட்டுமே!

அதனால் தான், ஒரு பெண்பிள்ளை காதல் என்று சொன்ன உடனே, அந்த குடும்பத்திற்கு வலிக்கிறது. இத்தனை வருடங்கள் காப்பாற்றி வந்த சாதித் தூய்மை கெட்டு விட்டதே என்ற கவலைதான், குடும்பத்திற்கு. ஆனா, இவர்களுக்குத் தெரியாது, ஒரு பத்துத் தலைமுறைக்கு முன்னர், இவர்கள் எங்கிருந்து வந்தார்கள் என்பது இவர்களுக்குத் தெரியாது. DNA பரிசோதனை செய்து பார்த்தால், மங்கோலியர்களும், நீக்ரோகளும், ஆஸ்டிரோய்ட்களும் கலந்த கலவைதான் நாம் எல்லோரும். ஆக, சாதி என்பது பெண் விடுதலைக்கு எதிராக கட்டப்பட்ட மிகப் பெரிய சதி.

இன்றைய காலகட்டத்தில் சாதிச் சங்கங்கள், இதை மிக தீவிரமாக வளர்த்து வருகின்றனர். அக்குழுவைச் சேர்ந்தவர்கள், அதே சாதியினரைத் தான் திருமணம் செய்ய வேண்டும் என்பதில் உறுதியாக வேலை செய்து வருகிறார்கள். இது எல்லாமே, பெண் விடுதலையில்தான் கை வைக்கும். இந்தக் குழுக்கள், தன் சாதி மக்களின் கல்விக்கும், வேலைவாய்ப்புக்கும், மேம்பாட்டுக்கும் வேலை செய்தால் எவ்வளவு நல்லா இருக்கும்! மற்ற எல்லாமே பேசிப் புரிய வைத்துவிடலாம். ஆனால் இந்தச் சாதித் தூய்மைவாதமும் மதத் தூய்மைவாதமும் மிகவும் ஆரோக்கியமற்றது.

18வயது நிரம்பிய பெண்ணிற்கு, தனக்கு என்ன வேண்டும் என்பதை முடிவு செய்துகொள்ளலாம் என்று சட்டமே சொல்கிறது. அதை இல்லை என்று சொல்ல நீங்கள் யார்? அப்பா யார்? அம்மா யார்? "என் பிள்ளையின் தேவை எனக்குத் தெரியாதா? அவள் பாதுகாப்பு பற்றி எனக்கு அக்கறை

உண்டு” என்பார்கள். அந்தத் தேர்வை அவர்களே எடுக்கட்டும். தப்பே செய்தாலும், விழுந்து எழுந்து வரட்டும். அவர்களை அவர்களே பார்த்துக் கொள்வார்கள்.

நாம் கவனிக்க வேண்டியது, 10ம் வகுப்பு, 12ம் வகுப்பில் வரக்கூடிய காதல். அதை நாம் கண்டித்து, அவர்களை காத்திருக்கச் சொல்ல வேண்டும். அதுவும் அவர்கள் தன் காலில் நிற்க தேவையான வளர்ச்சிக்காகவே அன்றி, சாதியின் அடிப்படையில் அல்ல.

‘கிறிஸ்துவத்தில் ஜாதி’ நூலினை எழுதுவதற்கான ஆரம்பப்புள்ளி எது?

‘அறியப்படாத கிறித்துவம்’ புத்தகத்திற்காக நிறைய ஆய்வுகள் மேற்கொள்ளும் சமயம், வரதராஜன் பேட்டை ஊருக்கு கோவிட் சமயத்தில் சென்றிருந்தேன். அங்கே, மூன்று இரவுகளுக்குத் தொடர்ந்து செபஸ்தியார் கூத்து (நாடகம்) நடைபெறும். அந்த நாடகத்தை காணவும், அக்கலைஞர்களுடன் பேசவும் திட்டமிட்டேன். இரவு நாடகம் என்பதால், பகலில் அவர்கள் அனைவரும் ஓய்வெடுக்க சென்றிருந்தனர். காத்திருந்து மாலையில்தான் அவர்களை சந்திக்க முடியும். கோவிட் சமயம் வேறு. யார் வீட்டிலும் தங்க முடியாது. சர்ச் வாசல்லியே துப்பட்டவை விரித்து படுத்துக்கொண்டேன்.

நல்லா தூங்கிட்டேன். திடீரென்று கூச்சல் சத்தம். இரண்டு ஆண்களுக்கு இடையே அடிதடி சண்டை. “ஏன் அண்ட வீட்ல போய் வேல செய்ய நீ யாரு?” என்று ஒருவர் இன்னொருவருடன் சண்டை போட்டுக்கிட்டிருந்தாரு. இன்றைக்கும் சென்னைக்கு 300 கி.மி தொலைவில், ஆண்டான் அடிமை போன்ற வார்த்தைகளை கேட்க ஆச்சரியமாக இருந்தது. சண்டை போடும் இருவரையும் சமாதானம் செய்து பிரித்துவிட்டு, “100ரூ க்காக அடிச்சிக்காதீங்க, 100ரூதானே, நான் தர்றேன்” என்றேன். அதற்கு அவர், “100ரூபாய்னாலும், அது என் ஆண்டேயோட காசாதான் இருக்கணும், ஏன்னா எனக்கு அதுல உரிமை இருக்கு” என்றார்.

தான் ஒரு அடிமையாக சுரண்டப்படுவதைக் கூட உணராமல், அதைப் பெருமையாக நினைக்கும் ஒடுக்கப்பட்ட சாதியினரைப் பார்த்து, மன வேதனை அடைந்தேன். இவ்வளவு வளர்ந்த சமூகத்தில் கூட, ஒரு வீட்டில் வேலை செய்வதற்குக் கூட, நீதான் போகணும், நான்தான் போகணும் என்று அடித்துக்கொள்கிறார்கள்.

பின் அவ்வூரைச் சேர்ந்த லயோலா பேராசிரியர் ஒருவரை தொலைபேசியில் அழைத்து, இதை பற்றிப் பேசினேன். “ஆமாம். இன்னமும் அந்த ஊரில் சாதிப் பிரிவினை உண்டு. கல்லறை கூட தனித் தனியேதான்” என்றார்.

அப்போ என் மனதில் எழுந்த கேள்வி ஒன்று... “அனைவரும் சமம் என்று சொன்ன ஒரு மதம் கிறித்துவம். எந்த மதத்திலிருந்து விடுபட, எந்தப் பிரச்சனையிலிருந்து விடுபட இவர்கள் கிறித்தவத்திற்கு வந்தாங்க? சனாதனத்திலிருந்து விடுபடதான் கிறித்தவத்திற்கு வந்தாங்க. ஆனா,

அங்கிருந்து வந்த பிறகும், ஏன் சாதியத்தை முதுகில் தொத்திக்கொண்டு, பிரச்சனையை உருவாக்குறாங்க? அந்த இடத்தில் வேலை இல்லையென்றால், வேறு இடத்தில் வேலை செய்துகொள்வோம் என்ற தன்னம்பிக்கைக் கூட இல்லாத வாழ்க்கையை வாழ்ந்துகொண்டிருக்கிறார்களே' என்று சிந்திக்க ஆரம்பித்தேன். இதை பற்றி ஆய்வு செய்ய, அடுத்தடுத்த ஊர்களுக்குப் பயணம் செய்தேன். இதே பிரச்சனை எல்லா ஊர்களிலும் இருந்தது. இதை தனியா எழுதணும்னு முடிவு செஞ்சேன்.

இதற்குத் தொடக்கமா இருந்தது, தோழர் திருமாவுடைய மணிவிழா மலர். தோழர் வன்னியரசு கேட்டுக்கொண்டதன் பெயரில், இரண்டு பகுதிகளாக எழுதினேன் – தலித் மக்களின் பேட்டிகளை ஒரு புத்தகமாகவும், என் கள ஆய்வுகளை மற்றொரு புத்தகமாகவும் எழுதி வெளியிட்டேன்.

நீங்க சொல்றது, எனக்கு தொ.ப. அய்யாவைதான் நினைவுபடுத்துது. சாதி ஒரு எதார்த்தமான கொடூரம்னு சொல்லியிருக்காரு. சாதிங்கற கட்டமைப்பிலிருந்து மக்கள் வெளிவருவது மிகக் கடினம். மக்கள் மதம் மாறினாலும், சாதியை விடமாட்டாங்கனு எவ்வளவு ஆழமா சொல்லி இருக்கார்?

I completely endorse what he said. மக்கள் மதம் மாறினாலும், அங்கே வந்த பிறகு, *the victims themselves play perpetrators here.* பார்ப்பனிய மனநிலை இங்கும் தொடர்கிறது.

புது சமூகத்தில் தொடரும் இன்னொரு பாங்கு என்னவென்றால், என்ன பிரச்சனை வந்தாலும், உடனே பார்ப்பனர்களை குறை சொல்கிறோம். இது தவறு. பார்ப்பனர்கள் அனைவருமே பார்ப்பனியத்தை சுமப்பதில்லை. 'பார்ப்பனியம்' *is a phenomena* (நடக்கும் ஒரு நிகழ்வு). பார்ப்பனியம் பார்ப்பனர்களிடமும் இருக்கு, இடைநிலை சாதியினரிடமும் இருக்கு, தலித் மக்களிடமும் இருக்கு. இடைநிலை சாதியினர் இன்றைக்கு அதை தலைமேல் தூக்கி வைத்துக்கொண்டுள்ள காரணத்தினால்தான், குறிப்பாக கிறித்துவத்தில் இவ்வளவு பிரச்சனைகள்.

இதை எந்த திருச்சபைகளும் கேள்வி கேட்பதில்லை. போப் இரண்டாம் ஜான் பால் இதை கேள்வி கேட்டிருக்கார். 20 வருடங்கள் ஆன பிறகும், நிலைமை மாறவில்லை. தமிழ்நாட்டில் 18 பிஷப்புகளில், ஒரேஒருவர்தான் தலித்.

புத்தகத்தை நான் எழுதிவிட்டேன். ஆனால் என் ஆற்றாமை அடங்கவில்லை. எனக்கு இது ஒரு புத்தகம், அவ்வளவுதான். ஆனால் நான் பேட்டி எடுக்கும்போது, வருத்தத்துடன் பேசிய பலருக்கு, 'இது ஒரு மாற்றத்தை ஏற்படுத்தாதா... என்கிற ஒரு எதிர்பார்ப்பு. நான் மறுபடியும் எப்படி அவர்களை பார்ப்பேன்...

(மனதில் கனத்த சோகம், நிவேதா அவர்களின் முகத்தில் படர, அடுத்த கேள்விக்கு மாறினேன்.)

> பெண்ணியம் என்பது கருத்து. அந்த கருத்திற்கு எதிர் கருத்து இருந்தால், அதை முன்வையுங்கள். அதை விட்டுவிட்டு, தனிநபர் தாக்குதல் வேண்டாம். தனிப்பட்ட விஷயங்களில் தலையிட யாருக்கும் உரிமை இல்லை.

'Her Stories' பற்றி மக்களுக்கு என்ன சொல்ல விழைகிறீர்கள்?

Her Stories பதிப்பகம், எந்த ஒரு பெரிய திட்டமும் இல்லாமல், நானும் தோழர் வள்ளிதாசனும், அஹானாவும் தொடங்கியதுதான். வரலாற்றில் மறந்துபோன, மறக்கப்பட்ட பெண்களைப் பற்றி ஏதாவது சொல்ல வேண்டும் என்பதற்காக, 2019ல் முகநூல் பதிவாக ஆரம்பித்தது.

முகநூலில் பெண்கள் பிரச்சனைகளைப் பற்றி எழுதும்போது, நிறைய பேர் கருத்து தெரிவித்து, நீண்ட விவாதங்கள் நிகழும். இப்படிக் காத்தரமாக எழுதும் பெண்களை, கட்டுரை எழுதிக் கொடுக்கச் சொன்னோம். சாந்தி சண்முகம் என்பவர் துபாயில் வசிக்கிறார். மெல்லிய நகைச்சுவையோடு எழுதுவார். துபாய் வாழ்க்கை முறையை பற்றி எழுதிக் கொடுக்கச் சொன்னோம். 'தமிழ் பொண்ணு இன் துபாய் மண்ணு' என்ற தலைப்பில் எழுதினார். நல்ல வரவேற்பு இருந்தது. அதேபோல, ரமாதேவி ரவீந்திரசாமி என்ற ஆசிரியை, ஏழுமுறை ஐ.நா சென்று வந்தவர். அதைத் தொடராக எழுதச் சொன்னேன். 'அடுக்களை டூ ஐ.நா' என்று எழுதினார். அதுவும் ஹிட் ஆச்சு. 2011ல் பதிப்பகம் துவங்கினேன். இந்தப் பதிவுகளையெல்லாம் புத்தகமாக வெளியிட்டேன்.

பதிப்பகத்தில் இதுவரை 90 புத்தகங்கள் வெளியாகி இருக்கு. பெண்களிடம் நல்ல வரவேற்பு இருக்கு. கீதா இளங்கோவன் அவர்கள் எழுதிய 'துப்பட்டா போடுங்க தோழி'தான் எங்க பெஸ்ட் செல்லர், அதிகம் விற்பனையான புத்தகம். இன்றளவும் இளைஞர்களிடம் நல்ல வரவேற்பு. அடுத்து கீதா அவர்கள் எழுதிய புத்தகம் 'பெட்ரமாக்ஸ் லைட்டேதான் வேணும்'. இளைஞர்களிடம் இருக்கும் 'எனக்கு இதுதான் வேண்டும்' என்ற உறுதி மனப்பான்மையைப் பற்றி சொல்லும் புத்தகம். இளைய தலைமுறையினரைச் சென்றடைய, இந்த Her Stories ரொம்ப உதவியா இருக்கு.

தங்களுடைய அடுத்தப் படைப்பு, எதை குறி வைத்து இருக்கும்?

இரண்டு விஷயங்கள் இருக்கு. 'கிறித்துவத்தில் சாதி'யின் அடுத்த பகுதி. அடுத்து, கிறுத்துவத்தில், பெண்களின் பங்களிப்பு. குறிப்பாக, வெளிநாட்டு கிறுத்துவ மிஷனரியைச் சேர்ந்த பெண்கள். வெறுமனே

அவர்களுடைய வாழ்க்கை வரலாறாக இல்லாமல், அவர்கள் இங்கே ஆரம்பித்த பள்ளிக்கூடங்கள், மருத்துவமனைகள், இன்றளவும் எப்படி இயங்கிக்கொண்டிருக்கு, அப்பெண்களின் நினைவாவது அங்கிருக்கா, என்பதெல்லாம் பார்த்து எழுத வேண்டும்.

'பெண்ணதிகாரம்' Women Empowerment உங்கள் பார்வையில் எப்படி இருக்க வேண்டும். ஒரு பெண் எம்பவராக வேண்டுமானால், எதையெல்லாம் கற்றுக்கொள்ள வேண்டும்?

கல்வி ரொம்ப முக்கியம். அதுவும் வேலைக்கான, கல்வியாக இருக்க வேண்டியது மிக அவசியம்.

அடுத்து passion. மனதிற்குப் பிடித்தமான ஏதோ ஒன்றை செய்து கொண்டிருங்கள். தயவு செய்து, சமையல் என் passion என்று சொல்லாதீர்கள் (அதை வைத்து சம்பாதிப்பதானால் சரி). சமையல் என்பது அடிப்படை வாழ்க்கைக்கான தேவை.

மூன்றாவதாக, பொருளாதார சுதந்திரம். யாரையும், எதற்கும், எதிர்ப்பார்க்காமல், என் வேலையை நான் பார்த்துக்கொள்வேன், என் பணத்தை நான் மேலாண்மை செய்துகொள்வேன் என்ற தெளிவு இருக்க வேண்டும்.

நான்காவதாக, body rights. எனக்கு எப்போ கல்யாணம் பண்ணிக்கணும், எப்ப குழந்தைப் பெத்துக்கணும், எப்ப கருத்தடை செய்யணும், நான் தான் செய்ய வேண்டுமா, போன்ற உரிமைகள் என்னுடையது என்ற தெளிவு ஒவ்வொரு பெண்ணுக்கும் இருக்க வேண்டும்.

புழுதி பத்திரிக்கையின் மூலமாக, தாங்கள் வாசகர்களிடம் பகிர விரும்பும் ஏதாவது சில கருத்துக்கள்?

பெண்ணியவாதி என்றாலே, என்னை ஏற இறங்கப் பார்ப்பார்கள். ஏதோ சண்டை போடும் ஒரு நபராக பார்ப்பார்கள். இன்னும் ஒருசிலர், பெண்ணியம் பேசுபவர்களை, குடித்துவிட்டு பெண்ணியம் பேசுகிறார், தம் அடித்து பெண்ணியம் பேசுகிறார் போன்ற விமர்சனங்களை வைப்பார்கள். பெண்ணியம் என்பது கருத்து. அந்தக் கருத்திற்கு எதிர் கருத்து இருந்தால், அதை முன்வையுங்கள். அதை விட்டுவிட்டு, தனிநபர் தாக்குதல் வேண்டாம். தனிப்பட்ட விஷயங்களில் தலையிட யாருக்கும் உரிமை இல்லை.

ஒரு பெண்ணியவாதியாக, எங்கள் கருத்து என்ன... நாங்களும் வளருவோம். நீங்களும் உடன்சேர்ந்து வளர வேண்டும் என்றுதான் சொல்கிறோம். சேர்ந்து ஒண்ணா முன்னேறிப் போலாம் என்றுதான் பெண்ணியம் சொல்கிறது. இதில் ஏன் வேற்றுமை? ஆண்கள் உடனே தன் மனைவியிடம், அவளுடன் சேராதே என்பார்கள். காரணம் அச்சம். அதிகாரம் பறிபோகும் அச்சம்.

குடும்பம் என்பது சமத்துவம். அந்தப் புரிதல் ஆண்களிடம் இல்லை.

பெண்ணியவாதியைக் கண்டு பயப்பட வேண்டாம் என்று ஆண்களிடம் சொல்ல நினைக்கிறேன்.

தாங்கள் விரும்பி வாசிக்கும் புத்தகங்கள்?

Alchemist. ரசவாதி. சிறு வயது முதல், ஆங்கிலம் அதிகம் வாசிப்பேன். 'ரசவாதி' என் மனதிற்கு நெருக்கமான புத்தகம். குழப்பம் அல்லது தேக்க நிலை இருந்தால், ரசவாதி புத்தகத்தை எடுத்துக்கொள்வேன். இப்போ ஆய்வுப் புத்தகங்கள்தான் நிறைய வாசிக்கிறேன். தொ.ப, ஆ.சிவசுப்ரமணியம் எனக்குப் பிடித்த எழுத்தாளர்கள். பெரிய கனத்த விஷயங்களை, சுருக்கமாகச் சொல்லக் கூடியவர்கள். அதைத் தவிர, வரலாற்றில் பெண்கள் எழுதிய புத்தகங்களை வாசிக்கப் பிடிக்கும்.

இறுதியாக, தங்களுக்குப் பிடித்த பொழுதுபோக்கு அம்சங்கள்?

(கலகலவென சிரித்தார்).. கைப்புள்ளைக்கு நேரமே இல்லையே... இதுல எங்கிருந்து பொழுதுபோக்கு... ம்... நேரம் கிடைத்தால், *K drama, K series* பார்க்க பிடிக்கும். கொரியன் டிராமா ஒரு ஃபேண்டஸி உலகம். உண்மையான கொரியா அப்படியாக இல்லைதான். ஆனால், இந்தத் தொடர்களில் வரும் ஆண்கள், மென்மையான பெண்ணியத் தன்மையுடன் இருப்பார்கள். அதை பார்க்கப் பிடிக்கும். மற்றபடி நேரம் கிடைக்கும்போதெல்லாம் வாசிப்பேன்.

திருமிகு. நிவேதிதா லூயிஸ் *MBA.*
எழுத்தாளர், பேச்சாளர், பதிப்பாளர், பெண்ணியவாதி

WHO ARE YOU TO DECIDE?

திருமிகு. ரோகிணி

உங்களை பற்றிய அறிமுகம்...

நான் ரோகிணி. ஐந்து வயது முதல் நடிப்புத் துறைல இருக்கேன். ஸ்டுடியோவில்தான் எனது பால்யம்.

திரைத்துறைக்கு வந்ததைப் பற்றிய உங்கள் எண்ணம்?

ஐந்து வயசுல பெருசா ஒன்னும் தெரியல. பள்ளிக்குப் போகும் வயது. பள்ளிக்குப் போகாமல், ஏன் இங்கே இருக்கோம்னுதான் யோசிச்சேன். சினிமானா என்னனு தெரியாது, நடிப்புன்னா என்னனு தெரியாது.

ஆண்கள் கையில் இருக்கும் திரையில் பெண்கள் சந்திக்கும் நெருக்கடிகள் / சிக்கல்களைப் பற்றி? அவற்றை எப்படி எதிர்கொண்டீர்கள்?

திரை மட்டுமல்ல. உலகமே ஆண்கள் கையில்தான் இருக்கு. இத நாம எல்லாருமே, கண்கூடா அனுபவிச்சுக்கிட்டு இருக்குற விஷயம்தான். அதை எப்படி எதிர்கொள்வதென்றால், நம்மை நாம் *hone* (கூர்மைப்படுத்துதல்) பண்ணிக்கொண்டே, இருக்கணும். நம் திறமைகளை வளர்த்துகொண்டே இருக்கணும். மூன்று விஷயங்களில் கவனம் தேவை. முதலாவதாக, தைரியமா இருக்கணும். அடுத்து, நிறைய வாசிக்கணும். வாசிப்பு என்றால், புத்தகங்களை மட்டும் இன்றி, மனிதர்களையும், வாழ்க்கையையும் வாசிக்கணும். மூன்றாவதாக, உள்ளேயும், வெளியேயும், நமக்கு நாம்தான் முதல் ஃபிரெண்ட், நம்மை நேசிக்கும் முதல் நண்பராக நாம் இருக்க வேண்டும். அப்படி இருந்தால், மற்ற எல்லாவற்றையும் சமாளித்துவிடலாம்.

நம் பாட்டியும், அதற்கு முந்தையப் பெண்களும், இதை அறியாமலேயே செய்துவந்தாங்க. நாமதான் இப்போ, இதற்கு பெயர் இது என்று லேபிள் பண்ணிட்டு வர்றோம்.

படிப்பறிவே இல்லாத பெண்களுக்கு வாழ்க்கையின் புரிதல் எப்படி வரும்னா, அனுபவத்துல இருந்து வருது. அனுபவமே நமக்கான பெரிய படிப்பினை. முழுவதுமாக அவநம்பிக்கை, தேவையே இல்லை. சமூகம் இன்னும் அந்த அளவுக்குத் தள்ளி

விடல. தைரியம், கல்வி, நமக்குள் இருக்கும் தன்னம்பிக்கையை வெளிப்படுத்தினால், நிச்சயம் அதற்கான மதிப்பு உண்டு. ஆனால், அந்த இடத்தை அடைவது கொஞ்சம் கடினம்.

யாருமே, நமக்கு அந்தப் பாதைய அமைத்துக் கொடுக்க மாட்டார்கள். நாம்தான் நம் பாதையை உருவாக்கி, அமைக்கணும். இது எல்லா பெண்களும் தெரிந்துகொள்ள வேண்டிய விஷயம்.

உங்களை மனதளவில் புத்துணர்வோடு வைத்துக்கொள்ள நீங்கள் மேற்கொள்வது?

பயணங்கள், புத்தகங்கள். அத்துடன், ஒத்த கருத்துள்ள மனிதர்கள் அல்லது நண்பர்கள். எனக்குத் தெரிந்தவர்களாகவே இருக்க வேண்டும் என்று கிடையாது. அதன் பின், நான் கேட்கணும்னு நினைக்கிற சில உரைகள் இல்லை புத்தகங்கள். இவற்றால், நம் உலகம் இன்னும் விரிவடையும்.

இந்த வரி எனக்கு ரொம்ப பிடிச்சிருக்கு. ஒத்த கருத்துள்ள மனிதர்களுடன் பழகுவது என்பது, ஒரு நல்ல உணர்வு. இல்லையா...?

ஆமாம். *Choose your friends or choose the people who you are with* என்று சொல்வார்கள். நமக்கு சந்தர்ப்பம் சூழ்நிலை அப்படி அமையாது. வேலை ஒருவருடன் பண்ண வேண்டிய கட்டாயம் இருக்கும். நம்மை சுத்தி இருக்கறவங்கள நாம எப்பவுமே தேர்வு செய்ய முடியாது. ஆனா, நண்பர்களை நிச்சயம் நாம் தேர்வு செய்து கொள்ளலாம்.

தமுஎகசவில் இணைந்து பணியாற்ற, தங்களுக்குத் தூண்டுதலாக இருந்தது எது?

முதலில் சொன்னது போல, ஒத்த கருத்துள்ள மனிதர்களோடு பயணிப்பது. சமத்துவ கருத்தைப் பேசிக்கிட்டு இருக்குற எல்லா இடங்களிலும், *gender equality* பற்றிப் பேசக்கூடிய, சாதி பேதம் பற்றித் தட்டிக் கேட்க கூடிய, அதை களையறத்துக்காக வேலை செய்யக்கூடியவர்கள்தான் அடிப்படையாக இதில் உள்ளவர்கள். இவர்களுடன் நானும் பயணிக்கிறேன். இதன் அடிப்படையில், அவர்கள் என்னைக் கண்டுகொண்டார்கள், நானும் அவர்களுடன் சேர்ந்து பயணிக்கிறேன்.

இது கலைஞர்கள் மற்றும் எழுத்தாளர்களின் சங்கம். கலைஞரா நான் என்ன *contribute* பண்றேன் என்பதுதான் முக்கியம். நாடகங்கள் மூலமாகவோ, பாடல்கள் மூலமாகவோ இல்ல பேச்சுக்கள் மூலமாக, நாம சொல்ல வேண்டிய விஷயத்தை, கொஞ்சம் வீரியத்தோட சொல்றதுக்கான இடம்.

கலைத்துறையில் இருந்துகொண்டு சமூக பார்வையுடன் செயல்படும் எண்ணம் எப்படி எழுந்தது?

ஒரு காலகட்டத்துல, என்னைச் சுற்றி இருக்கிறவங்க, சமூகத்துக்குத் தேவையானதை செய்துகொண்டிருக்கிறார்கள் என்று பார்க்கும்போது,

நம்முடைய புகழ் எதற்குப் பயன்பட வேண்டும் என்று, அதைப் பார்த்து தெரிஞ்சுக்கிட்டேன். வெறுமனே ஒரு கடை திறப்பு விழாவிற்குப் போவதோ, இல்லைனா வெறுமனே ஒரு நிகழ்ச்சிக்குப் போவதோ என்று இல்லாமல், எதற்கு உபயோகப்படுத்தணும் என்பதுதான்.

அதைத் தாண்டி, சினிமா நடிகை என்பது என் தொழில். தொழிலுக்கு அப்பாற்பட்ட ஒரு நபரா, நான் யார் என்று கேட்கும்போது, நான், என்னுடைய தேவைகள், நான் யாராக விரும்புகிறேன், அல்லது யாராக வளர்கிறேன் என்பது முக்கியம். அப்படி வளர்ந்ததுதான் இது. எதையுமே, நான் பிளான் செய்து, டிசைன் பண்ணி வந்ததல்ல. நாம எதுக்கெல்லாம் *react* பண்றோம், *my reaction to the whole world around me, to the society around me is important.*

தனிமனித சுதந்திரத்தோடு பெண் தன்னை வளப்படுத்திக்கொள்ள முட்டுகட்டையாக இருப்பது எது?

மதம். மதத்தின் பெயரால், (எல்லா மதமும்தான்) பெண்ணை ஒரு வட்டத்திற்குள் சுருக்கிவிடுவது என்ற உத்தியை கண்டுபிடிச்சிருக்கு இந்தச் சமூகம். காலம் காலமா, இந்த உத்தி அவங்களுக்குத் தேவைப்பட்டிருக்கு. கல்யாணம் ஆகும் முன், அவ எப்படி எல்லாம் இருக்கணும், பின் ஆச்சாரம்னு சொல்லப்பட்ட தெல்லாம் எங்கிருந்து வந்தது? நம்பிக்கைகள் எல்லாம் எங்கிருந்து வந்தது? இந்த மாதிரி உடை அணியணும், இதை படிக்கணும், இதை படிக்கக் கூடாது, இந்த மாதிரி வேலை பண்ணனும், பண்ணக்கூடாது என்று, எல்லாமே அங்கிருந்துதான் *originate* ஆகுது.

அவற்றை பெண் எப்படி எதிர்கொள்ள வேண்டும்?

நாம எந்த இடத்துல, யாரால் வழிநடத்தப்படுகிறோம்னு புரிஞ்சுக்கணும். நம்ம குடும்பத்துல என்ன சொல்லி வழிநடத்தறாங்கனு புரிஞ்சிக்கணும். இந்த வழிநடத்துதலே, அவங்களுக்கு ஒரு புரிதல் இல்லாமதான் செய்றாங்க. பல காலமா, அவங்க அம்மா என்ன சொன்னாங்க, அவங்க பாட்டி என்ன சொல்லியிருக்காங்க, நாம இப்படிதான் இருக்கணும் என்பதைக் கடத்திக்கிட்டே வர்றாங்க. தீர யோசிச்சு, இந்த வழி சரியாங்கறத, அவங்களே புரிஞ்சுக்காம, அடுத்த தலைமுறைக்கு ஒரு *torch* மாதிரி கொடுத்திட்டு வர்றாங்க. அந்த *torch bearers* ஆக, நாம, எப்படிபட்ட பாதைல பயணிக்கிறோம்ங்கறத, நம்மள நாம புரிஞ்சிக்கணும். எனக்கு என்ன பிடிக்கும் என்ற தேர்வு, எனதாக இருக்கட்டும். நமக்கானதை, நாமதான் தீர்மானிக்கணும். அந்த இடத்துக்கு நாம போகணும். படிப்பா இருக்கட்டும், வேலையா இருக்கட்டும், வாழ்க்கை முறையாக இருக்கட்டும், இணையரைத் தேர்வு செய்வதாக இருக்கட்டும், குழந்தைப் பெற்றுக்கொள்வதாக இருக்கட்டும், எப்போது பெற்றுக்கொள்ள வேண்டும் என்பதாகட்டும், அதை பெண்கள் தீர்மானிக்கும் நிலைக்கு வர வேண்டும்.

இந்தச் சந்தோஷமான வாழ்க்கையை வாழறதுக்கு, நம்மள நாம கட்டமச்சிக்கணும். சந்தோஷம் எங்கிருந்து வருது? நாலு செவுத்துக்குள்ளேயே

வேலை செஞ்சுகிட்டு இருந்து, அதை சந்தோஷம்னு சொன்னா, நா நம்ப மாட்டேன். *Every life has to be free enough to fly, the way they want to.*

பெண்களைச் சார்ந்த சமூக நேர் / எதிர்மறை மதிப்பீடுகளைப் பற்றி?

நம்மை ஒரு வரையறைக்குள்ள வச்சிருக்கறதாலதான், மதிப்பீடுகள் வருது. எங்க மதிப்பீடு ஏன் வேறொரு கைகளுக்குப் போகணும்?

பெண்ணின் முக்கித்துவம், உங்கள் பார்வையில். எவ்விதங்களில், பெண் தன்னை மேம்படுத்திக்கொள்ள வேண்டும்?

ரொம்ப முக்கியம். நாம இப்படி உட்கார்ந்து பேசிக்கிட்டிருக்கறதுதான் பெண்களின் நிலைனு இல்ல. பெண்களின் நிலை என்னனா, 70% பெண்களுக்கு, இன்னும் தனக்கு நடப்பது வன்முறைனு தெரியாத வாழ்க்கையை வாழ்ந்துட்டு இருக்காங்க. அந்த இடத்தில இருந்து, பெண்ணை நாம விடுவிக்கணும். நாம நிறைய பேசணும். ஆண்களும் பெண்ணியம் பேசிக்கிட்டு இருக்காங்க. 'உனக்கு இப்படி நடக்குதே, கொஞ்சம் பாரு...' என்று அதை சுட்டிக்காட்டும் இடத்தில் நாம் இருப்பதால், அதை பற்றி நாம் பேசிக்கொண்டிருக்கோம்.

பிடித்த எழுத்தாளர்?

நிறைய பேர் இருக்காங்க. விரும்பி வாசிக்கிறதுன்னா, அந்தந்த நேரத்துல, யாராவது பரிந்துரைப் பண்ணுவாங்க. ச.தமிழ்ச்செல்வனுடைய எழுத்து ரொம்ப பிடிக்கும். ஜெயகாந்தனுடைய எழுத்து நமக்கு ரொம்ப முக்கியமான எழுத்து. இப்ப இருக்கிறவங்கள்ல, கரண் கார்க்கி, இமையம், நரன். கவிதைகள்ல சுகிர்தராணி, மனுஷ்யபுத்திரன், சுகுமாரன், *of course*, பாரதியைத் தொடாமல் யாருமே வந்திருக்க முடியாது. ஆரம்பமே அதுதான்.

எனக்கே, ஏதாவது ஒரு நேரத்துல, ஒரு *comfort reading* தேவைப்பட்டால், பாரதியார் பாடல்களதான் தேர்வு செய்வேன். அதன்பின், அந்தந்த மனநிலைக்கு எது வாசிக்கணும்னு தோணுதோ, அப்படி. சில நேரங்கள்ல, ரொம்ப கனமா இல்லாம, லைட்டா, சிறுகதைகளைத் தேர்வு செய்வேன். அம்பையின் சிறுகதைகள் பிடிக்கும். புதிய எழுத்தாளர்கள் நிறைய பேர் இருக்காங்க.

பொழுதுபோக்கு அம்சம்?

கொஞ்சம் கார்டனிங் பண்ணுவேன். அது பெரிய *stress buster*. இரண்டு இல்ல மூன்று நாளைக்கு ஒருமுறை சினிமா பார்ப்பேன். தியேட்டர் போய் சினிமா பார்க்கப் பிடிக்கும். இதுதான் என்னுடைய *relaxation.*

கேள்விகள் அவ்வளவுதான். இதை தவிர, நீங்கள் புழுதி 'பெண்ணதிகாரம்' சிறப்பிதழுக்குப் பகிர விரும்பும் தகவல்கள் ஏதாவது?

வோல்கா என்ற பெண் எழுத்தாளர். மிக முக்கியமான எழுத்து

ஒரு பெண்ணை, வெறும் உடலாப் பார்க்காதேன்னு சொல்லி, ஆணை வளர்க்கனும். ஆண் பிள்ளைக்கும் வீட்டு வேலை, சமையல் வேலை சொல்லித் தரணும். இதைச் செய்தாலே, *domestic violence* கட்டுப்படுத்தலாம்.

"

அவங்களுடையது. 'மீட்சி' என்ற சிறுகதைத் தொகுப்பு. அதன்பின், 'ராஜகீய கதலு' என்று தெலுங்கில் அரசியல் கதைகளை எழுதியவர். எல்லோருமே அந்தப் புத்தகத்தை வாசிக்கணும். காரணம், பெண்களின் ஒவ்வொரு அங்கமும், அவளுக்கு எதிரா எப்படி திருப்பப்பட்டிருக்கு என்பதை அந்தக் கதைகளின் மூலமாக சொல்லப்பட்டிருக்கு.

உதாரணத்திற்கு, ஒரு பெண்ணிற்கு மிக நீளமான தலை முடி இருக்கும். உன் கூந்தல் மாதிரி உண்டான்னு, எல்லோரும் பாராட்டுவாங்க. அவளுக்கு அதனால் பயங்கரப் பெருமை. உறவுக்காரப் பெண் ஒருத்தி, முடியை வெட்டிக் கொண்டு வந்தால், இவளுக்குப் பிடிக்காது. ஒரு கட்டத்தில், அந்த பெண்ணுக்கு கேன்ஸர் நோய் வந்துடும். கீமோ, கொடுக்கும்போது முடியெல்லாம் கொட்ட ஆரம்பிக்கும்.

பார்க்குறவங்க, அய்யோ, உனக்கு கேன்ஸர் வந்துடுச்சேனு சொல்றத விட, அய்யோ உன் தலை முடியெல்லாம் போச்சேன்னு வருத்தப்பட்டாங்களாம். இந்தச் சமூகம், ஒரு பெண்ணிற்குத் தலை முடி முக்கியம் என்று கற்பித்திருக்கு. இதையா நான் இத்தனை வருடங்களா, பெருமையா பார்த்துக்கொண்டிருந்தேன், என்று அந்தப் பெண் பின் உணர ஆரம்பிப்பாள்.

இன்னொரு பெண், பயங்கரச் சுட்டி. துடுக்குத்தனமா பேசுவா. ஒரு வயசுக்கு மேல, அந்தப் பெண்ணை அதிகம் பேசக் கூடாதுன்னு, குடும்பத்தார் அதட்டிக் கட்டுப்படுத்தினாங்க. அவள் பேச்சை முழுவதுமாகத் தொலைத்துவிட்டாள். திருமணம் ஆன பின், கணவர் ஏதாவது கேட்டால், இரண்டு வார்த்தைக்கு மேல பேச மாட்டா. "ஏன் பேச மாட்டேங்குற"னு கணவர் கேட்ட பிறகு, இவ நடந்தத சொல்றா. இல்ல நீ பேசணும்னு சொல்லி, கணவர் பழையபடி, அவளைப் பேச வைக்கிறார்.

இப்படியாக, பல விஷயங்கள் பெண்களுக்கு எதிரா திருப்பப்பட்டிருக்கு. யோசிச்சுப் பார்த்தா, நம்ம கண்ணு எதை பார்க்கணும், நம்ம வாய் எதை பேசணும், நம்ம உடம்பு எந்தத் துணியை உடுத்தணும், நம் கைகள் என்ன வேலை செய்யணும்னு, எல்லாமும் நமக்கெதிரா திருப்பப் பட்டிருக்குனு இந்தக் கதைகள்ல நாம தெரிஞ்சுக்கலாம். அதை வாசிக்கும் போது, பெண் என்பவள் வெறும் உடல் அல்ல, அழகு மட்டும் அல்ல என்பதை உணர முடியும்.

புத்திசாலி ஆண், பலவான் என்று சொல்லும் சமுதாயம், பெண்களை வேற மாதிரி *project* பண்றாங்க. அந்த *projection*ல நாம போய் விழுந்திடக் கூடாது. உடலை ஆரோக்கியமா வெச்சுக்கோ, உனக்குத் தேவையானதை நீ பார்க்கலாம், கேட்கலாம், பேசலாம். தீர்மானம் எடுக்கும் எல்லா உரிமையும் உனக்கு இருக்கு என்று சொல்ல வேண்டும். வீரத்திற்கு பெண்களை யாருமே ஒப்பிடுவது இல்லை. ஏன், பெண்களிடம் வீரம் இல்லையா? *Who are you to decide?*

ஒரு வீட்டில் பெண் இல்லைனா, அந்த வீடு எப்படி இருக்கும்னு எல்லோருக்கும் தெரியும். ஆணில்லாத வீட்டில், எத்தனைப் பெண்கள் தைரியமா குழந்தைகளை வளர்த்தெடுக்கறாங்க? இதுதானே வீரம்? இதுதானே *courage?* நிலவே மலரே என்னு எல்லாவற்றிலும் இந்த *soft nature* ஒப்பிடுதல் தேவையில்ல. உங்களுக்கு விருப்பம் இருந்தா எடுத்துக்கங்க. ஆனா, மற்றவர்களை முடிவு செய்ய விடாதீங்க. ஒரு சில பெண்கள், நான் இப்படிதான். ஏத்துக்கோங்க, இல்லைனா அது உங்க கவலைங்கற மாதிரி வாழ்ந்துட்டு வர்றாங்க. அந்த இடத்துக்கு நாம போய்டுவோம். போய்டுவோம்னு சொல்றதை விட, அடுத்த தலைமுறையை அந்த இடத்திற்குக் கொண்டு போக வேண்டிய கடமை நம்கு இருக்கு.

பெண் குழந்தைக்கும், ஆண் குழந்தைக்கும் நாம என்ன சொல்லி வளர்க்கறோம்ங்கறது ரொம்ப முக்கியம். ஆக, ஒரு பெண்ணை, வெறும் உடலாப் பார்க்காதேன்னு சொல்லி, ஆணை வளர்க்கனும். ஆண் பிள்ளைக்கும் வீட்டு வேலை, சமையல் வேலை சொல்லித் தரணும். இதை செய்தாலே, *domestic violence* கட்டுப்படுத்தலாம். இதையும் மீறி செய்பவர்களுக்கு, ஏதோ பிரச்சனை இருக்கும். ஆண் குழந்தைக்கு சாப்பாடு அதிகம் போடுவது, பெண் பிள்ளைக்கு குறைவா போடுவது. ஏன் இப்படி? பெண்ணுக்கும் ஆரோக்கியம் முக்கியம். எல்லோரும் எல்லாமும் செய்யனும். எல்லோரையும் சமமா நடத்துங்க.

திருமிகு. ரோகிணி
நடிகை, பாடலாசிரியர், திரைக்கதை எழுத்தாளர்,
குரல் நடிகர், இயக்குநர்.

கேள்வி கேட்கவும் NO சொல்லவும் தெரிய வேண்டும்

திருமிகு. மது சரண் வேல்

○ தொகுப்பு: பத்மா அமர்நாத்

உங்களைப் பற்றிய அறிமுகம்... உங்களுடைய *UN* பயணம்.

என் பெயர் மது சரண். ஒரு பெண்ணாய், என்னை எப்படி அறிமுகப்படுத்திக்கொள்ள விரும்புகிறேன் என்றால், என் வேலையைத் தாண்டி, குரலற்ற பல பெண்களின் குரலாக இருக்க விரும்புகிறேன். அவர்களுக்கு ஒரு நல்ல வேலைவாய்ப்பை அமைத்துத் தர வேண்டும் என்பது என் ஆசை மற்றும் கனவு. பெண்கள், தாய்மார்கள், பாட்டிமார்களுக்கு, நான் இருக்கிறேன்.

நான் பிறந்து வளர்ந்தது சென்னையில். என் குடும்பத்தில் யாருமே தொழில் சார்ந்து இல்லை. அப்பா ஒரு *C.A.* ரயில்வே துறையில் பணியாற்றிக்கொண்டிருந்தார். அம்மா இல்லத்தரசி. நான்தான் மூத்தவள். எனக்கு ஒரு தம்பி, ஒரு தங்கை. ரொம்ப பழமைவாத தன்மை கொண்ட, *conservative* குடும்பம். எனக்கென்று சில குடும்பப் பொறுப்புகள் இருந்தது. பள்ளி முடித்து, உடனே சம்பாதிக்ககூடிய, ஏதோ ஒரு துறையைத் தேர்ந்தெடுக்க வேண்டிய சூழல். *B.Com* படிக்க வேண்டும் என்று ஆசை. மெட்ராஸ் பல்கலைகழகத்தில் அப்பா *B.Com* தபால் தொடர்பில் *(correspondence)* கொண்டு சேர்த்தார்.

ஆனால் அம்மா, சமயோசிதமாக என்னை 1995ல் கம்பியூட்டர் பயிற்சி வகுப்பில் சேர்த்துவிட்டார். கம்பியூட்டர் பயிற்சி நிறுவனம் ஒன்றைத் தொடங்கிவிடலாம் என்பது அம்மாவின் எண்ணம். இதனால், *APTECH*ல், *Higher Diploma in Software Engineering* படிப்பை முடித்தேன். கணினிச் செயல்பாட்டின் ஆரம்ப நிலையை அங்கே கற்றுக்கொண்டேன். அங்கேதான் எனக்கான திருப்புமுனை காத்திருந்தது.

பயிற்சி முடித்ததும், *Air France* என்ற பெரிய கார்பரேட் நிறுவனத்தில் வேலைக்குத் தேர்வானேன். பட்டப் படிப்பை

இன்னும் முடிக்காததால், நிரந்தர வேலை கிடைக்கவில்லை. குறைந்த சம்பளத்தில் *(trainer)* பயிற்சியாளர் வேலை கிடைத்தது. 18 வயசு, ஆங்கிலம் சரியாகப் பேச வராது. ஆனால் கிடைத்த வேலை.. *Air France* கம்பெனியின் ஜீ.எம்மிற்கு, *MS office* பயிற்சி அளிக்க வேண்டும். என் வேலையும் திறமையும் அவருக்குப் பிடித்திருக்கவே, என்னை ஊக்கப்படுத்தினார்.

இதனுடன் டைப்பிங் வகுப்பிலும் சேர்ந்தேன். என்னுடைய அன்றைய ஒருநாள் எப்படி இருந்ததென்றால், காலை 6 மணி முதல் 7 மணி வரை டைப்பிங் வகுப்பு. 7 1/2 முதல் 9 மணி வரை கம்பியூட்டர் வகுப்பு. பின் *Air France* நிறுவனத்தில் வேலைக்குச் செல்ல வேண்டும். மாலை வீடு திரும்பிய பின், *B.Com* படிப்பைத் தொடர வேண்டும். சனிக்கிழமைகளில், பல்கலைக்கழகத்தில் நடத்தப்படும் வகுப்பிற்குச் செல்ல வேண்டும். உண்மையிலேயே, அந்த நாட்களில் முழு ஈடுபாட்டுடன் இருந்தேன்.

நண்பர்கள் என்று யாரும் இல்லை. பள்ளித் தோழிகள் அனைவரும் எத்திராஜ், ஸ்டெல்லா என்று போய்விட்டனர். என்னை எங்கேனும் கூப்பிட்டாலும் போக முடியாது. சின்ன வயசுலயே எல்லாம் பட்டாச்சு. எதையோ இழந்ததைப் போல உணருவேன். இப்போது அந்த எண்ணம் இல்லை. *No regrets.*

ஐ.டி பணி, உங்களுடைய முதல் தொழில்நிறுவனம் எப்படி சாத்தியமானது?

கண்டிப்பாக தொழில் தொடங்கும் எண்ணமே எனக்கு இல்லை. முன் சொன்னது போல, என் குடும்பத்தில் யாரும் தொழில் செய்தவர்கள் கிடையாது. திருமணம் நடக்கும்போது நல்ல வேலையில் இருந்தேன். சில மாதங்களில் கர்ப்பமானேன். அலுவலகம் சென்று வேலை செய்ய வேண்டிய சூழல். வீட்டில் வேலைக்குச் செல்ல தடை. அலுவகத்தில், “மூன்று மாத சம்பளம் மட்டும் வாங்கிக்கொள்ளுங்கள். குழந்தை பிறந்து வேலையில் சேர்ந்த பிறகு பார்த்துக்கொள்ளலாம்” என்றனர். அங்கு செயல்படும் *project*காக நான் நிறைய வேலை செய்திருக்கிறேன் அதெல்லாம் வீணாகுதே என்ற கவலை எனக்கு.

இனி அந்த வேலை வேண்டாம், அவர்கள் கொடுக்கும் மூன்று மாத சம்பளமும் வேண்டாம் என்று ராஜினாமா செய்துவிட்டேன். ஆனால், ‘இனி என் நிலை என்ன? எனக்கானப் பின்னணி என்ன? எனக்கான பாதை என்ன?’ என்ற சிந்தனை தொடர்ந்தது. பிற கம்பெனியில் வேலை செய்வதை விட, நாமே ஒரு பயிற்சி நிறுவனத்தை ஆரம்பிக்கலாமே என்று எண்ணினேன். அந்நாளில், மென்பொருள் பரிசோதனை செய்பவர்கள் மிகக்குறைவு. என் நண்பருக்கு அந்த வேலை தெரிந்திருந்தது. 2002ல், குழந்தை பிறந்த பின், ஐந்தே கம்பியூட்டர்களை கொண்டு, நண்பருடன் சேர்ந்து, *STC* என்ற நிறுவனத்தை தொடங்கினேன். மூன்றே வருடங்களில், 60 கிளைகளாக வளர்ந்தது. டெல்லி, மும்பை, கேரளா என்று எல்லா இடங்களிலும், *STC* நிறுவனம் தொடங்கப்பட்டது.

தொழிலதிபர் என்ற பெயர் அங்கேதான் உருவானது. தொழில் பற்றி எந்த ஒரு முன் அனுபவமும் இல்லாததால், சில பிரச்சனைகளைச் சந்தித்தோம். ஆனால் எப்படியோ சமாளித்தோம்.

பொதுவாக ஒரு தொழில் நிறுவனத்தை வைத்திருப்பவர்கள் வெளிப்படையாக புதியதாக தொழிலுக்கு வருபவர்களை ஆதரிக்கவும் ஊக்கப்படுத்தவும் தயங்குவார்கள். ஆனால் நீங்கள் அறைகூவல் இட்டு பல பெண்களுக்கு தொழில்முனைப்பும் எண்ணத்தை வழங்கி வருகின்றீர். இப்படியான செயலுக்கான ஊக்கம் எங்கிருந்து கிடைத்தது?

நான் மறுபடியும் என் தொழிலைப் பற்றிதான் இங்கே பேச வேண்டும். எங்கள் நிறுவனம் சிறப்பாக இயங்கிக்கொண்டிருந்த சமயத்தில், வங்கியில் அதிகப்படியான FD, Mutual funds என்று நிறையப் போட்டு வைத்திருந்தோம். 2005ல் recession ஆரம்பமாச்சு. எங்களுடைய 60 கிளைகளை பெருமளவுக் குறைக்க வேண்டிய கட்டாயத்திற்குத் தள்ளப்பட்டோம். அழகு சார்ந்த நிறுவனம் ஒன்றைப் புதிதாக தொடங்கலாம் என்ற நோக்கத்தில், கடன் கேட்டு வங்கியை அணுகியபோதுதான், வெளி உலகின் நிதர்சனம் புரியவந்தது.

எவ்வளவுதான் பணம் போட்டு எடுத்திருந்தாலும், கடன் என்று போனால் collateral, அடமானம் போன்றவற்றில்தான் அவர்கள் கவனமாக இருப்பார்கள். என்னுடைய turn over அவர்கள் கண்களுக்குத் தெரியவில்லை. அப்போது Mudra போன்ற, பெண்களுக்குக் கடன் உதவி தரும் திட்டங்களும் இல்லை. Non collateral ஆக 10 லட்சம் கூடப் பெற முடியாது. பின் எப்படியோ கடன் வாங்கி, அழகு நிறுவனம் ஒன்றை ஆரம்பித்தேன். அன்று தொடங்கியதுதான் இன்று ABC clinic, Advanced Beauty and Cosmetic clinic, என்று பல கிளைகளுடன் வளர்ந்து நிற்கிறது.

இந்தக் கடன் பெற்று தொழில் தொடங்கிய இந்தப் போராட்டத்தை என் வாழ்நாளில் நான் மறக்க மாட்டேன். வங்கியில் அவர்கள் கேட்ட கேள்விகள் கொடுமையாக இருந்தது. "குழந்தை பெற்றுக்கொண்டாய், நாளை குழந்தையைப் பார்க்க வேண்டும் என்று நீ தொழிலை விட்டால், என்ன செய்வ?", "இன்று உன் கணவருடன் இருக்கும் நீ, நாளை தனி ஆளாய் நின்று போனால் எப்படி?", "உன் கணவர் உன்னுடன் இல்லாமல் போனால் எப்படி சமாளிப்பாய்?" அடுத்த நொடியே இடத்தை விட்டு ஓடிவிட வேண்டும் போல இருந்தது.

ஆக, ஒரு பெண்ணிற்கு, தன்னுடைய ஆசையைத் தொடரவும், கனவை நினைவாக்கவும், பல தடைகளை தாண்ட வேண்டி இருக்கு. அத்தனை சுலபம் அல்ல, என்பதை முழுமையாக உணர்ந்தேன். நான் சந்தித்த இந்த நிலையை வேறொரு பெண் சந்திக்கக் கூடாது. இதில் மற்ற பெண்களுக்கு நாம் ஏன் உதவக் கூடாது என்று சிந்தித்தேன். நானே அனைவருக்கும் பணம் கொடுக்க முடியாது. ஆனால், அதற்கான வழியை, நான் காண்பிப்பேன்.

> திருமணம் என்பது, நம்மைக் கட்டிப்போடும் ஒரு அமைப்பாக மாறிப்போகிறது. இருவரும் சக மனிதர்கள். அவ்வளவுதான். கழிவறை மட்டும்தான் வேறாக இருக்க வேண்டும். ஆணுக்கும் பெண்ணுக்கும் வேறுபாடு இல்லை, மனிதனுக்கும் ரோபோவுக்கும் மட்டுமேதான் வேறுபாடு இருக்க வேண்டும்.

என்னால் முடிந்த அளவிற்கு, ஒரு சின்ன கடையோ வண்டியோ, நான் வைத்து தருவேன் வியாபாரத்தை அவர்கள் நடத்த வேண்டும். இப்படி உருவானது தான் 'மாமீஸ் காபி ஹவுஸ்'. இப்படியாக, நாடு முழுவதிலும் சுமார் 5,000 பெண்களுக்கு நான் உதவியிருக்கேன்.

இந்தச் சமயத்தில் என் தோழி ஒருவர் என் பெயரை ஐக்கிய நாடு (UN) தூதரகத்திற்குப் பரிந்துரை செய்தார். என் வேலைகளை முழுமையாக ஆராய்ந்த பின், 2016ல் ஐக்கிய நாட்டு சார்பில், 'இந்திய தொழிலதிபர்களின் தூதர்' (Ambassador for Women Entrepreneurship) என்ற கௌரவம் வழங்கப்பட்டது. இதன் மூலம், இன்னும் பல துறை சார்ந்த மனிதர்களைச் சந்திக்கவும், இன்னும் பல பெண்களுக்கு உதவவும் வழிவகுத்தது.

பெண் சுய நிர்ணய உரிமை பெறுவதென்றால் என்ன? உங்களுடைய பார்வை?

உண்மையிலேயே, இதற்கு இலக்கணம் என்று எதுவும் இல்லை. *Empowerment* என்பது, அந்தச் சமயத்தில் வருவது. அந்தச் சமயத்தில் நீங்கள் உணர்ந்து செயல்படுவது. என்னை பொறுத்தவரை, சுய நிர்ணய உரிமை என்றால், தைரியத்துடன் இருப்பது. தன்னம்பிக்கையுடன் செயல்படுவது. சுய மரியாதையுடன் வாழ்வது. இதெல்லாமே *empowerment*தான்.

சுய மரியாதை ரொம்ப முக்கியம். அது வீட்டிலிருந்தே ஆரம்பிக்க வேண்டும். வீட்டில் ஒரு பெண், தன் சுயமரியாதையை இழந்தால், அதை எப்படி எதிர்கொள்வாள்? அதிலிருந்து துவங்க வேண்டும். வெளியே சுதந்திரம், *empowerment* என்று பேசிவிட்டு, வீட்டில் மரியாதை இல்லை என்றால் எப்படி? *What is the point?* சுய நிர்ணய உரிமை பெற்று வாழ்வதென்பது, பொருளாதாரம் சார்ந்த விஷயம் மட்டும் அல்ல. ஒரு பெண்ணாக, எப்படி ஒவ்வொரு விஷயத்தையும் தைரியமாக அணுகி, முடிவெடுக்கறாங்க, என்பதுதான் *empowerment*.

யாரைப் பார்த்து உத்வேகம் அடைவீர்கள்? *Your inspiration?*

தனித்து நின்று போராடும் அனைத்துப் பெண்களும் எனக்கான *inspiration*தான். சுய மரியாதையின் காரணாக, தன் துணையிடம் எந்த

எதிர்பார்பும் இன்றி, என்ன நடந்தாலும் பார்த்துக்கொள்ளலாம், என்று தைரியமாக வெளியேறும் பெண்கள் எல்லோருமே எனக்கான உந்துசக்திதான்.

பொதுவாக திறமைகள் இருந்தும் ஒரு தொழில் தொடந்த நிதியுதவி என்பது ஒரு போராட்டமாகத்தானே இருக்கு ?

நம்முடைய மத்திய, மாநில அரசு பல உதவிகளைச் செய்துவருகிறது. உங்களுடைய தொழில் திட்டம் சிறப்பாக இருந்தால், லாபகரமாக இருக்கும் என்ற நம்பிக்கை இருந்தால் மத்திய மாநில அரசின் திட்டங்களே போதுமானது. *Ministry of MSME*ல உங்க *project*ஐ கொண்டு போய் கொடுக்கணும். அந்த அமைச்சகம், வங்கிகளுக்கு நிதியுதவி வழங்க பரிந்துரைப்பார்கள். ஒரு கோடி ரூபாய்க்கான வேலையாக இருந்தாலும் கூட, நல்ல திட்டமாக இருந்தால் அரசாங்கம் நிதியுதவி வழங்க தயாரா இருக்கு.

அரசாங்கம் பல சலுகைகளை அறிவிக்கிறாங்க. சில பெண்கள், எங்களால் அதை பெற முடியவில்லை என்ற வருத்தத்தைத் தெரிவிக்கிறார்கள். திட்டங்கள் முறையா போய் சேருதா? மக்களிடம் விழிப்புணர்வு இருக்கா?

திட்டங்கள் போய் சேரவும், பின்னடைவுகள் வராமல் இருக்கவும், எங்களைப் போன்ற *NGO's* (சுய ஆர்வத் தொண்டு நிறுவனங்கள்) நிறைய வரணும். ஒவ்வொரு வார்டிலும் கால் சென்டர்கள், *information desk*, இருக்க வேண்டும். தொழில் தொடங்க, பெண்களுக்கு உதவும் படியான உதவி மையங்களை அமைக்க வேண்டும். இது பெண்களுக்கு மட்டும் இல்லை, மாணவர்களுக்கும் ஆண்களுக்கும் கூட தொழில் தொடங்க உதவும்.

கல்லூரியில் கூட, மாணவர்கள் ஒருசிலர் சேர்ந்து, கொஞ்சம் பணம் போட்டு *(cloud funding)*, சின்ன வியாபாரம் தொடங்கலாம். கல்லூரி வளாகத்திலேயே ஒரு ஆவின் பார்லர் வைக்கலாம், ஐஸ் கிரீம் பார்லர் நடத்தலாம். வியாபாரம் என்றால் என்ன என்பதை படிக்கும் காலத்திலேயே தெரிந்துகொள்ளலாம்.

உங்களை மனதளவில் புத்துணர்வோடு வைத்துக்கொள்ள நீங்கள் மேற்கொள்வது?

நான் எப்பவும் *positive*ஆன (நேர்மறையான) சூழலை உருவாக்க நினைப்பேன். நண்பர்களோடு நேரம் செலவிடப் பிடிக்கும். என் தோழிகளுடன் இருக்கும்போது கூட, ஒரு *positive vibe* இருக்கும்படி பார்த்துக்கொள்வேன். அடுத்த நாள், புத்துணர்வோடு இயங்க ஆரம்பிப்பேன்.

ஒரு பெண், தன்னை நிலைநாட்டிக்கொள்ள, தன்னை உறுதிப்படுத்திக்கொள்ள, எதில் அதிக கவனம் செலுத்த வேண்டும்?

தன்னை நிலைநாட்டவும், உறுதிபடுத்திக்கொள்ளவும், பெண் முதலில் கேள்வி கேட்டுப் பழக வேண்டும். அதன் பிறகு, *'No'* (இல்லை, முடியாது) என்று சொல்லத் தெரிய வேண்டும். முகத்திற்கு நேராக சொல்லும்

பெண்தான், ரொம்ப *strong.* மழுப்பிப் பேச வேண்டிய அவசியம் இல்லை.

உண்மைதான். பிறர் என்ன நினைப்பார்களோ, என்ற எண்ணம் பல பெண்களுக்கு உண்டு. இல்லையா?

அவசியம் இல்லை. மற்றவர்கள் பாதிக்கக் கூடாது என்று நாம் சிந்தித்தால், *we become weak.* ஆனால், மனதளவில் வேண்டாம் என்று எண்ணிவிட்டால் சொல்லிவிடுங்கள். சில இடங்களில், வியாபார ரீதியாக பேசும்போது *diplomatic*ஆ, கடினமாகப் பேசாமல், நம் எண்ணத்தை தெரியபடுத்தணும். காரணம், அது நம் வேலை சார்ந்தது. அந்தச் சமயத்தில், *we need to act in a diplomatic way.* ஜாக்கிரதையாக நடந்துகொள்ளுங்கள்.

முக்கியமாக, உங்கள் குழந்தைகளுக்கு ஒரு முன்னுதாரணமாக இருங்கள். உங்களைச் சுற்றியுள்ள நண்பர்கள், உறவினர்களுக்கு மத்தியில் முன்மாதிரியாக இருங்கள். 10 பேரில் 3 பேராவது மாதம்தோறும் என்னை அழைத்து, அவர்கள் பிரச்சனைகளைப் பகிர்ந்துகொள்வார்கள். தோழிகளின் பிள்ளைகளுக்குப் பிரச்சனை என்றாலும் கூட, 'மது ஆண்டி கிட்ட பேசு' என்பார்கள். அப்படிபட்ட நிலைக்கு உங்களை வளர்த்துக்கொள்ளுங்கள்.

***Globally*, உலகளவில், பெண் முன்னேற்றம் எப்படி இருக்கு?**

Not to the standard Padma. நம்ம நாட்டை விடுங்க. உலகளவில், 50% கார்பரேட் உலகத்தைப் பெண்கள் ஆள்கிறார்கள் என்று சொல்ல முடியுமா? அது எந்த தொழில் சார்ந்த நிறுவனமாக இருந்தாலும் சரி, ஆண்கள்தான் ஆள்கிறார்கள். தொழில், சினிமா, அரசியல், எல்லாவற்றிலும் ஆணாதிக்கம்தான். அதற்கு நிறைய காரணங்கள் இருக்கு. இன்றும் ஒரு ஆண் நடிகர் வாங்கும் சம்பளத்தை, ஒரு பெண் நடிகையால் வாங்க முடியவில்லை. பாலிவுட்டிலும் சரி. *Jennifer Lopez*ன் நிலையும் அதுதான். ஆக, நாம எங்கே இருக்கோம்?

தவறு நம்மகிட்டயும் இருக்கு. 21, 22ல் கல்யாணம் கட்டியேத் தீரணும் என்கிற நிலை எப்போ மாறுதோ, அப்போ தான் மாற்றம் வரும். பெண் தனித்து செயல்பட, ஒரு ஆணின் துணை தேவையில்லைங்கற நிலை வரனும். உலகளவில் இந்த மாற்றம் வர வேண்டும். நம் காலத்திலேயே இந்த மாற்றம் வந்தால், நல்லா இருக்கும்.

திருமணம் என்பது, நம்மைக் கட்டிப்போடும் ஒரு அமைப்பாக மாறிப்போகிறது. இருவரும் சக மனிதர்கள். அவ்வளவுதான். கழிவறை மட்டும்தான் வேறாக இருக்க வேண்டும். ஆணுக்கும் பெண்ணுக்கும் வேறுபாடு இல்லை, மனிதனுக்கும் ரோபோவுக்கும் மட்டுமேதான் வேறுபாடு இருக்க வேண்டும்.

உங்கள் பணியில் நீங்கள் சந்தித்த இன்னல்கள் (*difficulties*), பெண் என்பதால், ஏதாவது இடையூறுகள் இருந்ததா?

நிறையங்க. *Too much and too many* (என்று சிரித்தவாறே தன் பதிலைத் தொடர்ந்தார்). வங்கிப் பணியாளரிடமிருந்து வந்த கேள்விகளைப் பற்றி

சொன்னேன். இவ்வளவு *turn over* காண்பித்த ஒரு பெண், லாபத்தைச் சம்பாதித்த ஒரு பெண், அப்பவே, நீங்க சொல்ற *empowered*ஆ இருந்த ஒரு பெண்ணையே அத்தனை கேள்விகள் கேட்டாங்க. சாதாரண நிலையில் இருந்து, வளர வேண்டும் என்ற ஆசை, கனவுகளோடு வெளியே வரும் பெண்ணை, இன்னும் எத்தனைக் கேட்பார்கள்?

எங்கள் *RIVER NGO*வின் நோக்கமே, இந்த ஆரம்ப நிலை பெண்களுக்கு உதவ வேண்டும் என்பதுதான்.

வெற்றியையும் தோல்வியையும் எப்படிப் பார்க்கிறீங்க? அவற்றை எப்படிக் கையாள்வீர்கள்?

வெற்றியாளரா இருக்கணும்னா, நீங்க தோல்வி அடைந்தே ஆக வேண்டும். அதுதான் அடிப்படை. முதலில் தோல்வியை சந்தித்து, அதிலிருந்து பாடம் கற்று, முன்னேற வேண்டும். அந்த முன்னேற்றம், நிலைத்திருக்கும். தோல்வி வேறு, வெற்றி வேறு என்றில்லை. தவறு செய்யும்போதுதான் கற்றுக்கொள்வோம். குறிப்பாக வியாபரத்தில். 'தோல்விகளிலிருந்து கற்றுக்கொண்டேன்'னு டாடா வே சொல்லியிருக்காரு.

ஆனா, இதில் சொல்லவரும் இன்னொரு தருத்து, *risk* எடுக்க நினைச்சீங்கன்னா, சின்ன வயசுலயே அதற்கு முயற்சி பண்ணுங்க. எந்த துறையானாலும் சரி. ரொம்ப யோசிக்க வேண்டாம். *We can revamp soon.* நமக்கு மன வலிமை இருக்கும்.

பெண் முன்னேற்றத்திற்குத் தடையாக இருக்கும் சில விஷயங்கள்? தனிப்பட்ட முறையிலும் சரி, சமுதாயத்திலும் சரி?

ஒரு பெண்ணிற்குத் தடை, அவர் எதற்கு முன்னுரிமை கொடுக்கிறாள் என்பதை பொறுத்துதான் இருக்கு. கணவருக்கு முன்னுரிமை, குடும்பத்திற்கு முன்னுரிமை என்று சிக்கிக்கொள்கிறாள். என்னதான் *CEO*வாக இருந்தாலும், என்னதான் வெளியே ஒரு பெரிய மனுஷியாக உலா வந்தாலும், வீட்டிற்குள் வந்த பிறகு, ஒரு மனைவியாக அடிபணிந்து போகிறாள்.

சமூதாய ரீதியில்னு பார்த்தால், எக்கச்சக்கமா இருக்கு. முதல்ல குடும்பங்கள் பெண்களை தைரியமாக விடுவதில்லை. 28 வயசாச்சு, இன்னும் கல்யாணம் ஆகலையேங்கற கவலைதான் பெற்றோர்களுக்கு இருக்கும். 'அவள் தேவைக்கு அவ சம்பாதிக்கிறா. அவளைப் பாதுகாத்துக் கொள்ள அவளுக்குத் தெரியும். இருக்கட்டுமே. அவளுக்கு எப்போ ஒரு *companion* வேண்டும், துணை வேண்டும்னு நினைக்கிறாளோ, அப்போ பண்ணிக்கட்டுமே..." என்று ஏன் பெற்றோர்கள் சிந்திப்பதில்லை?

அனைத்து பெண்களும் *empowered*ஆக இருக்கும் ஒரு சமுதாயத்தை நீங்க எப்படி பார்க்கறீங்க? எப்படிப்பட்ட மாற்றங்களை நீங்க எதிர்பார்க்குறீங்க?

இந்த கேள்வியே தப்பு. எல்லா பெண்களும் சுய நிர்ணய உரிமை கொண்ட பெண்கள்தான். நீங்க ஒரு அம்மாவா இருக்கீங்க. உங்க பெண்ணை

உங்களை நீங்களே, தரக் குறைவாக ஒருபொழுதும் நினைக்க வேண்டாம். தப்பு நடந்தாலும் வருந்த வேண்டாம். அதற்கான தீர்வு நிச்சயம் இருக்கும். அதை கண்டுபிடித்து முன்னேறுங்க.

"

ஒருவன் தாக்க வந்தால், நீங்க சும்மா இருப்பீங்களா? அம்மாவா என்ன செய்வீங்க?

நான் கண்டிப்பாப் போய், அவனைத் தாக்குவேன். எதையாவது எடுத்து, அவன் மீது எறிய பார்ப்பேன். பெண்ணைக் காப்பாற்றுவேன்.

இதுதான் *empowerment*. ஒரு குக்கிராமத்தில், சின்ன பெண் ஒருத்தி, மாட்டை ஓட்டிக்கொண்டு போகும்போது, மாடு ஓட ஆரம்பித்தால் என்ன செய்வாள்? ஓடி போய் பிடிப்பாள். இல்லையா? பொருளாதாரம் மட்டுமே பெண்ணதிகாரம் இல்லை. நாம அதை மட்டுமே பேசிக் கொண்டிருக்கிறோம். அடிப்படை தற்காப்பு ரீதியான செயல்பாடு முதற்கொண்டு, எல்லாமே *empowerment*தான். அந்த சூழலை, நீங்க எப்படி சமாளிக்கறீங்க என்பதுதான் கேள்வி.

At the same time, we must be polite. பெண்ணுக்கான தன்மையை நாம *carry* பண்ணனும். *Woman represents a beautiful character*. நமக்கும், பார்ப்பவர் கண்களுக்கும், நாம நல்லா உடுத்தி, நேர்த்தியான தோற்றத்தோடு இருக்க வேண்டும். வெட்கம் நமக்கே உரியது. யாராவது நம்மை சீராட்டினால், துள்ளிக் குதிப்போம். அதெல்லாம் உண்டு. ஆனா, நமக்கு ஒரு கெடுதல், இக்கட்டான நிலை வரும்போது, நாம எப்படி எதிர்கொள்கிறோம் என்பது முக்கியம்.

ஆண்களை கடவுள் பிரசவத்திற்கா படைத்திருக்கார்? பெண்களால் மட்டுமே அதை தாங்கிக்கொள்ள முடியும். அந்தப் பக்குவம் பெண்களுக்கு மட்டுமே உண்டு. இன்னும் எதற்கு ஒப்பிட்டுப் பேச வேண்டும்? அப்படிப் பெண்ணிற்கு இல்லாத குணாதிசயம், ஆணிடம் என்ன இருக்கு? (கொஞ்சம் சீரிய முகத்துடன்) உடல் வலிமைனு சொல்லுவாங்க. சொல்லப்போனால், ஒரு உயிரைத் தாங்கி, பிறப்பிக்கும் உடல் வலிமை, பெண்ணிடம்தான் உண்டு. *We are more stronger*. ஆண்கள் ஒரு விதத்தில் மேன்மைப்படுவதென்றால், பணத்திலும், வருமானத்திலும் மட்டும்தான். இவள் என் வீட்டில் இருக்கிறாள் என்ற உணர்வில் தான். அதைத் தான் நான் திருமணம் ஒரு தடை என்று சொன்னேன்.

சம்பாதிக்கும் ஒரு பெண், சேமிக்க ஆரம்பித்தால், ஐம்பது வயதிற்குப் பின், இருக்கும் சேமிப்பைக் கொண்டு, சந்தோஷமாக வாழ்க்கையை வாழலாம். திருமணத்திற்கான தேவை என்ன? பின் குழந்தைகள் வேறு.

ஏற்கனவே பிள்ளைகளின் நிலைமை வேறு மாதிரி போய்க் கொண்டிருக்கு. *10, 12* வயதிலேயே தேவையற்ற பல தகவல்களைப் பார்த்தும் கேட்டும் கெட்டுப் போறாங்க.

புத்தக வாசிப்புப் பழக்கம் உண்டா? பிடித்த எழுத்தாளர்?

இல்லைங்க. ஆனா ஒரு புத்தகம் எழுதி வெளியிட்டிருக்கேன். 'தயக்கத்தை விடுவோம், தடம் பதிப்போம்.'

உங்களுடைய பொழுதுபோக்கு அம்சங்கள்?

தனியே இருக்கப் பிடிக்கும். கைபேசியை அணைத்துவிட்டு, காரை ஓட்டிக்கொண்டு, பாட்டு கேட்டபடியே, தெருக் கடைகளில் உணவு வாங்கி சாப்பிட்டு, நேரத்தை செலவிட பிடிக்கும்.

உங்கள் சாதனைகள். நீங்கள் பெருமிதம் அடைந்த தருணம்?

பெருமிதம் அடைந்தது, அடைவது, எல்லாமே, மக்கள் என்னை மது சரணாக அடையாளம் கண்டுகொள்வது. நான் எப்போதும் சரியான முடிவைதான் எடுப்பேன் என்ற நம்பிக்கை, என்னைச் சுற்றி உள்ளவர்களுக்கு உண்டு. நான் செய்வேன் என்று சொன்னால், செய்து விடுவேன். வருகிறேன் என்று வாக்களித்தால், நிச்சயம் அங்கே இருப்பேன்.

அதே சமயத்தில், இல்லை, முடியாது என்றால், இல்லை, முடியாதுதான். *I don't give fake faces*. அனைவரின் மனதிலும் இருக்க வேண்டும் என்று ஆசைபடும் நபர் நான். ஆனால், சிலரிடம் முடியாது என்று சொன்னதால், காயம் அடைந்தவர்களும் இருக்கலாம். என் நிலையை நான் தெளிவாக உணர்த்தியுள்ளேன்.

பெருமிதம் அடைந்த தருணம் என்றால்... இன்னும் இல்லை. இந்த நாடு, என்னை, என் செயல்பாட்டை அங்கீகரிக்க வேண்டும். அதற்கு இன்னும் நான் உழைத்துக்கொண்டிருக்கிறேன். இப்பவே பெருமிதம் அடைந்தால், அந்த நிலையை என்னவென்று சொல்வது? (சிரிக்கிறார்).

இப்போ திரும்பிப் பார்க்கும்போது, உங்க பயணம் எப்படி இருக்கு? உங்களின் அடுத்த கட்ட நகர்வு?

(மெல்லிய பெருமூச்சுடன்) *It has been a very long journey. It is full of good and bad experiences.*

அதையெல்லாம் குறிப்பா எழுதி வெச்சிருக்கீங்களா?

அதைதான் ஒரு புத்தகமா போட்டிருக்கேனே. அந்தப் புத்தகத்தைக் கொடுத்தாலே, "என்ன மேம் இப்படி எழுதி இருக்கீங்க" னு பயப்படறாங்க (என்று பலமாக சிரித்தார்).

உங்கள் துறை சார்பாக, உங்களைச் சுற்றி உள்ள தோழிகளுக்கு, 'பெண்ணதிகாரம்' சிறப்பிதழ் வாயிலாக, நீங்கள் சொல்ல விரும்புவது?

Be yourself. உங்களை நீங்களே, தரக் குறைவாக ஒருபொழுதும் நினைக்க

வேண்டாம். தப்பு நடந்தாலும் வருந்த வேண்டாம். அதற்கான தீர்வு நிச்சயம் இருக்கும். அதை கண்டுபிடித்து முன்னேறுங்க.

முக்கியமாக, do not share your bad feelings or depressed state to anyone. உங்க கணவரிடம் கூட வேண்டாம். See how you can patch up on your own. நீங்களாகவே அதை சரிசெய்ய முயற்சியுங்கள்.

ஏன் அப்படி? நாம பலவீனம் ஆகிவிடுவோம் என்றா?

ஆமாம். Of course. இன்னொருத்தருடைய உதவியை நாடும் நிலையில் இருப்போம். பின் தைரியமாக மீண்டும் வேலை செய்ய முயற்சிக்கும் போது, நம்மை விட மாட்டார்கள். 'அதுதான் சரியில்லையே, திரும்ப எதுக்குப் போறே? எதுக்கு இந்த வேலை உனக்கு?" என்ற கேள்விகள் வரும். அதை ஏன் நாம் சொல்ல வேண்டும்? நாமாக முயன்று, வென்று வரவேண்டும். குடும்பம், நண்பர்கள், என்று சொல்ல ஆரம்பித்தால், நம் பலவீனம் வெளிப்பட்டு விடும்.

நான் இவ்வளவு உற்சாகமா உங்க முன்னாடி பேசிக்கிட்டிருக்கேன். எனக்கு கவலைகளே இல்லைனு அர்த்தம் கிடையாது. எனக்குப் பின்னாலும் எவ்வளவோ இருக்கு. அதை நான் காட்டிக்கொடுக்க விரும்பவில்லை. I know how to handle it. And I will handle it.

திருமிகு. மது சரண் வேல்.

Founder RIVER NGO
Indian Ambassador - Women Entrepreneurship, Global.
United Nations.

செய்தே ஆக வேண்டும்

திருமிகு. வீனா குமாரவேல்

உங்களைப் பற்றிய அறிமுகம்...

நான் வீனா குமாரவேல். பிறந்து வளர்ந்தது சென்னையில். பள்ளிப் படிப்பு, 'சேக்ரட் ஹார்ட்ஸ்' *(Sacred Hearts)* கான்வென்டில் முடித்தேன். *B.Com* பட்டப்படிப்பை எத்திராஜ் கல்லூரியில் முடித்தேன். அப்பாவின் குடும்பம், ஃபவுன்டரி *(foundry)* தொழில் நடத்திவந்தனர். சில மாதங்கள் நானும் அதில் இருந்தேன். பின் திருமணம்.

என் கணவர் *FMCG* வியாபாரத்தில் இருந்தார். கூந்தல் பராமரிப்பு பொருட்களை விற்பனை செய்துகொண்டிருந்தார். இயற்கைப் பொருட்களை உபயோகிக்கும் ஆர்வம் எனக்கிருந்தபடியால், நானும் அதில் ஈடுபட்டேன். இப்படியாகத்தான் என் பயணம் ஆரம்பமானது.

***Naturals salon* எப்படி துவங்கப்பட்டது?**

என்னுடைய ஆர்வமும் கவனமும் இயற்கைச் சார்ந்த பொருட்களை உபயோகிப்பதிலேயே இருந்தது. முகத்திற்கும் தலைமுடிக்கும், இன்றுவரை, வீட்டில் தயாரிக்கும் பொருட்களைத் தான் உயபோகித்து வருகிறேன். அதையே இன்னும் பலருக்குப் போய் சேரும் விதமாக, 'ராகா' என்ற பெயருடன் கேசப் பராமரிப்புப் பொருட்களைத் தயார் செய்து வினியோகித்து வந்தோம். இதன் அடுத்த கட்டம்தான் பியூட்டி பார்லர். அழகு நிலையங்கள்.

சில வருடங்கள் முன், அந்தச் சமயத்தில் நீங்கள் சிந்தித்துப் பார்த்தால், அழகு நிலையங்கள் பெரும்பாலும் வீட்டிலேயே நடத்தப்பட்டது. அல்லது, ஒரு சின்ன அறையை வாடகைக்கு எடுத்து நடத்திவந்தனர். இயற்கை மூலிகைப் பொருட்களை உபயோகித்து, சருமம் மற்றும் கேச பராமரிப்பிற்கான ஒரு முழுமையான அழகு நிலையம், அப்போது இல்லை. இந்த இடைவேளையை நான் நிரப்ப எண்ணினேன்.

தாஜ் ஹோட்டலில் வேலை செய்துகொண்டிருந்த அழகுக் கலை நிபுணர் ஒருவர் தன் வேலையை விடும் சூழலில், அவரை சந்தித்தேன். என் திட்டத்திற்கு உதவுமாறு கேட்டுக்கொண்டேன்.

அவரும் சம்மதித்தார். "வழிமுறைகளை நான் கற்றுத் தருகிறேன், பொருளாதார ரீதியாக நீங்கள் பார்த்துக் கொள்ளுங்கள்" என்றார். இந்தக் கூட்டணி ஆரம்பமானது. தினமும் அவர் நிலையத்தில் வாடிக்கையாளர்களின் தேவைகளைப் பார்த்துக்கொண்டார். நான் அலுவலக நிர்வாகத்தை கவனித்துவந்தேன்.

பின் ஒருவருடம் கழித்து, அவர் தன்னுடைய சொந்த நிலையத்தைத் தொடங்கினார். நான் இதை தனியே கவனிக்க வேண்டிய சூழலுக்குத் தள்ளப்பட்டேன். தொழிலுக்குப் புதிது, அனுபவம் இல்லை. தரமான பொருட்களை வாங்குவது, சரியான ஆட்களை வேலைக்குத் தேர்வு செய்வது என்று பல சவால்கள் இருந்தது. கணவரும், அவர் வியாபாரத்தை விட்டு என்னுடன் சேர்ந்து இந்தத் தொழிலை கவனிக்க வந்தார். *Man power* மற்றும் பொருளாதார ரீதியாக சில பின்னடைவுகளைச் சந்தித்தோம்.

'ராகா'விற்கு நல்ல பெயரும் விற்பனையும் இருந்ததல்லவா?

ஆமாம், நல்ல பெயரிருந்தது. ஆனால், ஆரம்பத்தில் நாம் செய்யும் சில தவறுகளிலிருந்து, நாம் கற்றுக்கொள்கிறோம். 'ராகா' தொடக்கத்தில் நல்ல பெயர் வாங்கிக் கொடுத்தாலும், அதை விரிவுப் படுத்தும் முயற்சியில் பின்னடைவை சந்தித்தோம். அந்த 'ராகா' பிராண்டையே விற்க வேண்டிய சூழல் உருவானது.

நான் மட்டுமே இந்த வியாபாரத்தை கவனித்து வந்தபோது, மூன்று அழகு நிலையங்கள் மட்டுமே இருந்தன. இதில் முழு கவனம் செலுத்தி, வாடிக்கையாளர்களுக்குச் சிறந்த சேவையை வழங்குவதில் ஆர்வம் கொண்டிருந்தேன். என் கணவர் உள்ளே வந்தபிறகு, இதை விரிவுப்படுத்த எண்ணினார். அப்போதுதான், *franchise* (அதிகாரபூர்வமான வணிக விற்பனை உரிமை) என்ற எண்ணமே உருவானது.

பெண்கள் ஏன் தொழில் முனைவோராக வேண்டும் என்பது பற்றி, உங்கள் பார்வை?

பெண்கள் ஒரே நேரத்தில், பல வேலைகளைச் செய்யக்கூடியவர்கள். வீட்டையும் வேலையையும் சரியாக நிர்வகிக்கும் திறமை கொண்டவர்கள். அதையும் தாண்டி, நம்மை சுற்றி உள்ள மனிதர்களைச் சரியான முறையில், பெண்களாகிய நாம், கையாள்கிறோம். நான் இருக்கும் இந்தத் துறைக்கு, *hospitality* ரொம்ப முக்கியம். *Service industry*ல, பிறரை வரவேற்பதாகட்டும், கவனித்துக்கொள்வதாகட்டும், பணிவிடை செய்வதாகட்டும், பெண்களுக்கு இது ஒரு கைதேர்ந்த கலை.

அதற்கும் மேலாக, பெண்கள் சம நிலையுடன் இருக்கக்கூடியவர்கள். *Women are more level-headed.* நாம உணர்ச்சி வசப்படுபவர்களாக, *emotional* ஆக இருக்கலாம். ஆனால், அடுத்தவரின் நிலையை, ஒரு பெண்ணால் உணர முடியும். தலைமைப் பொறுப்பு வகிக்க இது ரொம்ப முக்கியம். 'அடுத்தவர் ஏன் இப்படிச் செய்கிறார்' என்பதை பொறுமையுடன் ஆலோசிக்கும் மனப்பக்குவம் பெண்களிடம் உண்டு. அடுத்தவர் நிலை

அறிந்து, முடிவுகள் எடுப்பது, தலைமைப் பண்புக்கு முக்கியமான தகுதியாகும். அந்த வகையில், பெண்கள் சிறந்த தொழில் முனைவோராக இருக்க முடியும்.

அடுத்து, வேலையில் அதிக கவனம் செலுத்துவார்கள். வீட்டில் பொருளாதாரத்தைப் பார்த்துக்கொள்ள தெரிந்த பெண்களுக்கு, வியாபாரத்திலும் பொருளாதாரத்தை சிறப்பாகக் கையாள்வார்கள். எல்லாவற்றிற்கும் மேலாக, பெண்கள் சிறந்த *team leaders* (அணி தலைவர்) ஆக இருப்பார்கள்.

வெற்றியைத் தக்கவைப்பதற்கான முன்னெடுப்புகளாக நீங்கள் முன்வைப்பது?

முதலாவதாக, *to stay grounded*. எதையும் தலைக்குள் ஏற்றிக்கொள்ள கூடாது. வெற்றியை, எவரொருவருமே, பல படிகளைக் கடந்த பின்னர் தான் அடைய முடியும். நாங்களும் அதற்கு விதிவிலக்கல்ல. ஆனால் வெற்றி அடைந்த பின், அதை நாம் பார்க்கும் கண்ணோட்டம் ரொம்ப முக்கியம். என்னைப் பொறுத்தவரை, பல பெண்களை தொழில் முனைவோராக உருவாக்க வேண்டும். அதற்கு முன்னால், எங்களுக்கான ஒரு லாபகரமான இடத்தை அடைந்து, அதை தக்கவைத்து கொள்ள வேண்டும். ஒரு கட்டத்தில், 'இந்த அளவு வருமானம் வந்தால்தான் தொடர முடியும்' என்ற நிலை இருந்தது.

அதற்கு அடுத்த கட்டம், மேலும் பல கிளைகளை உருவாக்குவதில் *(franchise)*, கவனம் செலுத்தினோம். பெண்களுக்குதான் முன்னுரிமை இருந்தது. தொழில் கட்டமைப்பை உருவாக்ககிக் கொடுத்த பின், அவர்களால் சிறப்பாக வேலை செய்ய முடிந்தது. அவர்கள் முதலீடு, அவர்கள் வியாபாரம் என்று வந்த பிறகு, பெண்கள் ஆர்வத்துடனும் அக்கறைக் கொண்டும் செயல்பட்டனர்.

இதையடுத்து, வெற்றியைத் தக்கவைத்துகொள்ள இன்றைய மாற்றங்களைத் தெரிந்து வைத்திருப்பது அவசியமாகும். புதுப்புது அறிமுகங்களைத் தெரிந்து வைத்திருக்க வேண்டும். அடுத்து, நம்மைச் சுற்றி ஒரு நல்ல குழுவை அமைத்துக்கொள்ள வேண்டும். *You must build a strong team*.

அடுத்து, *man power*. நல்ல வேலை தெரிந்த ஆட்களைப் பணியில் நியமிப்பதும், அவர்களுடன் தொடர்பில் இருப்பதும் மிக அவசியம். ஆரம்ப நாட்களில், நான் என் பணியாளர்களுடனேயே இருந்து வேலை செய்து வந்த காரணத்தினால், 25, 30அழகு நிலையங்களின் உள்ள பணியாளர்களின் அத்தனை பேரையும், தனிப்பட்ட முறையில் எனக்குத் தெரியும். இப்போது இது சாத்தியமில்லை. இந்த *rapport* ரொம்ப முக்கியம்.

இதெல்லாமே வெற்றியைத் தக்கவைத்துக்கொள்ள உதவும்.

நேட்சுரல்ஸ், மற்ற சலூன்களை விட எவ்விதத்தில் தனித்து நிற்கிறது?

எல்லா அழகு நிலையத்திலும் சேவை ஏறத்தாழ ஒரேவிதமாகதான்

இருக்கும். நேட்சுரல்ஸைப் பொருத்தவரை, வாடிக்கையாளர்களுடன் நல்ல தொடர்பில் இருப்பதை உறுதி செய்துகொள்வோம். அடுத்த முக்கியமான விஷயம், சுத்தம், சுகாதாரம். இதில் எந்த சமரசத்திற்கும் இடமில்லை. உபயோகப்படுத்தும் பொருட்களின் தரத்தில் கனவம் செலுத்துவோம்.

அடுத்ததாக, நாங்கள் கொடுக்கும் பயிற்சி. சமீபத்திய மேம்படுத்தலுடன் *(latest updates)* வாடிக்கையாளர்களுக்கு சேவை செய்ய, தொடர்ந்து பயிற்சி அளித்து வருவோம். சுகாதாரம், பொருட்களின் தரம், வாடிக்கையாளர் சேவை, இந்த மூன்று விஷங்களில் கனவம் செலுத்துவோம்.

எங்களுடையது ஒரு சங்கிலி வணிகமாதலால் *(chain business)*, பிற அழகுச் சார்ந்த நிறுவனங்கள், முதலில் எங்களைத் தொடர்புகொள்வார்கள். பல முன்னனி நிறுவனங்கள் எங்களை தொடர்புகொள்வதும், அவர்கள் பொருட்களை நாங்கள் அறிமுகப்படுத்துவதும், கூடுதல் அனுகூலமாகப் பார்க்கலாம்.

அழகுச் சம்பந்தமான, சமீபத்திய மாற்றங்களை தாங்கள் அணுகி, அவற்றை உங்கள் நிலையங்களில் அறிமுகப்படுத்தும் முறைகளைப் பற்றிக் கூறுங்கள்?

நான் முன் சொன்னது போல, பல புதிய நிறுவனங்கள் எங்களை அணுகுவதுண்டு. ஒரு 10 வருடங்களுக்கு முன், இத்தனை புதிய பிராண்டுகளோ ரகங்களோ இல்லை. இப்போது சந்தையில் நிறுவனங்களும் பொருட்களும் நிரம்பி வழிகின்றன. இதற்கென்று *expos*, கண்காட்சிகள் நடைபெறுகின்றன. அங்கே சென்று நாம் பார்வையிட வேண்டும். புது வகை அறிமுகங்கள் என்ன என்று நமக்குத் தெரிந்துவிடும். உள்ளூர்ச் சந்தை மட்டுமின்றி, வெளிநாட்டு பொருட்களுக்கான கண்காட்சிகளும் வெவ்வேறு நாடுகளில் நடைபெறும். மிக பிரம்மாண்டமாக இருக்கும்.

அதற்கும் மேலாக, இன்றைய டிஜிடல் காலக்கட்டத்தில், எந்த நிறுவனத்தில், எந்தப் பொருள் அறிமுகமானாலும், உடனே நமக்குத் தெரிந்துவிடுகிறது. அழகு சாதனப் பொருட்களுக்கு, இந்தியா ஒரு மிகப்பெரிய சந்தை. எல்லா உலக நாடுகளும், இந்திய சந்தையில் ஒரு பங்கு கிடைக்குமா, என்றே பார்க்கிறார்கள். சில ஆண்டுகளுக்கு முன் இந்த நிலை இல்லை. சுமார் 25ஆண்டுகளுக்கு முன், நாங்கள் *Body Shop* என்ற நிறுவனத்தின் பொருட்களை இங்கே அறிமுகப்படுத்த எண்ணியபோது, எங்களுக்கு மிகப் பெரிய சவாலாக இருந்தது. ‘உங்கள் அரசாங்கம் நிலையாக இருக்காது, இந்திய சந்தை நிலையானதாக இருக்காது. எங்களுக்கு இந்திய சந்தை வேண்டாம்’ என்றார்கள். ஆனால், நிலைமை இப்போது முற்றிலுமாக மாறிவிட்டது.

பல கொரியன் நிறுவனங்கள் கண்காட்டசிகள் அமைத்து, அவர்கள் பொருட்களை காட்சிப்படுத்துவார்கள். எங்களை, அவர்களுடைய தொழிற்சாலைக்கே அழைத்து, தயாரிப்பின் தரத்தையும் தயாரிப்பு முறைகளையும் காண்பிப்பார்கள். கொரியன் தூதரகமே இதை ஏற்பாடு செய்து, தங்களின் பொருட்களுக்கான வர்த்தகத்தை உலகெங்கிலும்

பொருளாதார முறைகளைப் பற்றி தெரிந்துகொள்வது முக்கியம். வியாபாரத்திலும் சரி, குடும்பத்திலும் சரி, வருமான விவரமும், சேமிப்பு விவரமும் பெண்கள் தெரிந்துகொள்ள வேண்டியது அவசியம். இது ஒரு ஆணின் வேலை என்று விட்டுவிட வேண்டாம்.

"

வளரச் செய்வார்கள்.

இப்போது, மேஜிக் மிரர் என்று புதிதாக அறிமுகப்படுத்தி உள்ளனர். அதில் நீங்கள் பார்த்தால், உங்கள் முகத்திற்கு எந்த மாதிரியான மேக்அப் பொருந்தும், எந்த மாதிரியான சிகை அலங்காரம் சரியாக இருக்கும், சரும பாதுகாப்பிற்கு, எந்த வகை பொருட்களை உபயோகிக்க வேண்டும், என்று காண்பித்துவிடும்.

அடுத்து ஒன்று, உங்களுடைய எச்சிலைப் பரிசோதனை செய்து (ரத்த பரிசோதனை போல), அடுத்த 15 வருடங்களில் நீங்கள் எப்படி இருப்பீர்கள், உங்கள் சருமம் எப்படி இருக்கும் என்பதை தெரிந்து கொள்ளலாம். அதற்கேற்ற முன்னெடுப்புகளைத் தொடங்கிவிடலாம். இப்படியாக, சமீப மாற்றங்களை நாங்கள் தேர்வு செய்து, சிறந்த முறையில் அறிமுகப்படுத்திவருகிறோம்.

உங்கள் பெண் ஊழியர்களை எவ்விதங்களில் ஊக்கப்படுத்தி, கையாள்கிறீர்கள்?

ஊழியர்கள் என்பதை விட, எங்கள் கிளை உரிமையாளர்களைப் பற்றி நான் சொல்லி ஆக வேண்டும். எங்கள் தேர்வு, பெரும்பாலும் பெண்கள் தான். பல பெண்கள் மிஜி வேலையிலிருந்து விடுபட்டவர்களாக அல்லது, ஓய்வு பெற்றவர்களாக இருப்பார்கள். அதிக வேலை பளு இல்லாமல், அவர்களுக்கென்று ஒரு அமைதியான தொழிலாக இருக்க வேண்டும், என்று நினைப்பார்கள். சில இளைஞர்களும் வருவதுண்டு.

நாங்கள் தொடர்ந்து *workshops, seminars*, மீட்டிங் வாயிலாக அவர்களைச் சந்திப்போம். வருடத்திற்கு ஒருமுறை, அனைவரும் ஒன்றாக கூடும்படி ஏற்பாடு செய்வோம். அங்கே அனைவரும் ஒருவரை ஒருவர் அறிமுகம் செய்துகொள்வார்கள். தொழில் முன்னேற்றத்தைப் பற்றிப் பேசுவோம். அனைவரையும் உற்சாகப்படுத்தும் வகையில் *motivational speakers*ஐ அழைத்து, பேசவைப்போம்.

உங்கள் துறை சார்ந்த பயிற்சியை, பெண்களுக்கு அளித்து வருகிறீர்களா?

ஆமாம். எங்களுக்குப் பல இடங்களில் பயிற்சி நிறுவனங்கள் உண்டு.

வேறெங்கேனும் பயிற்சி எடுத்து வந்தவர்கள், இங்கே இன்னும் சிறப்புப் பயிற்சி பெறுவார்கள். அடுத்துப் புதிதாக வேலை கற்றுக்கொள்ள வருபவர்கள். North East பகுதியிலிருந்து நிறைய பெண்கள், புதிதாக வருவார்கள். பயிற்சி முடிந்த பின்னர், எங்கள் நிறுவனங்களில், வேலைக்காக தேர்வு செய்யப்படுவார்கள்.

உங்கள் நிறுவனங்களில் பணி செய்ய மட்டுமே இவர்களுக்கு அனுமதி உண்டா, அல்லது வெளியே சென்று இவர்கள் தொழில் தொடங்கலாமா?

வெளியேயும் செல்லலாம். இதிலும் இரண்டு வகை பயிற்சிகள் உண்டு. வரும் பெண்களுக்குப் பயிற்சி, தங்கும் வசதி, உணவு என, அனைத்தும் இலவசமாக வழங்கப்படும். அத்துடன், எங்களிடம் மட்டுமே வேலை செய்ய வேண்டும் என்று ஒப்பந்தம் போட்டுக்கொள்வோம். சம்மதம் தெரிவிப்பவர்கள், இந்தப் பயிற்சியைத் தேர்ந்தெடுக்கலாம். அடுத்தது, கட்டண முறையில் பயிற்சி வழங்கப்படும். இவர்கள் எங்களிடம் வேலை செய்ய நினைத்தாலும், செய்யலாம். அல்லது, வெளியே வேலைக்கும் போகலாம். அல்லது, சொந்தமாக நிறுவனத்தையும் ஆரம்பிக்கலாம். எங்களுக்கு நாடு முழுவதும் ஏறத்தாழ 35 - 40 பயிற்சி நிறுவனங்கள் உண்டு.

தற்போதைய சூழலில் பெண்கள் தெரிந்துகொள்ள வேண்டியதாக நீங்கள் நினைப்பது?

இன்றைய சூழலில் எல்லாமே டிஜிடலா வந்தாச்சு. அதைப் பற்றிய அறிவும் தெளிவும் நமக்கு இருக்க வேண்டும். பெண்களுக்கு அவற்றை கையாளத் தெரிய வேண்டும். பல வகை தொழில் இன்று வலைதளம் மூலமாக நடைபெற்றுவருகிறது. பணப்பட்டுவாடா online-ல் நடைபெறுகிறது. 'Homepreneurs Awards' என்ற விருது வழங்கும் விழாவைத் தொடர்ந்து நடத்திவருகிறோம். அதில் நான் பல பெண்களைப் பார்க்கிறேன். பெயர் தெரியாத கடைக்கோடி கிராமத்திலிருந்து ஆன்லைன் வியாபாரம் செய்து சம்பாதிப்பவர் நிறைய பேர் உண்டு. ஒரு கைப்பேசி கொண்டு, ஆன்லைன் வாயிலாக, தேவையான பொருட்களை வாங்கி, தயாரித்து, விற்பனை செய்து சம்பாதிக்கிறார்கள்.

கைப்பேசியை பல விதங்களில் பயன்படுத்துகிறோம். அதை உங்கள் முன்னேற்றத்திற்குப் பயன்படுத்துங்கள். இன்று எங்கள் நிறுவனத்தைச் சேர்ந்த பெண்கள் பலர், யூ டியூப் வாயிலாக, பல புதிய மேக் அப் முறைகளைக் கற்று வருகிறார்கள். பின் அதை அழகாகப் படம் பிடித்து, அதை எடிட் செய்கிறார்கள்.

அடுத்து பொருளாதாரம். பெண்கள் சிலர் இதில் கவனம் செலுத்துவதில்லை. பொருளாதார முறைகளைப் பற்றித் தெரிந்துகொள்வது முக்கியம். வியாபாரத்திலும் சரி, குடும்பத்திலும் சரி, வருமான விவரமும், சேமிப்பு விவரமும் பெண்கள் தெரிந்துகொள்ள வேண்டியது அவசியம்.

இது ஒரு ஆணின் வேலை என்று விட்டுவிட வேண்டாம். நமக்கென்று ஒரு வருமாணம் நிச்சயம் தேவை.

அழகு நிலயம் என்ற இத்துறையில், எதை நோக்கிய பயணமாக, உங்களுடை நெடுங்கால கால திட்டமிடல் அமைகிறது?

உலகம் முழுவதும் எங்கள் நிறுவனம் சென்றடைய வேண்டும். இது என்னுடைய *long term plan*. இரண்டு முக்கிய காரணங்களைச் சொல்வேன். இன்று பல நிறுவனங்கள் இத்துறைக்குள் வந்தாகிவிட்டது. ஆனால், நம்முடைய ஆயுர்வேதமும், இயற்கைப் பொருட்களைக் கொண்டு தயாரிக்கும் அழகு சாதனப் பொருட்களும், நமக்கே உரிய ஒரு சிறப்பம்சம். இதை வெளிநாடுகளுக்குக் கொண்டு செல்ல வேண்டும். வெளிநாட்டுப் பொருட்கள், நம் நாட்டில் வரும்போது, நம் பொருட்கள் அங்கே செல்ல தடை என்ன?

அத்துடன் சேர்ந்து வருவது, பல பெண்களுக்கு வேலை கொடுப்பதாகும். ஒவ்வொரு நிலையத்திலும் இருபது பெண்கள் நியமிக்கப்படுகிறார்கள். இன்னும் அதிக கிளைகள் என்றால், அதிக வேலைவாய்ப்பு. இதை தொடர்ந்து, அதிக பெண் தொழில் முனைவோர்கள் உருவாக ஒரு வாய்ப்பாக அமையும்.

பின்னடைவுகளை சமாளிக்க, தங்களுடைய அணுகுமுறை?

எங்கள் வியாபாரம் *set back*ஓடதான் ஆரம்பமாச்சு. ஆனால் நாங்கள் சோர்ந்து போகவில்லை. அடுத்து என்ன, என்று முன்னேறிக் கொண்டிருக்கிறோம். ஆரம்பத்தில் போதுமான நிதி வசதி இல்லை. நாங்கள் எதிர்க் கொண்ட மிகப் பெரிய சவால் இது. நண்பர்கள், உறவினர்களிடம் கடன் பெற்றுத் தொழிலைத் தொடங்கினோம். அந்த சமயத்தில் வங்கிகளின் ஆதரவும் எங்களுக்கு கிடைக்கவில்லை. இன்று பெண் தொழில் முனைவோர்களுக்கு வழங்கப்படும் கடன் வசதியெல்லாம் அப்போது இல்லை.

அடுத்த சவால், *man power*. சரியான ஆட்களை வேலைக்கு நியமிப்பது. இன்று அதைத் தீர்க்கும் விதமாக, நாங்களே பயிற்சி நிலையங்கள் அமைத்து, ஆட்களைத் தேர்வு செய்கிறோம்.

அடுத்த சமீபத்திய *set back, digital marketing*. அதை மெல்ல வென்று வருகிறோம். பல வருடங்களாக நாங்கள் தொலைகாட்சி, நாளிதழ்களில் மட்டுமே கவனம் செலுத்தி வந்தோம். ஆனால், இன்றைய இளைஞர்கள் இது எதையுமே பார்ப்பதில்லை என்பதைத் தாமதமாகத்தான் உணர்ந்தோம். இளைஞர்களுக்கு இன்று எல்லாமே கைபேசிதான். ஆக, தற்சமயம், எங்கள் கவனம் முழுவதும், *digital marketing* மீதுதான் உள்ளது.

வேலை, குடும்பம், இவற்றை சமன்படுத்த, உங்கள் உத்திகள் சில?

சொந்தமாக தொழில் செய்வது பல விதங்களில் நமக்கு நன்மையாகவே அமையும். வெளி அலுவலகத்திற்கு 9 மணிக்குச் செல்ல வேண்டும்.

மாலை 5 வரை கட்டாயம் அங்கே பணி செய்ய வேண்டும் என்ற நிர்பந்தம் இல்லை. *Your timings are flexible*. வேலையில் கவனம் செலுத்த வேண்டும் என்றால் கூடுதல் நேரம் ஒதுக்கலாம். வீட்டில் கவனம் செலுத்த வேண்டிய சூழல் இருந்தாலும், அதற்கேற்றவாறு, பணியை அமைத்துக்கொள்ளலாம். எதற்கு முக்கியத்துவம் கொடுக்க வேண்டும் என்பதைப் பொறுத்தது.

குடும்பத்தாரின் உதவி இருந்தால் சிறப்பாக இருக்கும். ஆரம்ப நாட்களில் என் பெற்றோர்கள் பிள்ளைகளை கவனித்துக்கொண்டார்கள். அடுத்து, சில பெண்கள் வேலை விஷயமாக வீட்டைவிட்டு வெளியே செல்லும்போது, ஒருவித குற்ற உணர்வுக்கு ஆளாகிறார்கள். இது தேவையில்லை. நீங்கள் உங்களுக்காகவும் அவர்களுக்காவும் சேர்த்துத்தான் வேலை செய்கிறீர்கள்.

அதுமட்டும் அல்ல, செய்ய வேண்டிய காலத்தில் நீங்கள் நினைத்ததைச் செய்யாமல், குழந்தைகள் வளர்ந்து, அவர்கள் வாழ்க்கைப் பாதையைத் தேர்ந்தெடுத்தப் பின், எதையாவது செய்ய நினைத்தால், அந்த சமயத்தில், நமக்குச் சரிவராமல் போலாம். சந்தை நிலவரம் என்ன, சமீபத்திய உத்திகள் என்ன, மக்களின் தேவை என்ன, எந்த விவரமும் நமக்குத் தெரியாமல் போக வாய்ப்பு உண்டு. இறுதியில், நம்மால் எதையும் செய்ய முடியவில்லையே, என்ற மனச்சோர்வும் மன அழுத்தமும் தான் மிஞ்சும்.

சுமை அதிகமாக இருக்கும் காரணத்தினால் சிலர் வேலையை விட்டு விடுவார்கள். அவர்கள் கூட, அதிக வேலை பளு இல்லாமல், தங்களுக்குப் பிடித்தமான ஒரு வேலையைச் செய்யத் தொடங்கலாம். 'பிள்ளைகள் வளர்ந்தபின் பார்த்து கொள்ளலாம்' என்ற இடைவேளை வேண்டாம். பிள்ளைகள் நிச்சயம் நம்மைப் புரிந்துகொள்வார்கள். நாம் அவர்களுக்கு *role model* ஆக (முன் உதாரணமாக) மாறிவிடுவோம்.

'நேட்சுரல்ஸ்' கிளை உரிமையாளர்கள் பலரை நான் பார்க்கிறேன், அப்பெண்களின் வீட்டில், அவர்களுக்கு நல்ல மதிப்பு உண்டு. அம்மா திறமையாக வேலை செய்து சம்பாதிக்கிறாள் என்ற பெருமிதம் அவர்களுக்கு உண்டு. ஆக, வீட்டையும், வேலையையும், பெண்கள் நிச்சயம் நிர்வகிக்கலாம். தேவையில்லாத பல விஷயங்களைச் செய்ய முடியும் போது, நாம் முன்னேறுவதற்கான நேரம், நிச்சயம் உண்டு.

இன்றைய சூழலில், ஒரு பெண்ணின் அழகுக்கான இலக்கணம் என்னவாக இருக்கு?

இன்றைய காலகட்டத்தில், அழகு என்பது, உடல் ஆரோக்கியம் சார்ந்த விஷயமாகப் பார்க்கப்படுகிறது. அழகு என்பது, உள்ளிருந்து வருவது. நல்ல சருமம், ஆரோக்கியமான கூந்தல், அதைப் பாதுகாக்க *supplements*, இதிலெல்லாம் கவனம் செலுத்திவருகிறார்கள். ஆரோக்கியமான உணவு வகைகளைத் தேர்வு செய்கிறார்கள். அழகு என்பது, வெறும் மேக்கப் என்று இல்லாமல், உடல் ஆரோக்கியத்துடன் பார்க்கப்படுகிறது. நான் இனிப்பு வகைகளை அவ்வப்பொழுது சாப்பிடுவேன். என்னுடையப்

> பொருளாதார முறைகளைப் பற்றி தெரிந்துகொள்வது முக்கியம். வியாபாரத்திலும் சரி, குடும்பத்திலும் சரி, வருமான விவரமும், சேமிப்பு விவரமும் பெண்கள் தெரிந்துகொள்ள வேண்டியது அவசியம். இது ஒரு ஆணின் வேலை என்று விட்டுவிட வேண்டாம்.

பெண், அதை தவிர்த்துவிடுவாள். ஒருபக்கம் ஆரோக்கியமற்ற உணவுகளை மக்கள் சாப்பிட்டு வந்தாலும், *many are health conscious.*

பல ஊர்களுக்குப் பிரயாணம் செய்திருப்பீர்கள். தாங்கள் வியந்த அழகு நிலையங்களைப் பற்றி எங்களிடம் பகிர்ந்துகொள்ளுங்கள்?

அழகு நிலையங்கள் பொறுத்தவரை, நம் ஊர்களிலேயே ரொம்ப சிறப்பா இருக்கு. நிலையத்தை அழகுபடுத்துவதாகட்டும், பராமரிப்பதாகட்டும், *it has always been the best here.* பரப்பளவைப் பொறுத்தவரை, ஹைதராபாத்தில் பார்த்தீர்களானால், இரண்டு மூன்று மாடிகளுக்கு, அவ்வளவு பெரிதாக ஒரு நிலையம் இருக்கும். அதே மும்பையில் பார்த்தால், இட வசதி குறைவு. ஒரு சின்ன இடத்தை எடுத்து, அதை அழகுப் படுத்தி, நடத்தி வருவார்கள். ஒரு சிலர், பழைய பாரம்பரிய வீட்டை எடுத்து, அதை அழகான ஒரு அழகு நிலையமாக மாற்றி இருப்பார்கள். திரும்ப டில்லியில் பார்த்தால், பிரம்மாண்டமான அழகு நிலையங்கள் உண்டு.

நம் ஊரில் இருப்பவையே எனக்குப் பிடிக்கும். போதுமான இட வசதியுடன், அழகாகப் பராமரிக்கப்பட்டிருக்கும்.

உங்கள் துறையில் தாங்கள் வியந்த பெண்மணி யார்?

Anita Roddick (அனிதா ரோடிக்) - *The Body Shop* நிறுவனர். அவருடைய வாழ்க்கையே எனக்கு மிகப் பெரிய *inspiration.* அவர் எப்படி இயற்கை பொருட்களைக் கொண்டு சருமம் மற்றும் கேசத்திற்கானப் பொருட்களை தயார் செய்தார் என்பதை நாம் அனைவரும் தெரிந்துகொள்ள வேண்டும்.

உலகெங்கிலும் உள்ள பல பழங்குடியினரை சந்தித்து, அவர்கள் உபயோகிக்கும் இயற்கைப் பொருட்களை தெரிந்துகொண்டு, அதன்படி அனிதா ரோடிக் தன்னுடைய அழகுச் சாதனப் பொருட்களை தயார் செய்தார். அதுமட்டுமல்ல, *franchise* (வணிக விற்பனை உரிமை) கொடுக்க ஆரம்பித்தார். அதன் மூலமாகதான், என்னைப் போன்றவர்கள் *franchise* வணிகத்தை ஆரம்பித்தோம்.

இதை தவிர, பல பெண்கள் இத்துறையில் சாதித்துள்ளனர். எங்களுக்கு முன்னரே லக்மே (*Lakme'*) சலோன் பிரபலமாக இருந்தது. நாங்கள் ஐந்து

○ தொகுப்பு: பத்மா அமர்நாத்

நிலையங்களை வைத்திருக்கும்போதே, அவர்கள் ஐம்பது நிலையங்களை நடத்திவந்தனர். ஆனால் இன்றுவரை, அவர்கள் 300 சலோன்களே நடத்திவருகிறார்கள். நாங்கள் 700ஐக் கடந்துவிட்டோம். இவர்கள் அனைவருமே எனக்கு ஒரு உத்வேகம், *inspiration*தான்.

பலருக்கு வேலைவாய்ப்பு கொடுத்து, பல பெண்களுக்கு தொழில் அமைக்க வழிவகுத்து, சமூகத்தில் தங்களுக்கான ஒரு நிலையைத் தக்கவைத்துள்ளீர்கள். இந்தப் பயணத்தில் தாங்கள் கற்றுக்கொண்ட பாடங்கள்?

நிறைய ஏற்றத்தாழ்வுகள் இருக்கத்தான் செய்கிறது. இன்றுவரை ஏதோ ஒரு சவாலை சந்தித்துவருகிறோம். கற்றுக்கொண்ட பாடம் என்று சொன்னால், ஆரம்பநாட்களில், வணிக உரிமை பத்திரங்களை *(agreements)* நாங்கள் முறையான சட்ட ஆலோசனையின்றி அமைத்துவிட்டோம். அதிக கிளைகளை உருவாக்கும் நோக்கத்தில், இதில் கவனம் செலுத்த வில்லை. *So there were lot of loose ends in our agreements.* நம்பிக்கையின் பெயரில் கொடுத்துவிட்டோம் என்று கூட சொல்லலாம்.

ஒருகட்டத்தில், அவர்கள் எங்கள் வியாபாரத்தை விட்டு வெளியேறும் போது, சில கருத்து வேறுபாடுகள் வந்தது. எங்களால் கேள்வி கேட்க முடியவில்லை. இதெல்லாம் எங்களுக்கு ஒரு பெரிய பாடமாக இருந்தது.

அடுத்து, *man power*. இன்றைக்கும் எங்கள் *franchisee*க்களிடம் நாங்கள் வலியுறுத்துவது, பணியாளர்களிடம் நல்ல உறவில் இருங்கள். அவர்களை கவனித்துக்கொள்ளுங்கள் என்பதுதான்.

பிடித்த புத்தகங்கள்?

நிறைய *motivational* புத்தகங்கள் வாசிப்பேன். *Jim Rohn, Jack Canfield, Brian Tracy, Dennis Weitley,* இவர்களுடைய புத்தகங்களை வாசிப்பேன்.

பொழுதுபோக்கு அம்சங்கள்?

வீட்டை அலங்கரிப்பது எனக்கு ரொம்பப் பிடிக்கும். புதிய அழகு நிலைய கிளைகள் வாயிலாக, நான் அதைத் தொடர்ந்து செய்துகொண்டிருப்பேன். எந்த ஒரு புது *franchise* வந்தாலும், அங்கே நான் சென்று, அமைத்துக் கொடுப்பதில் கவனம் செலுத்துவேன். அதை தவிர ஷாப்பிங்.

தோழிகளுடன் பயணம் செல்ல பிடிக்கும். பழைய கட்டிடங்களை மிகவும் ரசிப்பேன். கோவில் சிற்பங்களை ரசிப்பேன். எந்த ஊரில் புதிய கிளை வந்தாலும், அந்த ஊரில் உள்ள பழமையான கோவில், கட்டிடங்களைப் பார்வையிடுவேன்.

உங்களிடம் வேலை செய்யும் பெண்களை எவ்வாறு ஊக்கப்படுத்துவீர்கள்?

தற்சமயம் 775 நிலையங்கள் உள்ளன. இதில் பெரும்பாலானவை வணிக வியாபாரத்திற்காக பிறருக்குக் கொடுத்தவைதான். இதைத் தவிர,

'நேட்சுரல்ஸ் சிக்நேசர்' *(Naturals Signature)* மற்றும் 'பேஜ் 3' *(Page 3)* என்ற பிரீமியம் (உயர் தர) அழகு நிலையங்களும் உண்டு. அதில் ஆடம்பரமான வசதிகளுடன், சேவைகள் வழங்கப்படும். எங்கள் பணியாளர்கள் ஒரு சிலர், பல வருடங்களாக பணியாற்றி, திறமைசாலிகளாக மாறியிருப்பார்கள். இவர்களையெல்லாம் *upgrade* செய்வது போல, இந்த நிலையங்களில் வேலைக்கு அமர்த்துவோம். இவர்களுடைய அனுபவத்திற்கும், திறமைக்கும், கூடுதல் சம்பளம் வழங்கப்படும்.

எல்லாவற்றிக்கும் மேலாக, உடல் குறைபாடு உள்ள பெண்களை, வேலையில் அமர்த்த, அதிக கவனம் செலுத்துவேன். *Reflexology* (பாதங்களுக்கு மஸாஜ் செய்யும் முறை) என்ற சேவைக்கு, பார்வையற்றவர்களை நியமிக்கிறோம். இவர்களுக்காகவே, இந்த *reflexology*ஐ, அதிக அளவில் ஷாப்பிங் மால்களில் கொண்டு வர திட்டமிட்டுள்ளோம். காரணம், அவர்கள் திறமையாக பணியாற்றுவதை அனைவரும் காணவேண்டும். இதைத் தவிர, பேச முடியாதவர்கள், காது கேளாதவர்கள், எல்லா பார்லர்களிலும் இருக்கிறார்கள்.

புழுதி பெண் அதிகாரத்தின் மூலமாக நீங்கள் சொல்ல விரும்புவது?

Empowerment is Empowering yourself. சாதிக்க நினைத்தால் அதற்கான வழியைத் தேர்ந்தெடுத்து, வெளியே வர வேண்டும். உங்களுக்குள் ஆற்றலும் எண்ணமும் இருந்தால், யாராலும் தடுக்க முடியாது. சில பெண்கள், அந்த முதல் படியை எடுத்து வைக்கத் தயங்குகிறார்கள். சமயம் வரட்டும் என்கிறார்கள், நிலமை மாறட்டும் என்று காத்திருப்பார்கள், பிள்ளைகள் வளரட்டும் என்பார்கள். 'செய்தே ஆக வேண்டும்' என்ற சூழலுக்குத் தள்ளப்படும் வரை செயலாற்றாமல் இருப்பார்கள். *It is all up to you.* இந்தச் சமுதாயத்தையோ, குடும்பத்தையோ உடனிருப்பவரையோ, பழி சொல்வதில் அர்த்தம் இல்லை. இதெல்லாமே தப்பிப்பதற்கான வழியாகத்தான் நான் பார்ப்பேன்.

ஆர்வம் உங்களுக்குள் இருக்க வேண்டும். கடுமையான போராட்டங்கள் இருக்கத்தான் செய்யும். அதை தாண்டி வந்து சாதித்தப் பெண்கள் பலர் உண்டு. ஒரு பெண் என்ன செய்வேண்டும், எப்படி முன்னேற வேண்டும் என்பதை, அவள்தான் தீர்மானிக்க வேண்டும்.

திருமிகு. வீனா குமாரவேல் *B.Com*
நேட்சுரல்ஸ் சலூன் உரிமையாளர்.

நம்மை நாம் evaluate பண்ணிக்கணும்.

திருமிகு. சுபாஷினி கனகசுந்தரம்

உங்களை பற்றிய அறிமுகம்...

நான் சுபாஷினி. பிறந்தது மலேசியாவின் பிணாங்கு என்ற பகுதியில். எங்க அம்மா, தஞ்சாவூரைச் சேர்ந்தவர். அப்பாவின் குடும்பம், 3 தலைமுறைகளாக மலேசியாவில் இருக்காங்க. 1800களில், கப்பல் இங்கே நம் ஊரிலிருந்து (தமிழகம்) கிளம்பும். அதுல, ஒப்பந்தத் தொழிலாளர்களா, கங்காணிகளா வேலை செய்யக் கூட்டிட்டுப் போவாங்க. அந்த சமயத்தில், வேறு சில வியாபாரிகள், வெங்காயம், சாம்பிராணி, இதுபோன்ற பொருட்களை வணிகம் செய்யவும் போவாங்க. போகும் ஒவ்வொரு தடவையும், சொந்தகாரங்க யாராவது கூடவே கிளம்பிடுவாங்க. அப்படியாகப் போனவர்தான், என் அப்பாவுடைய அப்பாவுடைய அப்பா.

அங்கே போனாலும், ஆண்களுடைய எண்ணம் எப்படினா, இந்தியா வந்து தான் பெண் பார்த்து கல்யாணம் பண்ணுவாங்க. அந்த ஒரு காரணத்திற்காக, எங்க அப்பா வேலை பார்த்து, 32 வயசுல தஞ்சாவூர் வந்து, 40 நாள்ல பெண் பார்த்துக் கல்யாணம் பண்ணிகொண்டார். அப்பா முதல்ல கிளம்பி போனாரு. அம்மா 18 வயசுல தனியா கப்பலில் பயணம்செய்து, மலேசியா போயிருக்காங்க. அங்கே போய் பட்டப்படிப்பை முடிச்சாங்க. பின் சித்த மருத்துவம் படிச்சாங்க. எனக்கு ஆறு வயசு இருக்கும் போதே பொது சேவையில் ஈடுபட்டாங்க. அதன்பின் அரசியலுக்குப் போனாங்க. இவங்களைத் தொடர்ந்து, என் அக்காவுக்கு அரசியல் ஈடுபாடு உண்டு.

எனக்கு, படிப்பின் மீது மட்டுமே ஆர்வம். கம்பியூட்டர் சயின்ஸ் என்பது அப்போது மிகப்பிரபலம். *It was an emerging science.* டீச்சர் டிரெயினங் முடிச்ச கையோட, கம்பியூட்டர் கோர்ஸ்ல சேர்ந்தேன். ஆஸ்திரேலியாவின் பிரிஸ்பேனில் *IT* படிப்பை முடித்தேன். பின் பிணாங்கு வந்து, ஒரு வருடம் கல்லூரியில் ஆசிரியராக வேலை செய்தேன். ஆசிரியராக வேலை செய்யும்போது, *Automation engineering* என்ற பைலட் புரோக்ராம் படிக்க ஜெர்மனி சென்றேன். பென்ஸ் கம்பெனியில் வேலை செய்துகொண்டே, படிப்பை முடித்தேன், முதுகலைப் பட்டமும் பெற்றேன்.

எனக்குக் கல்வியின் மீது ஆர்வம் அதிகம். என் சிந்தனை என்னவென்றால், பெண்ணுக்குக் கல்வி இருந்தாலே, *liberation* வந்துடும். எல்லாவிதத்திலும் தனிமனிதனுக்கான மதிப்பைத் தருவது, கல்விதான். இரண்டாவது, நமக்கான பெருமைனு ஒண்ணு இருக்கு. அதுதான் அறிவு, *knowledge*. எவ்வளவு அறிவை நாம தேடிக்கிறோமோ, அந்த அளவுக்கு, நமக்கொரு *satisfaction* கிடைச்சிட்டே இருக்கும்.

என்னுடைய ஆர்வம் இயந்திரம் எப்படி இயங்குதுங்கறதுலதான் இருந்தது. காரணம், உலகமே அதுலதான் இயங்கிக்கிட்டிருக்கு. மனித உழைப்பை உலகம் முழுவதும் குறைக்கப் பார்க்கிறார்கள். மனிதனுடைய திறமையை இன்னும் உயர்தரமான வேலைகளுக்கு உபயோகப்படுத்தணும்னு, மேலை நாடுகள் எல்லாம் முன்னேறிப் போயாச்சு. ஜப்பான் போன்ற நாடுகளில், ரோட்டை சுத்தம் செய்ய, சாக்கடைச் சுத்தம் செய்ய, பனியை அகற்ற, எல்லாமே இயந்திரம்தான். அதை இயக்க மற்றும் பழுது பார்க்க மட்டுமே மனித அறிவு பயன்படுது.

கணினித்துறையில் இருந்து தமிழ் மரபு சார்ந்து இயங்கும் திருப்பம் எப்போது எப்படி நிகழ்ந்தது?

அம்மாவுக்கு இருந்த தமிழ் அறிவு காரணமா, எனக்கும் தமிழ் மொழில ஆர்வம் இருந்தது. இதன் அடிப்படையில், பேராசிரியர் கண்ணன் அவர்களை சுவிட்சர்லாந்தில் சந்தித்துப் பேசினேன். பேராசிரியர் கல்யாணசுந்தரம் அவர்களையும் சந்திச்சேன். அவர்தான் 'பிராஜெக்ட் மதுரை'யை ஆரம்பித்தவர். அதில் நானும் 14 புத்தகங்கள் டைப் பண்ணிக் கொடுத்திருந்தேன்.

பின் கண்ணன் அவர்கள் என்னிடம் சொன்ன விஷயம், "உங்களுடைய *IT* துறை அனுபவம் வைத்து புது *concept*ஐ நாம உருவாக்கணும். தமிழோட *antiquities*, அதன் தொன்மை (*originalities*) குறையாமல் பாதுகாக்கணும். *Digitalise* பண்ணனும்"னு சொன்னாரு. சரி, எனக்கு அதற்கான அறிவும் இருக்கு, ஆர்வமும் இருக்கு. *MIT*ல இது மாதிரி நிறைய பண்ணிட்டாங்க. *Project Gutenberg* என்ற வேலையை அவங்க அப்பவே தொடங்கிட்டாங்க. உலகத்துல இருக்குற எல்லா மொழி *manuscript*ஐயும் நாம *digitalise* பண்ணனும் என்ற அடிப்படையில் கொண்டுவந்தாங்க.

ஒரு தாளோ, புத்தகமோ, எத்தனை நாட்கள் தாங்கும்? புத்தகங்கள் ஒரு ஐந்து வருடங்கள் கழித்து காணாமல் போகும். அப்போ, பாதுகாக்க சிறந்த வழி என்னனு பார்த்தேன். இந்த ஆர்கைவ் (*archive*) பண்ணுவதை, மைக்ரோ ஃபிட்ஜ் மற்றும் டிஜிடல் காப்பியாகத்தான் எல்லா நாடுகளிலும் செய்றாங்க. அதே சமயம், அதைப் பண்ண பிறகு, ஒரு இடத்தில் வைக்கக் கூடாது. மூன்று நான்கு இடங்கள்ல வைக்கணும். அப்போதான் தகவல், ஓர் இடத்தில் காணாமல் போனாலும், வேறு இடத்தில் பாதுகாக்கப்படும்.

2001ல இந்தப் பணி தீவிரமாச்சு. அப்போதான் முதல்முறையா தமிழ்நாட்டுக்கு வர்றேன். அடுத்த வருடம் தமிழ்நாடு தொல்லியல் துறையோடு உட்கார்ந்து பேசுறோம். பின் நானே நண்பர்களுடன் சேர்ந்து

பல ஊர்களுக்குப் பயணிக்க ஆரம்பிச்சேன். ஒவ்வொரு வருடமும், ஜெர்மனியிலிருந்து தமிழ்நாட்டிற்கு மூன்றுமுறை வர ஆரம்பித்தேன். ஒவ்வொரு முறை வரும் போதும் பழமையான புராதன விஷயங்கள் பல இருப்பதைப் பார்ப்பேன். பின்தான் உணர்ந்தேன், வரலாறு என்பது மன்னர்கள் உருவாக்கியது மட்டும் அல்ல, அது மக்களுடன் சேர்ந்தது என்று. அப்போ, மக்கள் கிட்ட பேசுனாதான் வரலாறு தெரிய வரும். சின்னங்களா, ஓலைச்சுவடிகளா, சிற்பங்களா, கட்டிடங்களா, வாய்மொழி வரலாறா, பல வகையில வரலாறு இருக்கு. இது எல்லாமே ஆவணப்படுத்தணும், *digitalise* பண்ணனும்.

பின் ஒரு கேள்வி வரும். மக்கள் சொல்வது உண்மை வரலாறா என்று. ஒரு 5% வரலாற்று உண்மை அதில் இருக்கலாம். அதன்பின் வருவது *data analysis*. எதை ஏத்துக்கணும், எதை நீக்கணும், எது உண்மைத்தரம் இல்லாத தகவல்கள்னு பார்த்து, அதோட மூடிவைக்க முடியாது. இதை வேறு தகவலோட ஒப்பிட்டுப் பார்த்து, உறுதிப்படுத்தணும். இறுதியில் எல்லாமே ஆவணப்படுத்தணும்.

மொத்தம் ஐந்து விதமான வேலைகள் இருக்கு.

1. *Identification* - எது எங்கே இருக்குன்னு தகவலைத் தேடணும்.
2. *Digitalisation* - கிடைத்த தகவல்களை, தரவுகளைப் பத்திரப்படுத்தணும்
3. *Cataloguing* - தரவுகளைப் பிரித்து வரையறை செய்வது
4. *Transcribing* - ஓலைச்சுவடிகளில் இருப்பதை அப்படியே எழுதுவது
5. *Publishing* - புத்தகமாக வெளியிடுவது.

தமிழ் மரபு அறக்கட்டளை துவங்குவதற்கான காரணமும், அதன் செயல்பாடுகளும் ?

ஒரு தன்னார்வத் தொண்டு நிறுவனம் மாதிரி இந்தப் பணிகளை நாங்களே செஞ்சுகிட்டிருந்தோம். இது ஏதோ நான்கு பேர் செய்யும் வேலையாக மட்டுமே இருக்கே, இத மக்கள் கிட்ட எப்படிக் கொண்டு போறதுன்னு யோசிச்சோம். பல கல்லூரி மாணவர்களிடம் இதுபற்றிப் பேசி, ஆவணப்படுத்துதலின் முக்கியத்துவத்தை உணர்த்தினோம். முன் குறிப்பிட்ட ஐந்து பணிகள்ல முதல் இரண்டு மட்டுமே செய்துகொண்டிருந்தோம். அடுத்தகட்ட நடவடிக்கைக்கு முன்னேறிப் போக திட்டமிட்டோம்.

அதன் பின்தான் இதை *THFI* என்ற இயக்கமா, தமிழ்நாட்டில் பதிவு செஞ்சோம். கிட்டதட்ட 3,000 நண்பர்கள் இதுல இருக்காங்க. யாருக்கு ஆர்வம் இருக்கோ அவங்க வந்து சேரலாம். கட்டணம், பதிவு என்று எதுவும் இல்லை.

இன்று, இலங்கையின் மட்டக்களப்பு மற்றும் யாழ்ப்பாணத்திலும் எங்கள் ஆய்வு தொடங்கியிருக்கு. அதேபோல, ஐரோப்பியா போன்ற தமிழர்களைப் பற்றிய பதிவு ஒன்றை செய்துவருகிறோம், பின் மலேயா மற்றும் சிங்கப்பூர். எங்க வேலைகள் பரவிகிட்டேப் போகுது. இதுல,

எல்லோரும் தெரிஞ்சுக்க வேண்டியது *preservation*, காரணம், நம் வரலாறு சார்ந்த விஷயங்கள் என்பது, இன்றைய நிகழ்வு, நாளைய வரலாறு.

உண்மைதான். முன்னோர்கள் சிலவற்றை ஆவணப்படுத்தியதால் தானே, இன்று நம்மால் வரலாற்றைத் தெரிந்துகொள்ள முடிகிறது?

கண்டிப்பாக... நம்ம *weakness* என்னனா, ஆவணப்படுத்தும் எண்ணமே நமக்கு இல்லை. பலருக்கும் இது தேவையாங்கற எண்ணம்தான் மேலோங்கி இருக்கு. நா எந்த ஊருக்குப் போனாலும், அங்கிருக்கும் இடம், மக்கள், அவர்களின் உணவு, உடை, பழக்கவழக்கங்கள், எல்லாமே படம் பிடிச்சு எழுதி, ஆவணப்படுத்துவேன். *It is information.*

தமிழ்நாட்டைத் தாண்டினால், எல்லாமே வேறதான். ஜெர்மனிக்கு டிசம்பர் மாதம் வந்தீங்கன்னா, காலை பத்து மணிக்கு சூரியன் வரும். மாலை நாலு மணிக்கெல்லாம் இருட்டிடும். அதேபோல வெய்யில் காலத்துல, காலை மூன்று மணிக்கே விடிஞ்சிடும். ராத்திரி 11 மணிவரைக்கும் சூரியன் இருக்கும். பயிர்கள் வேகமா வளரும். இதெல்லாம் நிறைய பேருக்குத் தெரியாது. ஆக, ஆவணப்படுத்துதல் மிக அவசியம்.

முகநூல், டிவிட்டரில் பதிவிடுவதற்கான காரணமும் இதுதான். *Search engine*ல தேடினா, உங்க பதிவு வரும். உங்க புகைப்படம் போட்டிருந்தால், அதுவும் வரும். அய்யோ.. படத்தையெல்லாம் ஏன் போடறீங்கன்னு சில பெண்கள் கேள்வி கேட்பாங்க. நம் கண்ணு எப்பவுமே நல்லதை நோக்கியே போகணும். யாராவது தாக்க வந்தா, திரும்ப அடிக்கக் கத்துக்கணும். பயந்து ஒளியக் கூடாது. மேலை நாடுகள்ல, 50 ஆண்கள் ஆய்வு களத்துல வேலை செஞ்சிட்டிருப்பாங்க. அங்கே இரண்டு பேர் மட்டுமே பெண்கள் இருப்பாங்க. எப்படி முடியுது? அந்தப் பெண்கள் எப்படிப் போய் வேலை செய்றாங்க? தைரியத்தை வளர்த்துக்கணும். இப்ப தமிழ்நாட்டுல பல பெண்கள் தைரியமா முன் வர்றாங்க.

வரலாற்றில் ஆர்வம் இருந்ததா, அல்லது இதில் இறங்கியப் பின்னர், ஆர்வம் அதிகரித்ததா?

இது எப்படீன்னா, ஒரு சைக்கிள் மாதிரி. *It is an infinity.* ஒரு உள்ளுக்குப் போயிட்டா... இப்ப உதாரணத்துக்கு, நீங்க உங்க புத்தகத்தைக் கொடுத்திருக்கீங்க. வாசிக்கும்போது, திடீர்னு ஒரு ஆர்வம் வரும். இந்தக் குறள் 'தனிப்படர் மிகுதி'னு போட்டிருக்கீங்க. உடனே பக்கத்துக்குப் பக்கம் கண்ணுல படும். பக்கத்துக்குப் பக்கம் கண்ணுல பட்டவுடனே, நான் ஏதாவது பண்ணனும்னு ஆர்வம் வரும். இது ஒரு தொடர்ச்சி. வரலாறும் அப்படிதான்.

இப்ப, ஒன்றைத் தேடிப் போறோம். அதில் கிடைத்த விவரங்களில், இரண்டு விஷயம் *unknown* ஆயிடும். *Mist* (பனி) மூடின மாதிரி இருக்கும். அதை நாம விலகிப் பார்க்க ஆரம்பிப்போம். அதுக்கான அடுத்த தேடலுக்குள்ள போகணும். ஒரு புத்தக வாசிப்பு, எனக்கு இன்னொரு புத்தகத்தைப் பற்றிச் சொல்லும். இப்படிப் போய்க்கிட்டே இருக்கும்.

ஆக, வரலாற்றுத் தேடலுக்கு முடிவே இல்லை. உலகம் அவ்வளவு விஷயங்கள வெச்சிருக்கு. அந்தப் பயணத்தை நோக்கி நாம போகும்போது, வாழ்க்கை ரொம்ப சுவாரசியமா இருக்கும்.

பெண் ஏன் ஆளுமையாக உருகொள்ள வேண்டும்? அதற்கு நீங்கள் பரிந்துரைக்கும் சில அம்சங்கள்?

ஒரு தனிநபருன்னே வெச்சுக்குவோமே, ஆணோ பெண்ணோ, ஆளுமைங்கிறது ரொம்ப முக்கியம். கட்டாயம் தேவை. இதை இரண்டு வகையாப் பார்க்கணும். முதல்ல, ஆளுமை என்பது, தனக்கே ஒரு மன நிறைவு தரும். சொல்லும் வார்த்தைக்கு ஒரு மதிப்பு இருக்கும். *Existence*, நம்ம இருப்புக்கு ஒரு அர்த்தம் இருக்கும்.

இரண்டாவது, ஒவ்வொரு நாளும் நாம மேம்பட்டுகிட்டே இருக்கோம். சரினு படும் ஒரு கருத்தை நாம சொல்லும்போது, அந்த கருத்துக்கு ஒரு *value* மதிப்பு வேணும். பிறர் மத்தியில் *acceptance* வேணும்னா, ஆளுமைத் தேவை. இதை எப்படிப் பெறுவது என்பதைப் பார்ப்போம். பேச்சுத் திறமை ரொம்ப முக்கியம். நிறைய கோர்ஸ்ஸ இருக்கு. 'இதையெல்லாம் போய்ப் பாடமா படிக்கணுமா'ன்னு யோசிப்பாங்க. என்னை எடுத்துக்கோங்க, சிறு வயதில் ரொம்ப *introvert*ஆதான் இருந்தேன். யாராவது வீட்டுக்கு வந்தா, பின்னாடி ஒளிஞ்சுப்பேன். மனசுல பட்டது பேசினா, நோகடிக்கிற மாதிரி இருக்குமோன்னு, பேசக் கூட மாட்டேன். இதிலிருந்து வெளிவர, என் குடும்பம் உதவியா இருந்துச்சு.

எங்க அம்மா ரொம்ப சுறுசுறுப்பு. என்னை தேவாரப் பாடல் போட்டில கலந்துக்கச் சொல்லுவாங்க. பரதநாட்டிய வகுப்புல சேர்த்துவிட்டாங்க, போட்டில கலந்துக்கணும், விளையாட்டுத் துறைல ஈடுபடணும், ஜெயிக்கணும்னு முன்னே தள்ளிட்டே இருப்பாங்க. அவங்க போற இடத்துக்கெல்லாம் கூட்டிட்டுப் போவாங்க. எங்க அம்மா, அவங்க வயதுடையவங்க கூட பேசச் சொல்லுவாங்க. பொது சேவைக்கு போகும் போது அழைச்சிட்டுப் போவாங்க.

நம்ப மாட்டீங்க, சிறைச்சாலைக்கு கூட்டிட்டுப் போவாங்க. தீபாவளி நாட்கள்ல உணவு கொடுக்க அங்கே போவாங்க. 'அவங்களுக்கு நல்லது செய்'னு என்னை அழைச்சிட்டுப் போவாங்க. நமக்கு எவ்வளவு பயமா இருக்கும்? அப்போதைய சிறை, ஒரு தீவில் இருந்தது. படகுல போய், பலகாரமெல்லாம் கொடுத்துட்டு, பாட்டெல்லாம் பாடிட்டு வருவோம். இது எல்லாமே, எனக்குள்ள ஒரு மாற்றத்தைக் கொண்டுவந்தது.

பின், வெளிநாடுகளுக்குப் போன பிறகு, நம்ம *survival* முக்கியம்னு தோணிச்சு. அப்பா அம்மாக்கு அதிக செலவு வைக்கக் கூடாதென்று தோணவே, உழைப்போட அவசியத்தை உணர்ந்தேன். படிப்பும் நம்ம காசுல இருக்கணும்னு யோசிக்க ஆரம்பித்தேன். பின் மெதுவா புரியவந்தது. எல்லோருமே இந்த மாதிரியான பயணத்துலதான் இருக்கோம்னு. தவறுல இருந்து கத்துக்கணும், அதை மறுபடியும் செய்யாம பார்த்துக்கணும்னு முடிவு செஞ்சேன்.

இரண்டாவது, என்னைவிட சின்ன வயசா இருந்தாலும், அவங்க கிட்ட ஒரு நல்ல பண்பு இருந்தா, நல்ல திறமை இருந்தா, அத நான் கத்துக்குவேன். ஸ்பெயின்ல நான் வேலை செய்யும்போது, என்னுடைய மேலதிகாரி, என்னைவிட ஐந்து வயது சின்னவர். அவர்கிட்ட நிறைய நல்ல திறமைகள் இருந்ததை நான் பார்த்தேன். அதேபோல, என் கணவர்கிட்ட இருந்து, நிதானத்தை கத்துகிட்டேன். என்னுடைய கண்ணு எப்பவும் திறந்தே இருக்கும்.

அடுத்து, டிரெய்னிங் (பயிற்சி வகுப்பு) நிறைய கோர்ஸஸ் இருக்கு. ஒரு *presentation* கொடுக்க தயக்கமா இருந்தா, நாலு பேரோட சேர்ந்து நின்னு பண்ணும்போது, பயம் போகும். அந்த வகையில் நம்மை நாம தயார்படுத்திக்கணும். பின்னர், மற்றவர் நிலையில் நம்மை வைத்துப் பார்க்கக் கற்றுக்கொள்ள வேண்டும். பிறரைப் புரிந்துகொள்வதில்தான், நம்முடைய ஆளுமைத் திறன் இருக்கனும்.

ஆக, *Self evaluation, better communication, negotiation skills* ரொம்ப முக்கியம்.

உங்கள் பணியில் நீங்கள் எதிர்கொள்ளும் சவால்? பெண் என்பதால் தடைகள் ஏதேனும் உண்டா?

இருக்கு. இரண்டு வகையில சொல்லுவாங்க. நீங்க சிக்கிரம் எதையாவது அடைஞ்சிட்டா, ஒரு பெண் என்பதால், உங்களுக்கு சீக்கிரம் கிடைச்சுடுச்சுன்னு சொல்லுவாங்க. இரண்டாவது, பெண்களின் பாதுகாப்பு. இரண்டாவது விஷயத்தை நான் முதல்ல பேசுறேன்.

நான் நிறைய டிராவல் பண்ணுவேன். பெரும்பாலும் தனியாதான் போவேன். நான் பயணிக்கும் நாட்டை பற்றிய முழு விவரமும் சேகரிப்பேன். எந்த மாதிரியான போக்குவரத்து பாதுகாப்பா இருக்கும்னு படிச்சு விசாரிச்சு தெரிஞ்சுக்குவேன். மேற்கத்திய ஐரோப்பியால, 24 மணி நேரமும் நீங்க பயமில்லாமல் பயணிக்கலாம். போலீஸ் ஸிஸ்டம் ரொம்ப நல்லா இருக்கும். கிழக்கு ஐரோப்பிய நாடுகள்ல, திருட்டு, அடிதடியெல்லாம் இருக்கும். அப்போ, ஒரு 9 மணிக்கு மேல, வெளியே போகாம பார்த்துக்கணும். ஆசிய நாடுகளும் அப்படிதான்.

தமிழ்நாட்டைப் பொறுத்தவரை, பாதுகாப்பு இருக்கு. அன்பான ஒரு சொசைட்டி. அதுவும் வரலாறு தேடி வர்றோம்னு சொன்னா, ஒரு குடும்பத்தாராதான் பார்க்குறாங்க.

இன்னொரு முக்கியமான விஷயம், லேடீஸ் கிட்ட இருக்குற வீக்னெஸ்ஸையும் (*weakness*) நான் சொல்லணும். பெண்கள் என்ன பண்ணுவாங்கன்னா, பேச்சுவாக்குல, தன்னுடைய உள்ளத்தில் இருக்குற பாலியல் ஆசைகளை, ஏதோ வகையில வெளிப்படுத்திடுவாங்க. இந்தப் பிரச்சனை நிறைய பேர் கிட்ட இருக்கு. பின் ஏன் இவ்வளவு பிரச்சனைகள் வெளியே நடக்குது? நம்முடைய *behaviour*ஐ பொறுத்துத் தான் ஆணுடைய *reaction* இருக்கும். கண்ணைப் பார்த்துப் பேச நிறைய பெண்கள்

பெரியார் போன்ற ஆண்களின் பங்கும் இதில் உண்டு. பெண்களிடம், 'உனக்கு சரி என்று பட்டதை நீ செய்' என்றார். பின் அம்பேத்கார் வந்ததால், சொத்துரிமை கிடைத்தது. ஒரு பெண்ணும், தேவைப்பட்டால், விவாகரத்து பண்ணலாம் போன்ற விஷயங்களைல்லாம் வர ஆரம்பித்தது.

"

தயங்குவாங்க. வெட்கப்படுறது, தலையை சாய்த்துப் பேசுறது, இதுபோன்ற உடல் அசைவுகள் *body language* அவங்கள *trigger* பண்ணும்.

பொத்தம் பொதுவா, ஆண்கள் பொல்லாதவங்கன்னு பேச வேண்டாம். *It is just biological reaction.* நம்மைத் தூண்டும் சில விஷயங்கள்னு இருக்கு. விலங்குகள் கிட்டயும் இருக்கு. உடை அணிவதைப் பற்றி நான் பேசவில்லை. பெண் எப்படி உடை அணிந்தால் உனக்கென்ன? எவ்வளவு மோசமா இருந்தாலும், வன்புணர்வு செய்வது தவறுதான். *Justify* பண்ண முடியாது. இதைத் தவிர, பெண்களின் வேறு நடவடிக்கைகள், மெசேஜ் பண்ணிட்டே இருக்கான்... வாட்ஸ்ஆப்ல அனுப்பிட்டே இருக்கான்...னு சில பெண்கள் சொல்லுவாங்க. பொது வாழ்க்கைனு வந்தாலே இப்படி ஆயிடுதேனு சொல்லுவாங்க. ஆனா நாம சிந்திக்கணும். கோளாறு எங்கேன்னு பார்க்கணும். கால் பண்ணா, எதுக்குப் பேசனும்? 'மரியாதைக் குறைவா நெனப்பாங்களே...'னு சில பெண்கள் பதில் சொல்லுவாங்க. ஏன் அப்படி நினைக்கணும்? தேவையற்றவங்க கிட்ட மரியாதையைப் பற்றி நினைக்க வேண்டிய அவசியம் இல்லையே!

ஆக, நம்முடைய ஒழுக்கத்தை நம் பார்வையாலேயும், செயலாலேயும் காட்டினால், சமூகம் நம்மை கரெக்கடா ஒரு நண்பரா, தோழராதான் பார்க்கும். நான் இவ்வளவு ஆண்களோடு பழகுறேன். எப்படி முடியுது? நம்முடைய பார்வை, செயல், நாம் காட்டும் மரியாதை, இது மூன்றும் சரியா இருக்கணும்.

தோழர் என்கிற வார்த்தை, ஒரு அருமையான வார்த்தை. இந்த சமூகத்துல ஆணும் பெண்ணும் சேர்ந்துதான் வாழறோம். இருவரும் சேர்ந்துதான் சமூக மாற்றத்தை உருவாக்கணும்.

அடுத்து, நான் முதலில் சொன்னது, பெண் என்பதால் இவங்களுக்கு சுலபமா வேலை முடிஞ்சதுனு சொல்லுவாங்க. இப்போ, நான் வாழும் ஜெர்மனியை எடுத்துக்கோங்க. *Gender equality,* பாலின சமத்துவத்தை **1960**களிலேயே அடைஞ்சுட்டாங்க. பிரிட்டன், ஸ்பெயின் போன்ற நாடுகள்ல பெண்கள் வந்தால், நாற்காலி போடுவாங்க, கதவைத் திறந்து விடுவாங்க. ஆனா, ஜெர்மனில அப்படி இல்ல. 'நீயும் என்னை மாதிரிதானே, நீயே கதவைத் திறந்துகோ, நீயே சரியா உட்கார்ந்திகோ'னு சொல்லிடுவாங்க.

ஆனா நம்ம ஊர்ல கூட 'லேடீஸ் ஃபர்ஸ்ட்'னு வெச்சிருக்காங்களே?

இது வந்து பிரிட்டிஷோட தொடர்பு. ஐரோப்பியால கூட, எல்லா நாடுகளும் ஒரே மாதிரியா இருக்காது. ஆனா பிரிட்டனில் இந்த பழக்கம் உண்டு. லேடி என்றால் மென்மை, *elegance* என்ற எண்ணம். ஜெர்மனில இப்படி சொன்னதே இல்லை.

அப்போ, இதுதானே உண்மையான சமத்துவம்?

ஆமாம். வேலைக்குப் போகும்போதும் கூட, நீலம், வெள்ளை, கருப்பு, கிரே இந்த நாலு நிறத்துலதான் உடை அணியணும். பேண்ட் சட்டை தான் போடணும், இல்ல ஜீன்ஸ், சட்டை. நாங்க பெண்கள் எல்லோருமே இப்படியே பழகிட்டோம். இப்ப லேடீஸ் கவுன் போடலாம். ஆனா, கால் காட்டிட்டு செக்ஸியா எல்லாம் போடக் கூடாது. *Stockings* (முழு நீல சாக்ஸ்) அணிந்துதான் கவுன் போடணும். ஜெர்மனில பாலின பேதம் இல்ல. பொது விஷயங்கள்ல போகும்போது, பெண்மைங்கறத குறிப்பிட்டு உணர்த்த வேண்டிய நிலைதான் அங்கே இருக்கு.

ஆனா, தமிழர்களிடம் பண்பாடுன்னு ஒன்னு இருக்கு. இங்கே உள்ளவங்களோட மனநிலைப்படி, சேலை அல்லது சுடிதார்தான் *decent*, நாகரீகமான உடைனு ஏத்துகிட்டாங்க. இந்த நாகரீகமான உடையில் சென்றாலே போதும். ஒருவருடைய அதிகப்படியான கவனத்தை நாம் ஈர்க்க வேண்டியதில்லை. காட்டன் புடவை, காட்டன் சுடிதார் அணிந்து போனாலே, *she is decently dressed* அப்படீன்னு சொல்லுவாங்க.

சினிமா நடிகைகள் வேற. அவங்க *entertainment business*ல இருக்காங்க. அந்த விஷயத்தை நாம புரிஞ்சிக்கணும். சில பெண்கள் மேக்கப் அணிவார்கள். அது அவர்களுடைய விருப்பம். நம்மைப் பார்க்கும்போது, நமக்கே ஒரு திருப்தி ஏற்படணும்.

அதேபோல, இந்த இடத்திற்கு இப்படித் தான் போகணும்னு இருந்தா, அப்படிப் போவதற்கான தைரியமும் வேண்டும். ஜெர்மனி ஓபெரா *(Opera)* நிகழ்ச்சிக்குப் போகும் பெண்களைப் பார்க்க வேண்டுமே, வைர நெக்லஸ் ஜொலிக்க, ரொம்ப அழகா, நீளமான கவுன் அணிந்து வருவாங்க. அந்த இடத்திற்கான உடை அது. தமிழ் பண்பாட்டைக் காப்பாத்தறேன்னு சொல்லி, இதே புடவை நகையோட, நான் ஜெர்மனி அலுவலகத்துல போய் வேலை செய்ய முடியாது.

ஆக, தைரியமா நாம சொல்ல வேண்டியது என்னனா, நான் ஒரு பெண், என் முன்னேற்றத்திற்குப் பின்னாடி இவ்வளவு உழைப்பு இருக்கு, பெண்ணுங்கறதால இல்லைனு நமக்கு சொல்லத் தெரியணும்.

நீங்கள் சென்ற நாடுகளில் எல்லாம் நீங்கள் பார்த்து வியந்த பெண்களைப் பற்றி?

எனக்கு அடிக்கடி ஞாபகம் வரும் ஒரு பெண். அவளை நான் துருக்கி நாட்டில் சந்தித்தேன். அங்கே டூரிஸ்டாக வந்த ஒரு பெண், திடீரென்று

monument (நினைவுச்சின்னம்) மீது கிறுக்க ஆரம்பித்தாள். உடனே இந்த மாணவி, சின்ன வயசுதான், குரலை எழுப்பி, இப்படிச் செய்யாதேன்னு சொல்லிட்டா. பலர் வேடிக்கை பார்த்துகொண்டு இருந்தாங்க. நானும் இருந்தேன். அந்த மாணவி சொன்னதை நாங்க யாருமே சொல்லல. இனிமே இப்படித் தைரியமாகச் சொல்லணும்னு, அந்த மாணவியைப் பார்த்து நான் கத்துகிட்டேன்.

அடுத்து, மலேயா பெண்களை எனக்கு ரொம்பப் பிடிக்கும். யாருமே வீட்ல உட்கார மாட்டாங்க. எல்லோருமே சம்பாதிப்பங்க. படிப்பறிவு இல்லாத ஒரு பெண் கூட, வீட்டு முன்னாடி ஒரு கடை போட்டு வியாபாரம் பண்ணி, காசு எடுப்பாங்க. தன்னுடைய வருமானத்தை, ரொம்ப பெருமையா உணருவாங்க. மலேசியாப் பெண்கள், உழைக்கும் பெண்கள். குழந்தை பெற்று, மூணு மாதம்தான் வீட்ல ஓய்வா இருப்பாங்க. பின் வேலைக்குப் போவாங்க. பெற்றோரும் உதவியா இருப்பாங்க.

தமிழ்நாடும் எனக்கு வெளிநாடுதான். காசிமேடு மீன் மார்கெட் போவேன். அங்கே இருக்குற பெண்களை நான் பார்த்துகிட்டே இருப்பேன். மீன் வாங்குன உடனே, 'மா.. நான் கிளீன் பண்ணிக் கொடுக்கறேன்'னு டக்குன்னு எடுத்து சுத்தம் பண்ணுவாங்க. தினம் இவங்க வரவு என்னனு யோசிப்பேன். தினம் காலைல வர்றாங்க, சுயமா உழைக்கிறாங்க. இவங்க உண்மையிலேயே *empowered women*.

அதன் பின் நான் வியக்கும் பெண், எங்க *Chancellor Angela Merkel*. ரொம்ப வியந்துப் பார்த்த லேடி. கிழக்கு ஜெர்மனியைச் சேர்ந்தவங்க. பதவிக்கு வந்த புதிதில், பலர் இவங்கள கேலிப் பேசுனாங்க. பதவி ஏற்றுக்கொண்ட பிறகு, பிரான்ஸை விட, ஜெர்மனியை பொருளாதார ரீதியில், ஒரு பலமான நாடாக மாற்றியவர் *Angela Merkel*. அவங்க கணவர் ஒரு பேராசிரியர். உலகளவில் சாதனைப் படைத்த பெண்மணி, பார்லிமென்ட் அருகே, ஒரு சாதாரண குடியிருப்பில் தான் இருக்காங்க. அவங்களுக்குக் குழந்தைகள் கிடையாது. அரசியலுக்காக தன் மொத்த வாழ்க்கையை ஒதுக்கிட்டாங்க.

மூன்று முறை *Chancellor* ஆக இருந்தவங்க. பெரிய அளவில் ஜெர்மனியை முன்னேற்றிக் கொண்டுவந்தாங்க. அமெரிக்காவுடன் சமரசம் செய்வதும், கிழக்கு ஐரோப்பிய நாடுகளுடன் பேச்சுவார்த்தை நடத்துவதும், அரேபிய நாடுகளுடன் சமரசப் பேச்சுவார்த்தை நடத்துவதும் என்ன சாதாரணமா? அவங்க சொல்லுக்கு அவ்வளவு பவர் உண்டு. சிறந்த ஆளுமைத் தன்மைக் கொண்டவங்க. அவங்க தலை முதல் கால் வரை, உடை முதல் நிற்கும் தோரணை வரை, அத்தனையுமே நாம உதாரணம் சொல்லலாம்.

பேன்ட் சட்டைதான் போடுவாங்க. நேரே நிமிர்ந்து நிற்பதில் ஆளுமைத் தன்மை பிரதிபலிக்கும். அதே சமயத்தில், ஒரு தாயைப் போல அன்போடு பேசுவாங்க. தன்காலில், சுயமா, தைரியமா நிற்கும் அனைத்துப் பெண்களுமே எனக்கான *motivation*தான்.

வரலாற்று நெடுகிலும் பெண்கள் எப்படியாக கடந்து வந்திருக்கிறாள் / இனி எப்படி இருக்க வேண்டும் என்று நீங்கள் நினைப்பது?

2000 ஆண்டுகளுக்கு முன், ஜைன மதமும், பௌத்த மதமும்தான் இங்கே இருந்தது. அக்காலகட்டத்தில் பெண்களுக்கு சமத்துவம் இருந்தது. பெண்கள் ஆசிரியர்களாக கூட இருந்திருக்காங்க. அதனால்தான் 'குரத்தி'ங்கற வார்த்தை வந்தது. குரத்தி என்றால் சமண லேடி டீச்சர். பௌத்தத்திலும் சங்க காலங்களிலும் கூட, நிறைய பெண் கவிஞர்கள் இருந்திருக்காங்க. ஔவையை மட்டும்தான் நாம சொல்லிகிட்டிருக்கோம்.

வைதீக தாக்கம் வந்த பிறகு பெரும் பாதிப்படையறோம். பெண் போகப் பொருளா மாறிப்போறா. அழகுப் பொருள், சமரசம் செய்ய, *exchange* பண்ணிக்கொள்ளும் *by product* ஆகவே பெண் மாறிவிடுகிறாள்.

உதாரணத்திற்கு, சோழ ராஜா குலோத்துங்கனுக்கு, கம்போடியால இருந்து இளவரசியை அனுப்பி வைக்கிறாங்க. திருமணம் செய்துகொள்ள. இங்கே பாண்டிய மன்னன், தன் மகளை இலங்கைக்கு அனுப்பி வைக்கிறார், கல்யாணம் பண்ணி வைக்க. இரு நாடுகளுக்கிடையே உறவை ஏற்படுத்திக்கொள்ள, இப்படி ஒரு முறை இருந்தது.

ஆக, பெண் மன்னர் குலமாக இருந்தாலும் சரி, சாதாரண குலமாக இருந்தாலும் சரி, ஏதோ ஒரு பொருள் சார்ந்து பார்க்கப்படுகிறாள். அதேபோல, நில உடைமை சமூகத்தில், பெண் ஒரு முக்கியமான சொத்தாகப் பார்க்கப்படுகிறாள். அந்தச் சொத்து, என் கையிலேயே இருக்கணும்னு அந்த ஆண் பார்க்கிறான். இதுதான் வரலாறு. பின் வந்த ஃபிரெஞ்ச் புரட்சி, ஜெர்மனி புரட்சி, அமெரிக்க பெண்கள் புரட்சியால், 20ம் நூற்றாண்டில் பெண்களின் நிலை மெல்ல மாறியது.

இதற்கிடையில், தனிநபர்களுடைய வேலைகளால், நமக்கு ஓட்டுரிமை கிடைச்சிருக்கு. பெரியார் போன்ற ஆண்களின் பங்கும் இதில் உண்டு. பெண்களிடம், 'உனக்கு சரி என்று பட்டதை நீ செய்' என்றார். பின் அம்பேத்கார் வந்ததால், சொத்துரிமை கிடைத்தது. ஒரு பெண்ணும், தேவைப்பட்டால், விவாகரத்து பண்ணலாம் போன்ற விஷயங்களைல்லாம் வர ஆரம்பித்தது. ஆண் சார்ந்தே இருந்த பெண்கள், தனியாக இருக்க முடியும் என்கிற சவாலை சந்திக்க ஆரம்பித்தனர்.

ஆண்களிடமிருந்து தாக்குதல் வரக் காரணம், ஒரு பெண்ணிடமிருந்து வரக்கூடிய பெரிய சக்தியை, ஆண் இழக்க விரும்ப மாட்டான். பெண்ணை தனக்குக் கீழே வைத்திருப்பதில் சந்தோஷப்படுவான். ஒரு நல்ல பெண்ணுக்கான குணம் என்ன என்பதை, ஒரு ஆண் தான் எழுதி இருப்பான். கவிதை, சினிமா பாடல்களில் கூட, பெண்ணுக்கான இலக்கணத்தை ஆண்தான் எழுதியிருப்பார். நாமும் அதையே பாடிகிட்டிருக்கோம்.

அடுத்து, ஒரு சில ஆணாதிக்க சிந்தனையை உள்வாங்கிய பெண்கள் இருக்காங்க. வீட்ல சொல்றபடி நடந்துட்டா, ஆண்களுடைய

நல்லெண்ணத்தை நாம் பெறலாம். நம்மை நல்ல பெண்ணாக ஏற்றுக் கொள்வார்கள் என்று நினைப்பார்கள். அவங்க, வேறு ஒரு பெண் தனியே போவதைத் தடுப்பாங்க. அது நம் அம்மாவோ, அத்தையோ, பாட்டியாகவோ இருக்கலாம்.

அடுத்து சமூகம். இந்த மூன்று விதமான சவால்களைப் பெண்கள் ஏற்றுக்கொள்ள வேண்டியிருக்கும். இதற்குச் சிறந்த வழி, வாசிப்பு. அடுத்து, தேர்ந்தெடுக்கும் நண்பர்கள். எல்லாவற்றிற்கும் மேலாக, வாழ்க்கைகான நல்ல நோக்கங்களை அமைத்துக்கொண்டு, அதை நோக்கி பயணிக்கணும். உழைப்பு ரொம்ப முக்கியம்.

கல்வி, வேலை சமூக பொருளாதார அரசியலில் பெண்களுக்களுக்கான இடம் உலகளாவில் எப்படி இருக்கிறது? அதற்கு அவர்கள் தயார்படுத்திக்கொள்ள வேண்டியவை எவை?

இப்ப உலகளாவிய ரீதியில் பெண்களுக்குத் தடை இல்லை. ஆப்ரிக்கா கண்டத்திலும், இந்தியாவிலும் *suppression* பார்க்குறோம். ஆனா, அங்கேயும் சட்ட ரீதியான உதவிகளும் பாதுகாப்பும் இருக்கு. இது போன்ற நாடுகள்ல தான், சட்டம் உதவுது. இன்டர்நெட் வந்த பிறகு, வாய்ப்புகள் இன்னும் கூடுதலா இருக்கு. இப்போ, பெண்கள் இந்த வாய்ப்புகளை பயன்படுத்திக்கொள்கிறார்களா என்பதுதான் கேள்வி.

சில கல்லூரிகளில் பெண்களிடம் பேசுவேன். ஒருமுறை, உங்க லட்சியம் என்னனு கேட்டேன். முதல்ல ஒரு பெண் பேசினா. இரண்டாவதாகப் பேசிய பெண், 'எனக்கு கல்யாணம் பண்ணி குடித்தனம் பண்ணனும்'னு தெரிவிச்சா. நான் அந்தப் பெண்கிட்ட உடனே சொன்னேன், 'நல்ல விஷயம்தான்மா. இதைதான் எல்லா ஆடு மாடு பூனையும் செய்யுது, இதுக்கு நீ படிக்கணும்னு அவசியமே இல்லை. தலைவர்கள் ஏறக்குறைய 100 ஆண்டுகள் பாடுபட்டு, பெண்களுக்கு கல்வியை உருவாக்கி கொடுத்திருக்காங்க. உனக்கொரு *liberation* வேணும்னு நீ யோசிக்கலையா? இங்கே நீ கால் எடுத்து வெச்சது எதுக்க? அறிவை வளர்க்க. நான் உழைக்கணும், என் அறிவை வளர்த்துக்கணும்னு நீ நினைக்கணும். ஒரு பெரிய விஞ்ஞானியா வானு யாரும் சொல்லல. ஆனா, நீ வாழும் இடத்துக்கு, உன் கிராமத்திற்கு ஒரு மேம்பாட்டை செய்யக்கூடிய பெண்ணா வாழலாமே. அந்த நோக்கத்தை வளர்த்துக்க" என்று அந்த பெண்ணிடம் சொன்னேன்.

உன்மையிலேயே எனக்கு மனக் கஷ்டமா இருந்தது. கிடைக்கிற வாய்ப்பை ஏன் பெண்கள் சரியா பயன்படுத்த மாட்டேங்கறாங்க? இந்த *certificate* ஐ கல்யாண சந்தையில தனக்குத் தோதான ஒரு மாப்பிள்ளையைத் தேடும் ஒரு சான்றிதழா பயன்படுத்தறாங்க பார்த்தீங்களா, உண்மையிலேயே இது ஒரு சிதைவு.

அதேபோல, *DNA science* பற்றித் தெரிந்துகொண்டால் தன்னைப் பற்றிய தெளிவு வரும். நம்மைச் சுற்றி நிறைய *prejudices* இருக்கு. இந்தச் சடங்கு

செய்யணும், சாங்கியம் பண்ணனும், ஏன் இப்படி இருக்கான், உடனே ஒரு பூஜை பண்ணுனு சொல்றோம். இதையெல்லாம் ஒதுக்கிட்டு, நம் மரபணுவியல் ஆய்வு பார்த்தோம்னா, எதுக்காக ஒருத்தருக்கு இந்த பிரச்சனை வருது, ஏன் இப்படி இருக்கார்னு தெரிய வரும்.

உலகம் அறிவியலை நோக்கி போய்கிட்டே இருக்கு. மழை அதிகம் வர, புவியியல் காரணம்னு நமக்குத் தெரியும். அதை விட்டு, இந்திரன் சாபம்னு யாகம் பண்ண சொல்லமுடியாது. இதை அணுக அறிவியல் தேவை. இப்படிப்பட்ட அறிவியலை நோக்கிப் பெண்கள் முன்னேறணும். பட்டக் கல்வி இல்லை என்றாலும், இன்று முன்னேற பல வழிகள் இருக்கு.

உலக தமிழ்ப் பண்பாட்டின் போக்கும் அவற்றில் பெண்களின் பங்களிப்புகள் பற்றி?

பண்பாட்டை நாம் உடையில் பார்க்கிறோம். புடவை கட்டினால், தமிழ் பண்பாட்டை வாழ வைத்ததாக நினைக்கிறோம். என்னைப் பொறுத்தவரை, பண்பாடு அதில் இல்லை. நம் வரலாற்று சிறப்புகளை, எப்படி கொண்டுபோய் வெளிநாடுகளில் சேர்க்கிறோம் என்பது முக்கியம். நாம இன்றைக்கு பல ஊர்களுக்குப் போயாச்சு, பல தமிழ் சங்கங்களும் வந்தாச்சு. தமிழ்ச் சமூகங்கள் என்ன பண்ணிகிட்டிருக்காங்க? தமிழ்க் கல்வி கொடுக்குறாங்க. பிறகு வருடத்திற்கு இரண்டு முறை கலை நிகழ்ச்சி நடத்துறாங்க.

கலை நிகழ்ச்சிங்கற பேர்ல, சமீபத்திய சினிமா பாடலுக்கு குழந்தைகள ஆட வைக்கிறாங்க. இது எவ்வளவு மோசமா இருக்கு! அந்த குழந்தைகளைப் பார்க்க பயமா, பாவமா இருக்கும். இது நிச்சயம் நம் பண்பாட்டு வளர்ச்சி இல்ல. அறவே நம் பண்பாடு இல்லை.

நாம கவனிக்க வேண்டியது, வெளிநாட்டு அருங்காட்சியகத்தில் *(museum)* தமிழ் இருக்கா? வெளிநாட்டு *museum*ல கீழடி பேசப்படுகிறதா? ஆதிச்சநல்லூர், கொடும்பாலூர் பற்றி இருக்கா? தமிழ்ப் பண்பாட்டு உணவை அங்கே கொண்டு போய் சேர்க்கிறோமா?

இஞ்சி நம்ம ஊர் உணவு. கொரோனா காலத்துல பிரபலமாச்சு. அதை பற்றி அங்கே பேசினா என்ன? 'எங்க ஆரோக்கியமான காலை உணவுப் பாருங்க'னு அங்கே அறிமுகப்படுத்தலாமே. இதுதான் பண்பாட்டைக் கொண்டு போவது. அதன் பின், அழகிய நம் கிராமிய நடனங்கள், நம்முடைய ஆடை, கைத்தறி. நெசவைப் பற்றி பேசலாமே, நம் பண்டைய அணிகலன்களை படம் போட்டு காட்டலாமே.

இவற்றை கொண்டு, அயல்நாட்டவருக்குக் கற்றுக்கொடுக்கும் வகைல சில *activities* நாம பண்ணனும். இதுபோன்ற செயல்தான் நம் பண்பாட்டை அங்கே கொண்டுபோக உதவும். இந்தக் காலகட்டமும், இனி வரும் காலங்களிலும், அங்கே வாழும் தமிழ்க் குழந்தைகள், அதே தமிழ் மக்களைக் கல்யாணம் பண்ணிக்குவாங்கனு எதிர்பார்க்க முடியாது. பெரும்பாலும் வேற்றினத்தவரைத் தான் கல்யாணம் பண்ணுவாங்க. அந்த

சூழல்ல, தமிழ் பண்பாட்டின் நீட்சியை, நாம எப்படி கொண்டு போய் சேர்ப்பது? *Scientific*ஆ, அழகியலோட கொண்டுபோய் சேர்த்தால்தான் முடியும். அருங்காட்சியகத்தில் கொண்டுபோய் சேர்க்கணும்.

பல மொழிகள் கொண்ட *Smithsonian* - ஸ்மித்ஸோனியன் அருங்காட்சியகத்தில் தமிழ் எழுத்து இல்லை. நான் வாஷிங்டன் தமிழ் சங்கத்தில் பேசும்போது கேட்டேன், 'இங்கே இத்தனை நாளா, அத்தனை தமிழர்கள் இருக்கீங்க, இங்கே ஸ்மித்ஸோனியன்ல இத்தனை மொழி இருக்கு, 'நல்வரவு'னு தமிழ் மொழில போட்டா என்ன? இது நம்முடைய தோல்வி. தமிழ் வளர்க்க, தமிழைப் பொது இடங்களில் கொண்டு சேர்க்க, தமிழ்ச் சங்கங்கள் இயங்கணும்.

இங்கே இருக்கிறவங்களும், அவங்க தேவையை உணர்ந்து செயல்படணும். அயல் நாட்டினர் பண்பாட்டு ரீதியா வர்றாங்க. உலகியல் ரீதியா வர்றாங்க. அப்போ நாம அவங்கள எப்படி அணுகணும்? கோயில் போகணும், ஷாப்பிங் போகணும், மக்களோட பேசனும்னு வருவாங்க. அப்போ, *give and take* மாதிரி, ஒரு சகோதரத்துவத்தோட நாம அணுகணும். இப்படிப்பட்ட உதவிகள் மூலமா, பண்பாட்டைக் கொண்டு சேர்க்கலாம்.

தொடர்ந்து இயங்குவதற்கான உந்துதலாக உங்களுக்கு அமைந்தவை?

எனக்கு வாசிப்புதான். புத்தகம் இல்லைனா சுபா இல்ல (சிரிக்கிறார்). அடுத்து, மக்களோடு பேசுவது. என்னை மாற்றிக்கொண்டு போவதே, தொடர் வாசிப்புதான். என்னுடைய பயணங்களின் மூலமா, என்னையும் இந்த உலகத்தையும் தெரிந்துகொள்கிறேன். சுபா யாருன்னு கேட்டா, *I am a traveler*. என்னுடைய ஆசையே, புதிய உலகத்தைப் பார்க்கணும், புதிய மக்களை சந்திக்கணும், புதிய விஷயங்களைத் தெரிந்துகொள்ளவது, உலகம் எப்படி இயங்குதுனு தெரிஞ்சுக்கணும். வாசித்து, பயணித்து, மக்களிடம் பழகணும்.

பயணத்தில் நீங்கள் வியந்து பார்த்த ஒரு இடம் அல்லது நிகழ்வு?

பல பல ஊர்கள் இருக்கு. ஒவ்வொன்றுமே எனக்கு *inspiration*தான். நான் போன இடங்களிலிருந்து புரிந்துகொண்ட ஒரு விஷயம், எல்லா மனிதர்களும் ஒன்றுதான். அவன் *Slovakian*ஆக இருந்தாலும் சரி, இந்தியனா இருந்தாலும் சரி, பாகிஸ்தானியாக இருந்தாலும் சரி, அவனுக்கும் பசிக்குது, அவனுக்கும் எல்லா உணர்வுகளும் இருக்கு. வளரணும்ங்கற எண்ணம் இருக்கு. குடும்ப அரவணைப்பு தேவைப்படுது. எல்லா மனிதர்களின் உணர்வும் ஒன்றுதான். யாராவது ஒருத்தர் வீட்ல இறந்துட்டா, அவனும் அழறான். எப்படி வெளிப்படுத்துறாங்கறதுதான் வேற.

சில பேர் சொல்லுவாங்க, தமிழ்ப் பண்பாட்டுலதான் குடும்ப அரவணைப்பு இருக்கு. மேற்கத்திய நாடுகள்ல, விட்டு ஓடிடுவாங்கனு. அப்படியெல்லாம் இல்லை. சொல்லப் போனால், மேற்கத்திய நாகரீகத்தில் இன்னும் நல்ல நல்ல பண்புகளை நாம் பார்க்கலாம். ஜெர்மனில வயசான

தம்பதிகள் ஒண்ணாதான் நடந்து போவாங்க. சைக்கிள் ஓட்டினால், குடும்பமாகத்தான் போவாங்க. இரவுநேர உணவை ஒண்ணா சாப்பிடுவாங்க.

இங்கே பெண்கள் டீவி முன்னாடி உட்கார்ந்திருப்பாங்க. ஆண்கள் பாரிலோ, கிளப்பிலோ, விளையாட்டு அரங்கிலோ இருப்பாங்க. அங்க அப்படி இல்ல. ஒரு ஜிம் *(gym)* போனாலும், கணவன் மனைவி சேர்ந்து தான் போவாங்க. 40, 50 வருடங்கள் சேர்ந்து வாழும் பல தம்பதிகள் அங்கே இருக்காங்க.

வெளிப் பகுதிக்குப் போய் மக்களை சந்தித்தால்தானே தெரியும். இரண்டு சினிமா படத்தைப் பார்த்து முடிவு பண்ணிட்டா எப்படி? பயணித்து பாருங்கள். நிறைய தகவல்கள் தெரிய வரும்.

உங்களை வசீகரித்த புத்தகங்கள்?

ஒவ்வொரு காலகட்டத்திலேயும் புது புது விஷயங்கள் வரும்போது மாறும். இப்போ அண்மையில் என் வாழ்க்கையில் ஒரு பெரிய *opening* கொடுத்தது *David Reich* எழுதிய *Who we are and how we got here* என்ற புத்தகம். இன்றைய காலகட்டத்தின் தேவையான புத்தகம்னு சொல்லலாம். இதை தவிர ஆயிரம் புத்தகங்கள் இருக்கு.

நீங்கள் குறிப்பிட்டது 'சேப்பியன்ஸ்' புத்தகத்தைப் போன்றதா?

சேப்பியன்ஸ்ல இருந்து எல்லாமே *synthesis* பண்ணி கொண்டுவந்தது. *DNA* அறிவியல் என்பது, காலத்தின் தேவையை உணர்த்தும். இது முழுக்க முழுக்க *DNA science* பற்றிச் சொல்லும். எப்படி *Neanderthals* வந்தாங்க, *Homo sapiens* எந்தக் காலத்துல வந்தாங்க, எந்தப் பகுதிக்குப் போனாங்க என்பதையெல்லாம் இந்தப் புத்தகம் சொல்லும்.

அதைத் தவிர, என்னை ஆட்டிப்படைத்த நாவல்களைக் கொடுத்தவர் *Dan Brown. Dan Brown*ஓட நாவல்கள் மீது எனக்கொரு *craze.* அவர் கதைல வரும் இடங்கள குறிப்பெடுத்து வைத்து, பல நாடுகள் தேடிப் போய் அலைந்து பார்த்திருக்கேன். எல்லா இடங்களையும் பார்த்திருக்கேன்.

தமிழ் எழுத்தாளர்கள்னு பார்த்தா, பாலகிருஷ்ணன் சாரோட, *Journey of Civilisation.* அது எனக்குப் பிடித்த புத்தகம். இதை அடுத்து, ஆசிரியர்கள்னு பார்த்தா, நா. வானமாமலை, ஆ. சிவசுப்ரமணியம், தொ. பரமசிவன், பக்தவட்சல பாரதி, இவர்களை மிகவும் பிடிக்கும். சில புத்தகங்களை மூன்று நான்குமுறை வாசிச்சிருக்கேன்.

வாழ்ந்த மனிதர்களில் என்னை *inspire* பண்ணினவங்கனு பார்த்தா, உ.வே. சாமிநாதன் அவர்கள். அவருடைய 'என் சரிதம்' பின் அவர் எழுதிய 'என் ஆசிரியர்'. ஆவணப் பதிப்பகத்தில் எனக்குள் ஒரு பெரிய தாக்கத்தை ஏற்படுத்தியது.

சோர்வாக உணரும்போது..?

பயணிக்கலைனா, நான் சோர்வாயிடுவேன். மற்றபடி சோர்வெல்லாம்

வராது. எனக்கொரு பழக்கமுண்டு. வருட இறுதி எனக்கு ரொம்ப *special*. அந்தக் கடைசி மூன்று நாட்களை, எனதாக்கிக் கொள்வேன். உட்கார்ந்து, பகுப்பாய்வு செய்துகொள்வேன். என் வாழ்நாள் இறுதிக்குள் நான் அடைய வேண்டியது என்ன? அடுத்த 10 வருடங்களில் என் இலக்கு என்ன? அடுத்த 5 வருடங்களுக்கான என் பணி என்ன? அடுத் 3 வருட பயணம் என்ன? இப்படியாக *goal setting* செய்துகொள்வேன்.

இதை செய்ய, எனக்கு மூன்று நாட்கள் தேவை. ஒரு சிறப்பான *special event*ஆ மாத்திப்பேன். எனக்குப் பிடித்த கேக் ஒன்றை செய்துகொள்வேன். எனக்குப் பிடித்த டிரிங்க்ஸ், எனக்குப் பிடித்த மாதிரி காபி, எனக்குப் விருப்பமான உணவு வகைகள்னு, எல்லாமே சிறப்பா, தயாரா இருக்கும். ஒரு புதிய புத்தகத்தை கையில் எடுத்துக்கொள்வேன். புத்தகம் வாசித்துக் கொண்டே, மறு ஆய்வு பணியை மேற்கொள்வேன்.

சூப்பர்.. அப்ப இது தொடர்பா என்னுடைய அடுத்த கேள்வி, உங்களுடைய அடுத்த இலக்கு என்ன?

எனக்கு *THFI organisation* - இயக்கத்தை, ஒரு *Institute* - நிறுவனம் ஆக்கணும். மூன்று வருடங்கள் முன், அதுலேயே ஒரு பதிப்பகம் ஆரம்பித்து, 25 புத்தகங்களையாவது வெளியிடணும்னு யோசிச்சேன். ஆனா இப்ப 26 புத்தகங்கள் வெளியாகி இருக்கு. *THFI*ல நிறைய கிளைகளை உருவாக்க எண்ணினோம். அதையும் செய்தாகிவிட்டது.

இதுபோக, தனிப்பட்ட முறையில் நான் எத்தனை புத்தகங்கள் எழுதியிருக்கேன்னு பார்ப்பேன். தகவல் சேகரிச்சுகிட்டே இருப்பேன். ஒருகட்டத்தில், 'போதுமான தகவல் கிடைச்சாச்சு, இனி எழுதலாம்' என்று மனசு சொல்லும். அதை என் பட்டியலில் எழுதி வைத்து, ஜெர்மனியில் என் அலுவலக டேபிள் முன்னால் மாட்டியிருப்பேன். நான்கு மாதத்தில் எழுதி முடிப்பேன்.

உங்களுக்குப் பிடித்த பொழுதுபோக்கு அம்சம்?

பயணம், தோட்டக் கலை, சமையல். நானும் என் கணவரும் சேர்ந்து சமைப்போம். ஆரோக்கியமான உணவு வகைகளை சமைக்க பிடிக்கும்.

சமையல்னு சொன்னதும் இந்த கேள்வி கேட்க தோணுது... உங்க விருப்பம் என்ன, ஜெர்மனி உணவா? மலேயா உணவா? இல்லை தமிழ்நாட்டு உணவா?

அந்தந்த நாட்டுலிருக்கும்போது அந்தந்த உணவு. இந்த ஊர்ல இருந்துகொண்டு வெளிநாட்டு உணவு தயாரித்தால், அந்த டேஸ்ட் வராது. இங்கே இருக்கும்போது, இந்த ஊர் உணவைதான் சமைப்பேன். விதவிதமா டிரை பண்ணுவேன்.

நீங்கள் பார்த்த அருங்காட்சியகங்களில் உங்களுக்குப் பிடித்த அருங்காட்சியகம் எது? அதன் சிறப்பை பகிர்ந்துகொள்ளுங்கள்?

எனக்கு பிரிட்டிஷ் மியுசியம் ரொம்பப் பிடிச்சிருக்கு. அங்கேதான் *Indus Valley* சின்னங்களை நான் பார்த்தேன். அப்படியே புல்லரித்து, என் உடலே ஆட்டம் கண்டுவிட்டது. சில ஆயிரம் ஆண்டுகளுக்கு முன் இருந்த நம் தமிழ்நாட்டோட தொடர்பு அதில் இருக்கு. சிந்து சமவெளிக்கும் தமிழ்நாட்டின் திராவிட மொழிக்கும் உள்ள தொடர்பை பார்க்கப் பரவசமா இருந்தது.

அடுத்து, கைரோ (*Cairo*) அருங்காட்சியகம். நமக்கு மம்மீஸ் (*mummies*) என்றாலே ஒரு *fascination*தானே. சின்ன வயசுல இருந்தே படிச்சிருக்கோம். அதே பிரமிப்போட, 12 மம்மீஸையும் நான் பார்த்தேன். 5000 வருட பழமையான ராம்ஸெஸ் 2 (*Ramses 2*) படுத்திருக்காரு, நெஃபெர்டாரி (*Nefertari*) படுத்திருக்காங்க (ஆச்சரியம் பொங்க சிரிக்கிறார்).

அடுத்து, வேட்டிகன் அருங்காட்சியகம். அங்கே நான் ரசித்தது, *cartography* (வரை படங்கள்). அது எனக்கு மிகவும் பிடித்தமான ஒரு பிரிவு. நம்ம தமிழ்நாட்டுல அதை செய்ய தவறிட்டோம். இலக்கியமா வாசிச்சோமே தவிர, மேப் வரையல. செஞ்சுவெச்சதெல்லாம் பிரிட்டிஷ்காரங்கதான். வேட்டிகன் மியுஸியத்துல பண்டைய புராதன மேப் எல்லாமே பெருசு பெருசா இருக்கும். பார்க்கவே ரொம்ப நல்லா இருக்கும்.

அடுத்து கடைசியா ஒண்ணு, ஜெர்மனில, ஒரு ஆறு ஊற்றெடுக்குற இடம். *Danube*னு சொல்லுவாங்க. அந்த நதி ஊற்றெடுத்து, 10 ஐரோப்பிய நாடுகளைக் கடந்து, *Black Sea*, கருங்கடல்ல போய்ச் சேரும். அந்த நதி ஊற்றெடுக்கும் இடத்தை, அருங்காட்சியகமா மாத்தி இருக்காங்க. அந்த ஊற்றை ஒரு மியூசியமா பார்ப்பது எப்படி இருக்கு! யோசிச்சுப் பாருங்க... *very refreshing* !

இறுதியாக, புழுதி, 'பெண்ணதிகாரம்' சிறப்பிதழ் வாயிலாக, பெண்களுக்குச் சொல்ல வரும் கருத்து?

எல்லோருமே தன் மீது தைரியம் வைத்து செயல்படணும். அதற்கான தகுதியானவங்களா நம்மை நாம் மாற்றிக்கொள்ள வேண்டும். நம்மை நாம் *evaluate* பண்ணிக்கணும். குறை நிறைகளை ஆய்வு செய்யணும். குறைகளை களைத்து, நிறைகளை வளர்த்துக்கொள்ள வேண்டும். உழைப்புக்கு முக்கியத்துவம் கொடுக்கணும்.

திருமிகு. சுபாஷினி கனகசுந்தரம்
IT Architect, DXC Technologies, Germany.

நாங்கள் கடவுள் இல்லை

திருமிகு. பாரதி ஸ்ரீதர்

உங்களை பற்றிய அறிமுகம்...

நான் பாரதி ஸ்ரீதர். பிறந்தது சென்னையில். வளர்ந்தெல்லாம் தூத்துக்குடியில். அங்கே ஹோலி கிராஸ் (Holy Cross Anglo Indian) பள்ளியில் படித்தேன். பின் புனித மேரி கல்லூரியில் (St Mary's College) ஆங்கிலத்தில் பட்டம் பெற்றேன். பள்ளிப் படிக்கும்போதே, பரதநாட்டியத்தில் அதிக ஈடுபாடு இருந்தது. ஏழு வயசுல அரங்கேற்றம். பள்ளி மற்றும் கல்லூரி நாட்களில், நான் படித்ததைவிட நடனமாடியதுதான் அதிகம். ஏறத்தாழ ஆயிரம் மேடைக்கு மேல பார்த்தாச்சு. தூத்துக்குடியில் SPIC, Indian Chamber of Commerce, மற்றும் எல்லா அரசு, தனியார் நிகழ்வுகளில், என் நடன நிகழ்ச்சி இருக்கும். நிகழ்வுக்குத் தலைமை தாங்க வந்த பி.எச். பாண்டியன், முன்னாள் ஜனாதிபதி வெங்கடராமன், கோசல் ராம் போன்ற பல பிரபலங்களிடம் நான் பரிசு வாங்கி இருக்கேன். கல்லூரி படிப்பு முடிந்ததும் திருமணம். திருமணம் ஆகி இரண்டு வருடங்கள் நான் தூத்துக்குடியில்தான் இருந்தேன். என் கனவர் அங்கே சுங்க இலாகா அதிகாரியாக இருந்தார்.

பின் சென்னை வந்தாகிவிட்டது. இங்கே சரஸ்வதி கான நிலையத்தில், ரங்கநாயகி ஜெயராமனிடம் நடன பயிற்சி பெற்றேன். ரோட்டரி கிளப், லையன்ஸ் கிளப் நிகழ்வுகளுக்கு நடன நிகழ்ச்சிகளுக்கான பயிற்சி (choreography) அளிக்க ஆரம்பித்தேன். எனக்கு பக்கபலமா இருந்தது என் மாமியார். அவருடைய திடீர் மரணம் என்னை ரொம்பவே பாதித்தது. ஒரு வருட காலம் விட்டிலேயே முடங்கிக் கிடந்தேன். அந்த சமயத்தில், பிரபல ஜோதிடர் ஒருவர், என் குடும்பத்திற்கு வேண்டியவரும் கூட, தன் அலுவலக நிர்வாகப் பணிக்காக என்னை அழைத்தார்.

என் வாழ்வின் மிகவும் மோசமான காலகட்டம் அது. மாமியாரின் இழப்பில் இருந்து வெளிவர அங்கு வேலைக்கு சேர்ந்தேன். அந்த ஜோசியருடைய குடும்பத்தில் பல பிரச்சனைகள். அவர் இந்த தொழில் செய்வதையே அவர்கள் யாரும் விரும்ப

வில்லை. இதுஎதுவுமே எனக்குத் தெரியாது. நான் எனக்கு தெரிந்த கம்பியூட்டர் வேலையை அங்கே செய்துகொண்டிருந்தேன்.

நீங்கள் அவரிடம் ஜோசியம் கற்றுக்கொள்ளவில்லையா?

இல்லை. *I was only an office staff.* எனக்கு ஜாதக கட்டம் போடக் கூட அப்போ தெரியாது. நிறைய அவமானங்களை சந்தித்தேன். அந்த ஜோசியரின் குடும்பத்திலிருந்து ஒரு பெண் திடீரென்று உள்ளே நுழைந்து, என் புடவையை இழுத்து, என்னை வெளியே தள்ளினார். அவர்களுடைய குடும்ப பிரச்சனையில், நான் தாக்கப்பட்டேன். அந்தச் சமயத்தில் என் உடல்நிலையிலும் பாதிப்பு ஏற்பட்டது. முப்பது வயதில் கர்ப்பப் பையை நீக்க வேண்டிய சூழல். அதை தொடர்ந்து இன்னொரு அறுவை சிகிச்சை. அதன்பின் இன்னொன்று. ஆறு மாத இடைவெளி, மூன்று மாத இடைவெளி என்று, நான்கு அறுவைசிகிச்சைகள் நடந்தது. பிள்ளைகள் வளர்ந்துவரும் நிலை, இனிப் போதும் என்று அங்கிருந்து வெளியேறினேன்.

அதன் பின் என் தோழி ஒரு வியாபாரம் தொடங்கினார். அலுவலக நிர்வாகத்தில் அனுபவம் இருந்தபடியால், என்னை உதவிக்கு அழைத்தார். நானும் அங்கு வேலைக்குச் சேர்ந்தேன். இப்படியாக பல போராட்டங்களுடன்தான் என் *career* ஆரம்பமானது.

பின் இந்தத் துறைக்கு எப்படி வந்தீர்கள்?

எனக்கு தெரிந்த சினிமா நடன இயக்குனருடைய மனைவி எனக்காக ஒரு பரிசை கொடுக்கச் சொல்லியிருந்தார். அந்த இயக்குனர் என்னை தொடர்புகொண்டு, அலுவலகத்தில் காத்திருக்குமாறுச் சொன்னார். கொஞ்ச நேரம் கழித்தது, 90 வயதை கடந்த முதியவர் ஒருவர் உள்ளே வந்தார். யாரோ ரோட்ல போற பெரியவருக்கு நம் காசு போடுற மாதிரி, நானும் டிராயரைத் திறக்க போனேன். உடனே அந்த நடன ஆசிரியர் உள்ளே வந்து, "மேடம், இந்தச் சாமியார், உங்களை பார்க்க வேண்டும் என்று சொல்லி, என்னுடன் வந்தவர்"னு சொன்னாரு. என் உடல்நிலை, முன் செய்துகொண்டிருந்த வேலை, எதுவுமே அவருக்கு தெரியாது.

என்னை பார்த்து, "நல்ல இருக்கியா?" என்று கேட்டார். பின், "காலம் மாறும்போது கிரகங்கள் மாறும். ஜோதிடத்தை படி. இந்த துறையை நீ விடாதே. தொடர்ந்து இதில் வேலை செய். உனக்குப் பயன்படாவிட்டாலும், உன்னைத் தேடி வருபவர்களுக்குப் பயன்படும்"னு சொன்னாரு. எனக்கு ஒன்னுமே புரியல.

"நீங்க எங்கிருந்து வர்ரீங்க"னு கேட்டேன். "நான் திருவண்ணாமலையிலும் இருப்பேன், கொள்ளி மலையிலும் இருப்பேன். என் கையில் உள்ள மூலிகையை உனக்குத் தர்ரேன். அதை நீ 10 பேருக்கு கொடு. அதனால அவங்க பயனடைவாங்க. இந்த உலகம் பாராட்டும் அளவிற்கு நீ பெரிய ஆளா வருவே. யாருக்கு கர்மா தீரனும்னு இருக்கோ, தீரும் காலத்துல உன்னை வந்து பார்ப்பாங்க"னு சொன்னார். அவரை சந்தித்த அந்தச் சமயத்தில், என்னுடைய ஆரோகியம் ரொம்ப மோசமா இருந்தது.

என் கையில், மூலிகை போன்ற, மூன்று பச்சை இலைகளை பொடுத்து, "இந்த ஒரு இலை, நெய் ஊற்றி ஏற்றினால், மூன்று நாட்களுக்கு எரியும். அடுத்தடுத்து மூன்று இலை ஒன்பது நாட்களுக்கு ஏற்றி வா" என்றதும் நான் விழித்தேன். பச்சை இலை எப்படி எரியும் என்று யோசித்தேன். அவர் என்னை பார்த்து, "நிச்சயம் எரியும்" என்று அவரே திரி போல திரித்துக் கொடுத்தார்.

அவர் இருந்த அந்த 20 நிமிடங்கள், ஏதோ ஒரு transcendental state, பரவச நிலை போல இருந்தது. அவர்கள் கிளம்பி சிறிது நேரம் கழித்து, என் நண்பரை அழைத்து, "யார் அவர்" என்று விசாரித்தேன். "எனக்கே தெரியாது, என் காருக்கருகே காத்திருந்தார். நீ பார்க்கப் போகும் பெண்ணை நானும் சந்திக்க வேண்டும்" என்று சொல்லி என்னுடன் வந்தார்.

ஆறு மாத காலம் கழித்து, நண்பர் வீட்டில் அதே சாமியாரை மீண்டும் சந்தித்தேன். "நான் சொன்னது பலித்ததா" என்றார். "இல்லை, நான் முயற்சிக்கவே இல்லை" என்றேன். "விதி உன்னை விடாது. இந்தத் துறையை நீ எடுத்தே ஆகனும். பத்துப் பேரை சந்தித்தே ஆகனும்" என்றார்.

அதன் பின், சமஸ்கிருத கல்லூரியில் Dr.ரகு என்பவரிடம் ஒரு வருடம் பயின்றேன். சூரியன் டிவியில் ராசிபலன் சொல்ல ஆரம்பித்தேன். தொடர்ந்து Big டிவி, அதன் பின் ராஜ் டிவி, மேகா டிவி என பயணம் இன்று வரை தொடர்கிறது. அன்று சாமியார் சொன்னது பலித்துவிட்டது.

சாமியார் சொன்னார் என்று நீங்கள் தேர்வு செய்த இந்தப் பயணம், எப்படி இருக்கு?

2005ல் சூரியன் டிவில பேச ஆரம்பிச்சேன். 2007ல பிக் டிவி. பிக் டிவியில் இருக்குற கண்மணி என்பவர், ராஜ் டிவில ஒரு பெண் தலைமை ஏற்று நடத்தறதாகவும், அவரைப் போய் சந்திக்கும்படி சொன்னாங்க. அங்கேதான் எனக்கு மாலா மணியன் அவர்கள் அறிமுகம் ஆனவங்க. திருமதி. மாலா அவர்கள் ரொம்ப ஊற்சாகப்படுத்தினாங்க. இதே ராசி பலனை வேறு விதமா, வித்தியாசமா சிந்தச்சு பேசச் சொன்னாங்க. அப்போ, கிரக பலன்களை மட்டுமே சொல்லாமல், ஒவ்வொரு கிரகத்தின் தன்மை என்ன, பலன்கள் என்ன, சாதகம் என்ன, பாதகம் என்னனு பேச ஆரம்பிச்சேன். It was a hit.

நிகழ்ச்சியோட TRP ரேட்டிங் அதிகமாச்சு. எந்த அளவுக்குனு பார்த்தீங்கன்னா, சன் தொலைகாட்சியின் முக்கியமான மதிய சீரியல் டயம். அதை விட்டு, மக்கள் இதை பார்க்க ஆரம்பித்தனர். என்னோட இந்தப் 'பெண்கள் நேரம்' நிகழ்ச்சி, தொடர்ந்து மூன்று வருடம் ஒளிபரப்பானது.

அந்தச் சமயத்தில் நான் இலங்கை போயிருந்தப்போ, பெண்கள் பலர் என்னை சந்திக்க வந்தாங்க. உங்க ஆலோசனைகளையெல்லாம் குறிப்பெடுத்து வெச்சிருக்கோம். ரொம்ப உதவியா இருக்குனு நன்றி தெரிவிச்சாங்க. அன்று சாமியார் சொன்னது பலித்தது. கேனடா, சிங்கபூர், மலேசியா, ஆஸ்டிரேலியா போன்ற நாடுகளிலிருந்து எனக்கு போன்கால்

அவர் ஆரம்பித்தது. அதன் பின், மேகா டீவியில் சேர்ந்தேன். 2013ல் இருந்து இன்று அவரை, தொடர்ந்து என்னுடைய நிகழ்ச்சி ஒளிபரப்பாகுது.

இதற்கிடையில், நான்கு வருடங்கள் முன், ராஜ் டிவியின் நிர்வாக குழுவில், *Independent Lady Director*ஆக நியமிக்கப்பட்டுள்ளேன். அது ஒரு பப்ளிக் லிமிடெட் கம்பேணி. திரு. ராஜேந்திரன் அவர்கள் கேட்டுக்கொண்டதின் பேரில், 53 வயதில் *corporate affairs* பரிட்சை எழுதினேன். பின், *Ministry of Home Affairs*ல் இருந்து *vigilance officer* வந்து சர்வே செய்த பிறகு, தேர்வானேன். 2011இலேயே யூ டியுப் நிகழ்ச்சிகளில் பேசத் தொடங்கிவிட்டேன்.

விகடன், சக்தி விகடன்ல தொடர்ந்து எழுதிட்டு வர்ரேன். தினமலரில் எழுதறேன். *News 7* சேனலில் பேசுகிறேன். சமீபத்தில், *News 7* சேனலின் சார்பாக, 'தங்க தாரகை' விருது பெற்றேன். இத்துறையில் பல வருடங்களாக நீடித்திருப்பதால், தொடர்ந்து *Times of India* விருதை பெற்றுவருகிறேன். சென்ற வருடம், *Times of India*வின் காபி டேபிள் புக்கில் *(coffee table book)*இடம்பெற்றேன். அதில் இடம்பெற்ற சென்னையைச் சேர்ந்த 25 பிரபலங்களில் நானும் ஒருவர். ஆண்கள் மட்டுமே அரசாட்சி செய்யும் இந்தத் துறையில் நானும் சாதிக்க வேண்டும் என்று நினைத்தேன், செய்துகொண்டே வருகிறேன்.

இந்தத் துறைக்கும் கல்வி, படிப்பு, பட்டம் எல்லாம் உண்டு, இல்லையா?

எல்லாமே இருக்கு. ஆனா, இந்த துறையைப் பொறுத்தவரை, அனுபவம் தேவை. இத்துறையில் பட்டப்படிப்பு, முதுகலை பட்டம், ஆராய்ச்சி கூட செய்யலாம். ஆனால், வாக்கு பலிதம் ரொம்ப முக்கியம். அதற்கு அனுபவமும் பயிற்சியும் தேவை.

இத்துறையில் தாங்கள் சந்தித்த போட்டிகள், பெண் என்பதால் எதிர்ப்பு உண்டா?

பலவித எதிர்ப்புகளை சந்தித்துவருகிறேன். ஆணாதிக்கம் நிறைந்த இந்தத் துறையில் என்னை மேலே வர விடமாட்டார்கள். ஏதாவது டிவி நிகழ்ச்சிக்காக என்னை நடுவராக தேர்வுசெய்தால், மற்றவர்கள் ஒப்புக்கொள்ள மாட்டார்கள். ஆண்தான் நடுவரா இருக்கனும்னு வற்புறுத்துவாங்க. 'அவங்கள கூட்டத்தோட உட்கார சொல்லுங்க'னு கமென்ட் பாஸ் பண்ணுவாங்க. நான் ஏன் அப்படி உட்கார வேண்டும்? எனக்கும் வித்தை தெரியும். முறையா படிச்சிட்டு வந்திருக்கேன். *I have the same and even better knowledge than they have.* நான் வரமாட்டேன்னு சொல்லிடுவேன்.

இதை தவிர, ஆரம்ப நாட்களில் ரொம்ப அவமானப்பட்டிருக்கேன். நிறைய டிவி சேனல்ல கூப்பிடுவாங்க. ஒரு சேனல்ல "உனக்கு மாதம் ஒன்றுக்கு எத்தனை பவுடர் டப்பா தேவைபடும்"னு கேட்டாங்க. "எனக்கு வேண்டாம். உங்களுக்குதான் தேவைப்படும் போல இருக்கு, போய் உங்க

முகத்தை கண்ணாடில பார்த்துகோங்கனு" சொல்லிட்டு வந்துட்டேன். இன்னொரு சேனலில், "காலைல நீங்க கிளாமரா டிரெஸ் பண்ணிட்டு வரணம்"னு சொன்னாங்க. "ராசி பலன் சொல்ல கிளாமரா எப்படிபா டிரஸ் பண்ண முடியும்? அதுக்கு நீ நடிகை ரம்பாவை வெச்சுதான் ராசிபலன் நிகழ்ச்சியை நடத்தனும்"னு சொல்லிட்டு வந்தேன்.

இந்தத் துறையில், ஆண்களைவிட பெண்கள்தான் எனக்கு உதவினார்கள். அன்று என்னை கீழே இறக்க முயன்ற அத்தனை பேரும் இன்று என் வளர்ச்சியைப் பார்த்துக்கொண்டிருக்கிறார்கள்.

பொதுவாக ஜோதிடம் என்பது ஒருதரப்பில் பிற்போக்காகவும் ஒருதரப்பில் கணிதமாகவும் பார்க்கப்படுகிறது. அப்படி இருக்கையில், நீங்கள் எப்படி இதை கையாள்கிறீர்கள்?

நான் அறிவியல் ரீதியாகவும் பார்பேன், கணித்தும் சொல்வேன். உதாரணத்திற்கு, இப்போ பெண்கள் பலருக்கு, குழந்தை பிறப்பில் சிக்கல் உண்டு. *Harmone imbalance* இருக்கு. காரணம் என்ன? பல நூறு வருடங்கள் முன் இருந்த அதே ஒன்பது கிரகங்கள்தான் இன்றைக்கும் இருக்கு. வாழ்கை தரம் மாறிபோச்சு, பழக்கங்கள் மாறி போச்சுனு சொல்றோம். ஆனால் கிரக நிலையிலும் மாற்றங்கள் ஏற்படுது. சில வருடங்களுக்கு முன் பெண் பூப்பெய்தல் என்பது 13 வயது முதல் 16 வயது என்று இருந்தது. இப்போ, பத்து வயசுலயே ஆகுறாங்க.

ஆயிரம் அமாவாசை, ஆயிரம் பௌர்ணமி கடந்த பின், பூமியின் நிலை மாறும். சுனாமி, பூகம்பம் போன்ற இயற்கை சீற்றங்களால் கோள்களின் நிலை மாறும். அப்போ, மனிதனின் மனோபாவம் மாறும். சாப்பாட்டுப் பழக்கம், தூக்கப் பழக்கம் எல்லாமே மாறும்.

ஜோசியத்தில், விண்வெளி அம்சம் *(galaxy)* ரொம்ப முக்கியம். சுக்கிரன் என்பது வீனஸ். சுக்கிரன் பூமிக்கு அருகாமையில் வரும்போது, *sexual perversions* அதிகமா இருக்கும். திருமணம் ஆகாமல் சேர்ந்து வாழ்வது, வயது வித்தியாசம் பாராமல் சேர்ந்திருப்பது அல்லது திருமணம் செய்துகொள்வது, இதெல்லாம் இப்போ அதிகமானதை நாம பார்க்கிறோம். விஞ்ஞானிகள் என்ன சொல்றாங்க, *Venus is coming near to the Earth* என்று சொல்லியிருக்காங்க. அப்போ, அதன் தாக்கம் இருக்கத்தானே செய்யும்! திருமண பந்தம் வேண்டாம் என்றிருப்பவர்கள், பின்நாளில் அவதிப்படுவதை நான் பார்த்திருக்கிறேன். 55 வயதில், 60 வயதில் பெண் கிடைக்குமா என்று ஜாதகத்தை எடுத்துக்கொண்டு வருபவர்களும் உண்டு.

முன் காலங்களில், ஆணும் பெண்ணும் பார்த்துகொள்ளாமலேயே, ஜாதக பொருத்தம் பார்த்து திருமணம் செய்துகொண்டார்கள். இன்றைக்கு அவ்வளவு துல்லியமா கணிக்க கூடியவர்கள் மிக குறைவு. இப்பவும் ஜாதகம் பார்க்கும்போது, ஆணுக்கும் பெண்ணுக்கும் குழந்தை பாக்கியம் இருக்கான்னு பார்ப்பேன். வழியே இல்லை என்றால் தத்தெடுக்க பரிந்துரைப்பேன்.

ஒரு ஜோசியர் கிட்ட என்ன கேட்கனுமோ, அதைதான் கேட்கனும். நாங்களும் கடவுள் இல்லை. பல தாய்மார்கள் பெண்ணுக்கு பொருத்தம் பார்க்க வரும்போது, "என் பொண்ணு என்னை மாதிரி கஷ்டப் படக்கூடாது, அதற்கு தகுந்த மாதிரி பாருங்க"னு சொல்லுவாங்க. கஷ்டப்பட்டாம ஒருத்தர் எப்படி வாழ்ந்திட முடியும்?

"

இன்று வளர்ச்சி என்ற பேரில், பல பெண்கள் குழந்தை பெத்துக்க மறுக்குறாங்க. எல்லோருமே வாடகை தாய் மூலமா குழந்தை பெத்துக்கறது ஆரோகியமான விஷயம் இல்ல. பிரபலங்கள் செய்து கொள்வது வேறு. வாய்ப்புள்ள பெண்கள் அதை நோக்கிப் போவது தவறு.

ஒரு தம்பதி என்னிடம் வந்தனர். இருவரும் மருத்துவர்கள். குழந்தை பேறு இல்லை என்பது அவர்களுடைய குறை. நான் அவர்களுடைய கட்டத்தைப் பார்த்து, "இரண்டு பேரும் மருத்துவர்கள் தானே, நான் சொல்வதை தவறா எடுத்துக்காதீங்க. உங்க கணவருடைய விந்தனுவில் கோளாறு இருக்கு. உங்களுக்கு குழந்தை பாக்கியம் நிச்சயம் உண்டு. ஆனால் சிகிச்சை தேவை." என்றேன். "வெறும் பேப்பரை பார்த்துட்டு எப்படி சொல்றீங்கனு" அந்த அம்மா கேட்டாங்க. "பரிசோதனை பண்ணிட்டு எனக்கு சொல்லுங்க" என்று அவர்களை அனுப்பிவைத்தேன். சில நாட்களில் அந்த அம்மா மறுபடியும் போன் பண்ணி, "நீங்க சொன்னது சரிதான்" என்றார். சிகிச்சை எடுத்து, இப்போ நான்கு நாட்களுக்கு முன் அவங்களுக்கு குழந்தை பிறந்திருக்கு.

என்னதான் படிப்பும் விஞ்ஞானமும் இருந்தாலும், எல்லாவற்றிற்கும் அப்பால் கிரகங்கள் நமக்குச் சொல்லும். அது 100% உண்மையும் கூட. அதை சரியாக கணித்துச் செல்லத் தெரிய வேண்டும். அதற்கு அனுபவம் தேவை.

எதிர்காலத்தை கணிப்பதற்கு அப்பால், பெண்களுக்கு தனிப்பட்ட வளர்ச்சிக்கான கருவியாக, ஜோதிடதம் செயல்படுமா?

நான் நிகழ்ச்சிகளில் சொல்லும் பலவற்றைப் பெண்கள் எழுதி வைத்துப் பயனடைகிறார்கள். ஜோசியம் சொல்வதையும் தாண்டி, பலருக்கு நான் கவுன்சிலிங் *(counselling)* கொடுத்துவருகிறேன். என்னிடம் வரும் சில பெண்கள், 'சாமிக்கு நான் இதை செய்தால் என் பிள்ளை மாறிவிடுவானா? என் கணவர் திருந்தி விடுவாரா?" என்று கேட்பார்கள். எந்தக் குடிகாரனும் சரியாதில்லை. அவங்க கிரக நிலையை பார்ப்பேன். எதுவும் சரியில்லை என்று தெரிந்தால், 'உன் மகன், இப்படி தான். உன் கணவர் இப்படி தான். நீ மாறனும் உன் மனசும் மாறனும். உங்க வளர்ப்பும் இதற்கு காரணம் என்பதை சுட்டிக் காட்டுவேன்.

பல தாய்மார்கள், வேலைக்குச் செல்ல வேண்டும் என்பதால், குழந்தைகளை உறவினர் வீட்டிலும் தன் வீட்டிலும் வட்டுச் செல்லார்கள். இதனால், தகப்பனால், உறவினர்களால் பாலியல் துன்புறுத்தலுக்கு ஆளான பல பெண்கள் என்னிடம் வந்திருக்காங்க. அவங்களுக்கு நான் கவுன்சிலிங் கொடுப்பேன்.

ஒரு அம்மா அவங்க பெண்ணை அழைச்சுட்டு வந்தாங்க. அவளுக்கு 23 வயசு. கர்பப்பை இல்லாமலேயே பிறந்த பெண் அவள். ஒரு பரிகாரம் செய்யச் சொன்னேன். பரிகாரத்தை செய்த பின் என்னை பார்க்க வந்தாங்க. அந்த அம்மா கண்ணீரோட, "உங்க படத்தை நாங்க பூஜை அறையில வெச்சிருக்கோம். பரிகாரத்தை முடிச்சு, டாக்டர் கிட்ட பரிசோதனைக்குப் போன பிறகு, இப்பதான் *endometrium wall* வளர ஆரம்பிச்சிரிக்கு, இன்னும் ஆறு மாதத்தில் மாத விடாய் ஆரம்பிக்கும். அதன் பின் ஒருவருடம் கழித்து திருமணம் செய்துவைக்கலாம்னு டாக்டர் சொல்லிட்டாரு" என்று கண்ணீரோட அந்த அம்மா வந்து சொன்னாங்க.

என்னை தேடி வரும் 10ல் 5 பேருக்கு நன்மை நடந்தால் கூட போதுமே. மீதி ஐந்து பேரோட கர்மா, வேறு எங்காவது தீர்க்கப்படும். ஆனால் எனக்கு சரியாகலையேனு வருத்தப்படுவாங்க. மக்களுக்கு ஒரு விஷயம் புரிய வேண்டும். கர்மா என்று உண்டு. அதை தீர்த்தே ஆக வேண்டும். இவ்வளவு ஏன், என் தம்பிக்கே என் மீது கோபம். அவனுடைய பொருளாதார பின்னடைவை என்னால் தீர்க்க முடியவில்லை என்று. என்னால் முடிந்த உதவியைச் செய்துவருகிறேன். அவர் கர்மாவை, அவர் அனுபவிக்கனும்.

ஜோதிடம் என்பது நம்பிக்கை சார்ந்த விஷயம் என்றால், எந்த இடத்தில் மூட நம்பிக்கையாக மாறுகிறது?

அதை நாம் எப்படி எடுத்து கொள்கிறோம் என்பதை பொருத்தது. படிப்பறிவு இல்லாத ஒரு சிலர், என்னை முழுமையா நம்பி வருவாங்க. கொஞ்சமா படிப்பறிவு இருக்கறவங்களுக்குதான் மூட நம்பிக்கை அதிகமா இருக்கும். எனக்கு தெரிந்த ஒருத்தர். படிச்சவங்கதான். ஒன்னு, ஜாதக பொருத்தம் பார்த்து பெண்ணுக்கு திருமணம் பண்ணி இருக்கனும். இல்ல, நம்பிக்கை இல்லை என்ற பேரில், எதையுமே பார்க்காம திருமண முடிவை எடுத்திருக்கனும். இரண்டையும் விட்டு, "சாமி கிட்ட பூ போட்டுப் பார்த்தேன். தெய்வம் உத்தரவு தந்தது. நம்பி திருமணம் செஞ்சுவெச்சேன். இப்போ பிரச்சனையா இருக்கு"னு வந்தாங்க. "இந்தத் திருமணத்திற்கு நான் பொருத்தம் பார்கல. நீங்களா கோவில்ல சாமிகிட்ட உத்தரவு வாங்கிப் பண்ணீங்க. இப்ப கோவில்ல போய்தான் நீங்க கேட்கனும்" என்று சொல்லிவிட்டேன். அந்தப் பெண் ஜாதகபடி, முதல் திருமணம் நிலைக்காதுன்னு இருக்கு. இங்கே யாரை குறை சொல்ல முடியும்? இதுதான் விதி, *destiny*.

சின்ன வயதில் கணவனை இழந்த பெண்களை அவங்க தாய்மார்கள் கூட்டிட்டு வருவாங்க. சிலர் மூட நம்பிக்கை என்ற பேரில், "எங்க குடும்பத்துல மறுமணம் பழக்கமில்லைங்க"னு சொல்லுவாங்க. "அடுத்த

ஏழு வருஷத்திற்கு திருமணம் செய்ய கூடாதுன்னு சொல்லியிருக்காங்க"னு என்னிடம் சொல்லுவாங்க. "ஒரு அம்மாவா உன் பெண்ணுக்கு எது நல்லதுன்னு உனக்குத் தெரியாதா? யார் அது ஏழு வருடங்கள் காத்திருக்கச் சொன்னது" என்று சண்டை போட்டு, பல பெண்களுக்கு மறுமணம் செய்து வைத்திருக்கிறேன்.

அந்தப் பெண்கள் என்னை அம்மாவா பார்குறாங்க. நான் உண்டாயிருக்கேன், குழந்தை பிறந்திருக்குனு போன் பண்ணிச் சொல்லும்போது, ரொம்ப சந்தோஷமா இருக்கும். கோடிரூபா கொடுத்தாலும் இந்தச் சந்தோஷம் வராது.

ஒரு ஜோசியர் கிட்ட என்ன கேட்கனுமோ, அதை தான் கேட்கனும். நாங்களும் கடவுள் இல்லை. பல தாய்மார்கள் பெண்ணுக்கு பொருத்தம் பார்க்க வரும்போது, "என் பொண்ணு என்னை மாதிரி கஷ்டப் படக்கூடாது, அதற்கு தகுந்த மாதிரி பாருங்க"னு சொல்லுவாங்க. கஷ்டப்பட்டாம ஒருத்தர் எப்படி வாழ்ந்திட முடியும்? உங்க பெண்ணுக்கு சவால்களை சந்திக்கும் திறனை வளர்த்து விடுங்கனு சொல்லி அனுப்புவேன்.

மனவலிமை இருக்கும் இடத்தில் ஜோதிடத்தின் வேலை என்ன?

மனவலிமை இருந்தாலும் ஜோதிடம் தேவைதான். என் வாழ்க்கையே அதற்கு உதாரணமா சொல்லலாம். எனக்கு மனவலிமை அதிகம். முப்பது வயசுல கர்ப்பப்பை நீக்க அறுவை சிகிச்சை செய்துகொள்ள தனியே சென்றேன். அம்மாவைக் கூட அழைத்துகொள்ளவில்லை. ஆனா, நாள் பார்த்து போயிருக்கனும்னு, எனக்கு அப்போ தெரியல. அதிக நாள் தள்ள வேண்டாம் என்று மருத்துவர் சொன்னார். உடனே அடுத்த நல்ல நாளை பார்த்திருக்கனும். விளைவு, ஒரு அறுவை சிகிச்சைக்குப் போய், தொடர்ந்து நான்கு அறுவை சிகிச்சைகள் ஆச்சு. இன்று பல பேருக்கு நாள் நட்சத்திரம் பார்த்து சொல்றேன். இந்த தெளிவு எனக்கு அப்போ இல்ல. ஆனால், மனவலிமையால், என்னால் அந்த நிலையை கடந்து அவர் முடிந்தது. நாள் பார்த்துப் போயிருந்தா, என் உடல் நிலை இவ்வளவு பாதிப்படைந்திருக்காது. இதுதான் வித்தியாசம்.

ஜோதிடத்திற்கும் ஆன்மிகத்திற்கும் தொடர்புண்டா?

கண்டிப்பா இருக்கு. இதுவும் அதுவும், ஒன்றோடொன்று சார்ந்தது. கிரக நிலைக்கு ஏற்றவாறு கோவிலுக்குப் போகச் சொல்வோம். கிரகத்திற்கான தீர்வு ஆன்மீகத்தில்தான் உண்டு.

அப்போ கடவுள் நம்பிக்கை உள்ளவர்கள் மட்டும்தான் வருவாங்களா?

அப்படி இல்லை. கடவுள் நம்பிக்கை இல்லாதவர்கள், கோவிலுக்குச் செல்லாதவர்களும் கூட வருவாங்க. ஒரு ஆலோசனை, கவுன்சிலிங் மாதிரி கேட்டுட்டுப் போவாங்க. "என் கிரக நிலை எனக்குத் தெரியும், எனக்கு ஏழரை சனி நடக்குதுன்னு தெரியும். அதற்கு நான் என்ன செய்ய

வேண்டும், என்ன செய்ய கூடாது..." போன்ற வற்றில் ஆலோசனைகள் பெற்றுக் கொண்டு செல்வார்கள். "புது வியாபாரம் தொடங்கலாமா, இருப்பதை விரிவு படுத்தலாமா, நான் கோவில்ல பரிகாரம் பண்ண மாட்டேன்"ன்னு கேட்டு வருவாங்க. பக்தி இருக்கிறவங்கதான் வரனும்னு அவசியம் இல்லை.

வேற்று மதத்தினர் ஜோதிடத்தில் நம்பிக்கை கொண்டு வருகிறார்களா?

நிறைய பேர் வருவாங்க. பல இஸ்லாமியரகளும் கிறுத்துவர்களும் வருவாங்க. என்னை பார்க்க அப்பாய்ன்ட்மெண்ட் வாங்கும்போதே, "மேடம் யமகண்டத்துல வேண்டாம்"னு சொல்லுவாங்க. "அஷ்டமி அன்று வேண்டாம்"னு சொல்லுவாங்க. தனக்கு என்ன திசை நடக்குது, என்ன கிரக நிலைனு துல்லியமா தெரிஞ்சுவெச்சிருப்பாங்க. இவர்கள் பெரும்பாலும், சில தலைமுறைகளுக்கு முன்னர், இந்து மதத்திலிருந்து வேறு மதத்திற்கு மாறிப் போனவங்களா இருப்பாங்க.

என்னுடைய டிவி நிகழ்ச்சி தயாரிப்பாளர்கள் இருவர் சிவன் கோவிலுக்கு தொடர்ந்து போவாங்க. "மேடம், சிவன் கோவில்ல படப்பிடிப்பு வெச்சுக்கலாமா" என்று கேட்பாரகள். தனக்கு அதில் ஆர்வமும் அறிவும் இருப்பதாக என்னிடம் சொல்வார்கள். இதெல்லாம் மதத்தை தாண்டின விஷயம்.

நீங்க சொல்ற பரிகாரங்களை அவர்கள் செய்வார்களா?

நிச்சயம் பண்ணுவாங்க. அவங்களுக்குத் தகுந்த மாதிரி சொல்வேன். அவங்க கிரகத்திற்கு, அவங்க தர்காவில் என்ன முறை இருக்கோ, அதை செய்யச் சொல்வேன். அவங்கள கோவிலுக்குப் போகச் சொல்ல மாட்டேன். ஒருசில கிறுத்துவர்களும் இஸ்லாமியர்களும் நவகிரக கோவிலுக்கு கூட போறோம் என்று சொல்பவர்களும் உண்டு.

மலேசியாவைச் சேர்ந்த ஒரு கிறுத்தவர். பெரும் செல்வந்தர். அவருடைய ஒரே ஆசை, தன் சொத்துகள் மொத்தம் தன்னுடைய கொள்ளு பேத்திக்குப் போய் சேர வேண்டும் என்பதுதான். டிவி நிகழ்ச்சியில் பார்த்து, என்னை ஒருநாள் தொலைபேசியில் அழைத்தார். விவரத்தை சொன்னார். 'உங்க நிலத்தில், உங்க பணியாளர்களுக்கு வீடு கட்டி, அவங்க பேர்ல பத்திர பதிவு பண்ணி வைங்க. இந்த பூமி தானம் உங்க சொத்தை குடும்பத்தாரிடம் நிலைத்து நிற்கச் செய்யும்'னு சொன்னேன்.

ஒரு வருடம் கழித்து அவர் என்னை வந்து சந்தித்தார். நாற்பது பேருக்கு வீடு கட்டி கொடுத்ததாகச் சொன்னார். சந்தோஷம். இதற்கு நான் காசு கூட வாங்கல. அந்தப் புண்ணியத்தில் ஒரு சின்ன பங்கு எனக்கிருந்தாலே போதுமானதுனு சொல்லிட்டேன்.

ஆக, எதுவுமே தடையில்லை. அவங்க கிரகங்களை நம்பறாங்க. எல்லா மதத்திலும் பரிகாரம் நிச்சயம் உண்டு. அதை சொல்லிக் கொடுக்க வேண்டியது, என்னைப் போன்றவர்களின் கடமை.

உள்ளுணர்வு *intuition*க்கு ஜோதிடத்தில் பங்குண்டா?

நிறைய பங்கிருக்கு. உங்களுக்கும் சரி, எல்லோருக்கும் சரி, காலை எழுந்திரிக்கும்போதே, நம்ம மனசு, இன்று இதைச் செய்யனும் செய்யக்கூடாதுன்னு சொல்லும். இவ்வளவு ஏன், நாம சந்திக்கிற இந்த நேர்காணலே, நமக்கு கொஞ்சம் தள்ளிபோச்சு. ஆனா, 'பத்மாவை நான் நிச்சயம் சந்திக்கனும்ன்னு, இந்த நேர்காணலுக்குப் போகனும்'னு என் மனசுல பதிவாகிடுச்சு. எத்தனையோ பேர் சந்திக்கனும்ன்னு சொல்லுவாங்க. எல்லாமே சாத்தியப்படாது. நம்ம மனசு சொல்லும், நாம் யாரை பார்க்கனும், கூடாது, வேலைக்கு வைக்கனும், கூடாது என்று, நம்ம கிட்ட வேலை செய்ற ஊழியர்கள் உட்பட. ஆக, உள்ளுணர்வை நாம கவனிக்கனும். *Intuition is our best guide.*

இன்று ஜோதிடம் பார்த்து, பொருத்தம் பார்த்து செய்துவைத்த பல திருமணங்கள் விவாகரத்தில் முடிய காரணம்?

கர்மா. புதிதாய் நடந்த திருமணம் மட்டும் அல்ல. சில வருடங்கள் ஒன்றாய் வாழ்ந்த நல்ல தம்பதிகள் கூட, திடீரென்று பிரிந்து போவதை நாம் பார்க்கிறோம். ஐம்பது வயதுக்கு பிறகு கூட, மனைவி கணவனை விட்டு போவதும், கணவன் மனைவியை விட்டுப் போவதும் நடக்குதா இல்லையா? இவர்களுடைய தொடர்பு, ஒருகட்டத்தில், வேறொருவருடன் வரும். இது எல்லாமே, எங்கேயோ ஒரு ஜென்மத்தோட தொடர்புதான். யாரை கல்யாணம் முடிக்கனும், யாரை கல்யாணம் செய்து கொள்ளாமலேயே *emotional*ஆ *suffer* ஆகனும் என்பதெல்லாமே கர்மாதான்.

வீட்ல வளர்கிற நாய், பூனை முதல் எல்லாமே, தொடர்பு இருந்தால் மட்டுமே வரும். தொடர்பு இல்லாதது வாழ்க்கைல வரவே வராது. அதனால தான், இடையில் விட்டுட்டுப் போய்டுவாங்க. இதற்கு கர்ம பலன் என்று பெயர். கிரகங்கள் பார்த்து சொல்வது கிரக பலன். கிரக பலன் வேறு, கர்ம பலன் வேறு. உங்கள் செயலின் விளைவாக வருவதுதான் கர்ம பலன். அதை அனுபவித்தே தீர வேண்டும். பரிகாரம் செய்து, நிவர்த்தியெல்லாம் பண்ணவே முடியாது.

உங்களுடைய வேலையில் நீங்கள் தொடர்ந்து கடைபிடிக்கும் ஒரு விஷயம்.. இதில் மட்டும் கவனமா இருப்பேன், என்று நினைப்பது?

நான் இருக்குறவரை, இந்த வேலையை விடக்கூடாது. நம்மால் முடிந்தவரை, அடுத்தவருக்கு உதவியா இருக்கனும்.

இந்த வேலையில், அதிக கவனத்துடன் இருக்கும் விஷயம், இதை மட்டும் நான் செய்யவே மாட்டேன் என்றால் அது என்ன?

காசுக்கு அடிமை ஆகக்கூடாது. நிறைய பேர் என்கிட்ட வருவாங்க. 'எங்க கடை கல்லைப் போட்டுக்க சொல்லுங்க, நாங்க தயாரிக்கிற மூலிகை தண்ணீரை அறிமுகப்படுத்துங்க' என்று. அதை ஒருநாளும் நான் செய்யவே

மாட்டேன். நான் யாருக்கு உதவியா இருப்பேன்னா, தனியாக ஒரு பெண், உழைத்து முன்னுக்கு வரக்கூடிய பெண்கள் யாராவது வந்தால், அவர்களுக்கு நிச்சயம் உதவி செய்வேன்.

ஜோதிடத்தை, *DNA* அறிவியலுடன் அணுகும் ஒரு முறையைப் பற்றிக் கேள்விபட்டுள்ளேன். அதை பற்றி விவரம்?

பரம்பரையாக வரக்கூடிய ஒரு சில வியாதிகள் இருக்கு. அதைதானே பாவம்னு சொல்றோம். ஒரு குடும்பத்தில் *autism* குழந்தை பிறப்பது *DNA* தொடர்புடையதுதானே. 12 கட்டத்தில், 9ம் கட்டம், 5ம் கட்டம் உங்கள் பூர்வ ஜென்ம கர்மாவைப் பற்றிச் சொல்லும். இந்த கர்மாவின் அடிப்படையில், நவாம்சத்தைப் பார்த்து, கணிக்க முடியும். அதுதான் *DNA* சம்பந்தப்பட்ட கணிப்பு.

ஜோதிடத்தை அதிகம் சார்ந்திருக்கும் மக்கள், தனிப்பட்ட பொறுப்புகளையும் உழைப்பையும் தட்டிக் கழிக்கும் அபாயம் உண்டல்லவா ?

ஆமாம். அந்த மாதிரி நபர்கள் நிறைய பேரை நான் பார்த்திருக்கேன். "எனக்கு நேரம் சரியில்லை, நான் வேலைக்குப் போக மாட்டேன்" என்று பெற்றோருக்குக் கவலை தரக்கூடிய பிள்ளைகள் இருக்காங்க. தினம் ராசிபலன் பார்த்துக்கொண்டு, வேலைக்குப் போகாமல், மனைவிக்கு தொல்லை கொடுக்கும் கணவன்மார்கள் இருக்காங்க. அரைகுறை விவரம் தெரிந்துகொண்டு, ஜோசியர்களை காரணம் காட்டி, இவர்கள் பொறுப்பிலிருந்து தப்பித்துக்கொள்ள பார்ப்பார்கள். இப்படி பலர் இருக்காங்க.

இத்துறையை, ஒரு புரிதலுடன் மக்களிடம் கொண்டு சேர்க்க, தவறிட்டோம்னு நினைக்கிறீங்களா? அதற்கான காரணம்?

ஆமாம். இன்னும் வேறு விதமா சொல்லி இருக்கலாமோன்னு தான் தோனுது. ஆனா, எல்லாமே நம்மால் செய்ய முடியாது. மக்களின் எதிர்பார்ப்பு எப்படி இருக்குன்னா, இந்தச் சமயத்தில் எனக்கு ஆறுதல் கிடைக்குமா என்றே பார்க்கிறார்கள். எதிர்காலம் என்ன, குழந்தைகளின் நிலை என்ன, என்ற கவலையெல்லாம் கிடையாது. இன்று வரக்கூடிய யூ டியூப் *thumb nail* பார்த்தீங்கன்னா, 'கோடீஸ்வரர் யோகம் யாருக்கு', 'அதிகம் சம்பாதிக்க வேண்டுமா', என்று பணம் சார்ந்தே இருக்கும். கொரோனா வந்த பிறகு பணத்திற்கான மதிப்பு என்னன்னு, நம்மில் பலர் உணர்ந்துகொண்டோம்.

அடுத்ததாக, இன்றைய பெண்கள், செய்யக் கூடிய இன்னோரு தவறு, தன் குழந்தைகளுக்கு, அவங்க குடும்ப வழிமுறைகளைச் சொல்லித் தராமல் போவது. மாமியார் மருமகள் சண்டை, உன் குடும்பமா என் குடும்பமா, இது போன்ற சண்டைகளில் குழந்தைகளுக்குச் சொல்லித் தர தவறிவிடுகிறார்கள். அடுத்த தலைமுறையை இது பாதிக்கும். பாரம்பரியம் மற்றும் குடும்ப பழக்கங்கள் என்னனு, குழந்தைகளுக்குத் தெரியனும்.

இத்துறையின் சிறந்த எழுத்தாளர்கள், புத்தகங்கள்?

நான் வராகமிகிரர் புத்தகங்களை வாசிப்பேன். அவருடைய ஓலைச்சுவடிகள் நிறைய இருக்கு. அதேபோல, ஆரியபட்டர் உடைய எழுத்துக்கள் நிறைய இருக்கு. *It is all original and authenticated scripts.*

ஜோதிடத்திலும் கணிக்க முனியாத விஷயம் என்று எதை சொல்வீர்கள்?

மரணம். அதை பார்க்ககூடாதுன்னு சொல்லுவாங்க.

இறுதியாக, புழுதியின் 'பெண்ணதிகாரம்' வாசகர்களுக்கு தாங்கள் சொல்ல நினைப்பது?

பெண்கள் தினம் கொண்டாடுகிறோம். பெண் விடுதலை பற்றி பேசுகிறோம். எல்லாமே சிறப்பான, தேவையான விஷயங்கள் தான். ஆனால், குடும்ப பொறுப்பை பெண்கள் உதாசீனப்படுத்த கூடாது. முக்கியமாக, ஆரோக்கியமான மனநிலையுடன், அடுத்த தலைமுறையான நம் குழந்தைகளை உருவாக்குவது, ரொம்ப முக்கியம். சாதிக்க வேண்டாம் என்று சொல்லவே இல்லை. ஆனால், குடும்பத்தைவிட்டு சாதிக்க வேண்டிய அவசியம் இல்லை.

திருமிகு. பாரதி ஸ்ரீதர் *BA* (ஆங்கில இலக்கியம்),
ஜோதிடர்.

எங்கள் கைகளையும்
அவிழ்த்துவிட்டுதான் பாருங்களேன்...

திருமிகு. ப்ரீத்தி ஸ்ரீனிவாசன்

குறிப்பு: ப்ரீத்தி ஸ்ரீனிவாசன், 19 வயதுக்குட்பட்ட தமிழகப் பெண்கள் கிரிக்கெட் அணியின் தலைவியாக அங்கம் வகித்தவர். ஒரு விபத்திலிருந்து மீண்ட பின்னர், இவர் சோல்ஃப்ரீ என்ற ஒரு அறக்கட்டளையை நிறுவினார். முதுகுத்தண்டுவடம் பாதிக்கப்பட்டவர்களை மீட்டெடுப்பது மற்றும் அவர்களுக்கான மறுவாழ்வை அளித்துவருகிறார். மேலும் இந்திய இளைஞர்களிடையே விபத்திலிருந்து பாதுகாப்பு குறித்த விழிப்புணர்வை பரப்புகிறார். 1997ஆம் ஆண்டில் அமெரிக்காவின் பென்சில்வேனியா, அப்பர் மெரியன் ஏரியா உயர்நிலைப்பள்ளியில் பட்டம் பெற்றார். தனது தந்தையின் வேலை காரணமாக, ப்ரீத்தி வெவ்வேறு கலாச்சாரங்கள் / மரபுகளைப் பற்றி அறிந்துகொள்வதற்கும் வாய்ப்புக் கிடைத்தது.

விபத்துக்குப் பிறகு, சென்னைப் பல்கலைக்கழகத்தில் மருத்துவ சமூகவியலில் இளங்கலைப் பட்டம் பெற்றார். இவர் இசை, கலை, திரைப்படங்கள் மற்றும் இலக்கியம் ஆகியவற்றிலும் ஆர்வம் கொண்டவர்.

விஷய் டிவியின் "சிகரம் தொட்ட பெண்கள் - ரே ஆஃப் ஹோப் விருது, ரெயின்ட்ராப்ஸின் '2014 ஆம் ஆண்டின் பெண் சாதனையாளர் விருது, ஃபெமினா 'பெண் சக்தி விருது, 2014ஆம் ஆண்டிற்கான தமிழ்நாட்டின் மிகவும் செல்வாக்கு மிக்க முதல் 10 பெண்களில் ஒருவராக இவருக்கு 'திறன் விருது' வழங்கப்பட்டுள்ளது. சமூகப் பணிகளில் சிறந்து விளங்கியதற்காக சுதேசி பத்திரிகையின் 'துருவ விருது', மாற்றத்தின் முகவர் "2014 - 15ஆம் ஆண்டிற்கான மாவட்ட ரோட்டராக்ட் கவுன்சிலின் விருது, தமிழக முதல்வரின் கல்பனா சாவ்லா விருது ஆகிய விருதுகளைப் பெற்றவர் என்பது குறிப்பிடத்தக்கது.

ஆண் / பெண் என்பதைக் கடந்து உடலே ஒரு சுமையாக இருக்கும்போது இப்படியான முன்னெடுப்பிற்கான காரணம் எவை அதற்கான ஆற்றல் எங்கிருந்து பெறுகின்றீர்?

ஆற்றல் என்பதைவிட அது ஒரு வெறி. வெறியை விட *it is a dire need.* "நம்ம பண்லனா செத்துப் போய்கிட்டே இருப்பாங்க",

"விட்டுடணும்னா விட்டுவிடலாம்" அவங்களப் பத்தி கேட்பாரு யாரும் இல்ல. இருந்தாலும் ஒண்ணுமில்ல, இல்லனாலும் ஒண்ணுமில்ல. அவங்க இல்லன்னா சந்தோஷப்படுறவங்க எல்லாம் இங்க நிறைய பேர் இருக்காங்க, இப்போ என்ன சொல்றது *"if I let fear control me, if I am not going to be the change I'm the part of the problem.*

என் வாழ்க்கையில் இது நடந்திருக்கு, என் வாழ்க்கையில் கஷ்டங்கள் இருக்கு, அம்மாவுக்கு வயசாகுது இப்போ என்னோட லெவலே *very vulnerable.* என் அம்மா இல்லனா, என் வாழ்க்கை என்ன ஆகுமுங்குறது ஒரு கேள்விக்குறியாதான் இருக்கும். ஆனால் *I'm the best case scenario.* அவுங்க வீட்டுலயே அவங்க தற்கொலைக்கு தள்ளப்படுறாங்க எனும்போது, இந்தப் பெண்கள் யாரு, இவங்க வாழ்க்கைக்கு மதிப்பே கிடையாதா? ஒரு மிருகமா இருந்தாலும் அந்த மிருகத்த சாவடிக்கக் கூடாதுனுதான் சொல்றோம். அப்போ இவங்கள சாவடிச்சிட்டா அது சரியா?

இப்போ *if I'm not going to fight for them, if I'm not going to be the face and voice of this otherwise invisible segment of society that is so unbearably stigmatised and suppressed, then what I'm doing here?* நானும் இருந்தேன், நானும் சாப்பிட்டேன், நானும் தூங்குனேன், நானும் வாழ்ந்தேங்குற வாழ்க்கைக்கு என்ன அர்த்தம் இருக்கு? அந்த மாதிரி ஒரு வெறிதான். *These people are people just like you and me; they are human beings with intrinsic value and they deserve to have their basic human rights fulfilled. They don't deserve to be treated like a shame, a burden, a curse and abandoned by society. They don't deserve to be forced to commit suicide.* அந்த மாதிரி அவுங்களோட *intrinsic value as a human being* என்று பார்த்ீங்கன்னா நான் மனுஷியா பொறந்ததுக்கு எனக்குன்னு ஒரு *dignity* இருக்கு. அந்த *dignity*-ய எடுக்க யாருக்கும் உரிமை கிடையாது. அது பெண்ணாக இருக்கட்டும், ஆணாக இருக்கட்டும், குழந்தையாக இருக்கட்டும், *ability* இருக்கட்டும், *ability* இல்லாம இருக்கட்டும், *LGBTQ*-வா இருக்கட்டும் எதுவாக வேண்டுமானால் இருக்கட்டும்.

As a human being you are valuable, just as you are and have the right to dream and have opportunities to fulfill your highest potential. You must have the right to explore your identity in all its facets and the right to lead the life of dignity. அந்த ஒரு *dignity* எப்போதுல்லாம் போகிறதோ அப்போது எல்லாம் அந்த ஒரு வெறி யாருக்காச்சும் ஒருத்தருக்கு வரும். அது வந்து, அந்த கடவுள் நமக்கு தர வாய்ப்பு. *He has chosen me for that role* அவ்வளவுதான். இதுக்கான *inspiration* அப்படின்னா *every moment of every day is lived in service of the divine, as a servant, a slave, a mere instrument towards the fulfilment of the Greater Good.*

அப்பறம் அந்த மாதிரி ஓர் அசிங்கம், நீ எல்லாம் ஏன் உயிரோட இருக்க? நீ செத்துடு அப்படிங்குற ஒரு வார்த்தை கேக்குறது யாருக்குமே அது ஏற்பட கூடாது. *Soulfree wishes to save those who may be considered "the true untouchables of India" and fulfill the UN mandate that "No One*

Is Left behind". அப்படின்னும்போது, என்னை பொறுத்த வரைக்கும், இந்தியாவில் இன்னைக்கு தீண்ட தகாதவர்கள் அப்படினா இவங்கதான். *Person's with Significant impairments and especially Women with disability cornered and ostracised into a social "Rolelessness".* எங்கயுமே வேண்டாம், நீ படிக்க போறியா வேண்டாம், நீ பொண்ணா வேண்டாம், நீ காதலியா வேண்டாம், நீ மனைவியா வேண்டாம், நீ அம்மாவா வேண்டாம். உனக்கு சமூகத்தில எந்த ரோலும் கிடையாது அப்படினா நீ யாரு? நீதான் தீண்டத்தகாதவங்க.

திருவண்ணாமலையில் துவங்க வேண்டும் என்பதற்கு ஏதும் காரணம் உண்டா?

ஏன் திருவண்ணாமலைன்னா, நாங்க 2000ல திருவண்ணாமலைக்கு வந்தோம். எனக்கு 18வயசுல விபத்து ஏற்பட்டது. விபத்து ஏற்படுவதற்கு முன்னாடி என் வாழ்க்கை முழுவதுமாக வேறுமாதிரியானது. நான் உலகம் முழுவதும் சுற்றிப் பார்த்தேன். என் வாழ்க்கையில் கஷ்டம்னா என்னன்னே தெரியாது, அதோட பிம்பம்கூட என் மீது பட்டதில்ல, சத்தியமா அப்படின்னா என்னன்னுகூட தெரியாது.

நான் எங்க அப்பா, அம்மாவுக்கு ஒரே குழந்தை. அதனால எனக்கு ஒண்ணுமில்ல அப்படிங்குற *concept*-ஏ இல்லாம இருந்தது. நான் ஒலிம்பிக் லெவல் பிட் *(fit)*. ஒரு நிமிஷத்தில் நூறில் இருந்து ஜிரோவிற்கு வந்துட்டோம்னு பார்க்கும் போது, அதுவும் 18 வயசுல அத ஏத்துக்கற தன்மையில்லை எனும்போது நம்ம என்ன பண்றோம் ஆன்மிகத்துக்கு திரும்புறோம். *Am I my body and its achievements? Am I bound by the limitations of my body? Who am I?* அப்படினும்போதுதான் திருவண்ணாமலையில ரமணமகரிஷி, யோகிராம் சுரத் குமார் ஆசிரமங்களுக்கு போனேன், யோகி ராம் சுரத் குமார் எங்களுடைய குரு. *Our family is associated with them.* எங்க அப்பாவோட அம்மா எல்லாம் திருக்கோவிலூர்ல சுவாமி ஞானனந்தா கிரி அவர்கள் இருக்கும்போதே அந்த ஆசிரமத்திலயே துளசி தீர்த்தம் தெளிச்சி அவங்க நித்யசூரியாக போயிட்டாங்க. இனிமேல அவங்களுக்கு பிறப்பே கிடையாது சொல்லிட்டாங்க... அப்படியான ஒரு குடும்பம் எங்களுடையது.

அப்போதிருந்தே யோகிராம் சுரத்குமார் வந்து ராம்ஜி சாமினு அப்பா சொல்லியிருந்தார். என் அப்பா கல்கத்தாவுல படிச்சாங்க அதனால ஹிந்தி நல்லா தெரியும். பீகார் பக்கமா வந்தவர்ங்குறதால அவங்க கூட சுலபமாக இணைந்துகொள்ள முடிந்தது.

ஒரு 50 வருட காலம் பந்தமாக இருந்தது. எனக்கு விபத்து ஏற்பட்ட அரை மணி நேரத்தில அவருக்குச் செய்தி தெரிவிக்கப்பட்டது. அதற்கு அவர் *she will be alright, she will be alright* சொன்னார். அப்போ எங்க அப்பாக்கு ஆத்திரம் வந்து, அதுக்கு அப்புறம் என்ன *alright*னு ஒரு ஆய்வு பண்ணி, நாற்பது விஷயங்களை எழுதிகிட்டு *these are all the reasons she will not be alright* அப்படினு ஒரு கடிதம் எழுதி, என் அத்தையோட

கணவர்கிட்ட கொடுத்து அந்தக் கடிதத்தை யோகிஜி கிட்ட படிச்சுக் காட்டினார். யோகிஜி அதை மறுபடியும் படிக்க சொல்லிட்டு அவர் சிரித்தார். *Nothing is impossible for My Father Who Rules The Cosmos, she will be alright!* அப்படினு. அதுக்கு அப்புறம் என் அப்பா சொன்னார் இதற்குப் பிறகு நான் என்ன சொல்வது என்று தெரியல. *I Surrender to him.* அவரு என்ன சொல்றாரோ அதை நான் செய்கிறேன். *At some point he told us to shift to Tiruvannamalai. so in 2000 we moved from -43°F in Chicago to +43°C in Thiruvannamalai.*

அதுக்கு அப்புறமும் நிறைய கஷ்டங்கள் வந்தது. எனக்கு உடல்நிலை சரியில்லாம போனது, பிறகு 2007ல் என் அப்பா இறந்து போய்ட்டார். அப்போல்லாம் கூட எனக்கு தோணுனதே இல்லை இப்படி *soulfree* ஆரம்பிக்கணும்னு. என்னோட வாழ்க்கையில் என் போராட்டமே தாங்கிக்க முடியாம இருந்தது. ஆனா என் அப்பா இறந்து போன நாலு நாளில் எங்க அம்மாக்கு மாரடைப்பு ஏற்பட்டது. இப்போ *literal*-லா படுத்துகிட்டு இருக்கேன்னா என்னை உட்கார வைக்க கூட ஆள் இல்லை. அந்த மாதிரி சூழ்நிலையில் அம்மாவ எப்படி மெட்ராஸ்க்கு சிகிச்சைக்கு கூட்டிட்டுப் போறது, சிகிச்சை பண்றது, பணத்துக்கு என்ன பண்றது. எந்த வருமானமும் இல்ல. வீடு இருக்கு ஆனா என்ன பண்ணுவோம், சாப்பாடு பண்றதுக்கும் *support* இல்லன்னும்போது என்னோட வாழ்க்கை ரொம்ப கஷ்டமா இருக்கு அப்படிங்குறது நிச்சயம்.

When we tried to join college, அவங்க நீங்களாம் எதுக்குப் படிக்க வரீங்க, *Ramp, lift* எதுவும் கிடையாது. என்னத்துக்கு உங்களுக்குப் படிப்புங்குற மாதிரிலாம் கேட்டாங்க. அதுக்குலாம் சண்டைப் போட்டு அப்புறம் நான் என்னுடைய இளங்கலை படிப்பை *Medical sociology*ல் முடித்து, முதுகலை படிப்பை *psychology*-இல் முடித்தேன். அந்த முதுகலைப் படிக்கும்போதுதான் *soulfree* துவங்குவதா இருந்தது. அப்போதான் அம்மாக்குச் சிகிச்சை முடிந்து நாங்க மூன்று மாதம் சென்னையில் இருந்துட்டு திரும்ப வரோம். அந்த மூன்று மாசத்துல எனக்குத் தெரிந்த முதுகு தண்டுவடம் பாதிக்கப்பட்ட இரண்டு பெண்கள் இறந்து போறாங்க.

நீங்க இருக்கறதால உங்க அண்ணனை திருமணம் செய்துகொள்ள யாரும் வரமாட்டேன்கிறாங்க, அதனால நீ விஷம் சாப்பிட்டு செத்துடுன்னு சொல்லிருக்காங்க. அவங்க விஷம் குடித்து இறந்து போறாங்க. அவங்களுக்கு இடுப்புக்கு கீழதான் செயல்பாடு இல்லை. ஆனா கை விரல் எல்லாம் நன்றாக இருந்தது. அவர்கள் தையல், சமையல் எல்லாம் செய்துட்டு தான் இருந்தார்கள். ஆனால் அதையும் அவர்களை பாரமாக நினைத்து அவர்களை நடத்துகிறார்கள்.

என்னைப் பொறுத்தவரை அது ஒரு கொலை. என்னுடைய வாழ்க்கை தான் கஷ்டம்னா. இதுலாம் என்ன சொல்றது. என்னுடைய அம்மாக்கு தொடர்ந்து ஏழு மணி நேர சிகிச்சை நடந்து கொண்டிருந்தது. அப்போது என் தந்தையின் நண்பர்கள் என்னிடம் பேசினார்கள். இப்போ உன்

உன்னால உன்னோட உடல்ல ஒரு குட்டி விரலை கூட அசைக்க முடியல, ஒரு கொசு வருதுனா அத தள்ளிவிட முடியல, தலைல அரிச்சதுனா சொறிஞ்சிக்க முடியல. அந்த மாதிரி ஒரு சூழ்நிலை இருக்கும் போது அந்த ஆத்மா அணு அணுவா சாகுது.

"

அப்பாவும் இல்ல அம்மாக்கும் இப்படி *life threatening* சிகிச்சை நடத்துகிட்டு இருக்கு. ஒரு நாள் உன் குடும்பம் உன்னைப் பாதுகாக்க இல்லனா, உன்னுடைய வாழ்க்கை என்ன ஆகும்? நீ எங்க போவ, யோசிச்சுப் பார்க்கறியா அப்படினு சொன்னாங்க. எங்க போறதுனு கூகுள் செய்து பார்த்தா இந்த உலக மக்கள் தொகையில ஐந்து நபருக்கு இந்த நோய் இருக்குன்னா அதுல ஒரு நபர் இந்தியன்.

We are the world's most populous nation. அந்த 1:5ல *4% of persons with significant impedance.* அதாவது இப்போ நீங்க கண்ணாடிப் போட்டுகிட்டு இருந்தீங்கன்னா நீங்க மாற்றுத்திறனாளியா? உங்க கண்ணுல குறைபாடு அவ்வளவு தான். அந்த மாதிரி *significant wheel chair users,* அவங்களால வாழ்க்கையில் துணை இல்லாம வாழமுடியாதுனு இருக்குற அந்த 4%ல இருக்குறவங்களுக்கு ஒரு போக்கிடமே கிடையாது. அவங்களால பணம் கொடுக்க முடியும் என்றாலும் வாழ மரியாதையான இடம் கிடையாது. அரசாங்கமோ, அரசாங்கத்திற்கு வெளியவோ என்று பார்த்து என்ன பண்ணப்போறோம்ங்கறது இவர்களுக்கு ஒரு பெரும் கேள்வியாகதான் இருக்கு. அப்போதான் அம்மா சொன்னாங்க "நீ ஆரம்பி எனக்கு உன் மேல நம்பிக்கை இருக்கு" என்று. சிரித்துகொண்டே அம்மாக்கு எதாச்சும் லூசாகிடிச்சா. என்னால என்னையே பார்த்துக்க முடியலையாம், என் தட்டுல சாப்பாடு வச்சா எடுத்துச் சாப்பிட முடியல? நான் எப்படி நாலு பேரை பார்த்துக்கப் போறேன். என்னால என்ன பண்ண முடியும்? எனக்கு இந்தப் பொய் எல்லாம் சொல்லத் தெரியாது. நம்ம இந்தியாவில் நேர்மையா இருக்குறவங்களுக்குதான் நிறைய பிரச்சனைலாம் வரும்.

நாம் இந்தக் கணக்கு வழக்குயெல்லாம் பார்க்க மாட்டோம், சட்ட திட்டம்லாம் தெரியாது, இப்படி இருக்கும் போது நம்ம எப்படி நிர்வாகத்த நடத்த முடியும்? என்று என் அம்மாவிடம் நான் சொல்லி இந்த முயற்சி வேண்டாம்னு முடிவு பண்ணினேன். நான் இந்த உலகத்தையே சின்னதா பண்ணிகிட்டு என் நண்பர்கள், யாருகிட்டயும் தொடர்பு வைத்துகொள்ளவில்லை இந்த மாதிரி ஒரு சூழ்நிலை இருக்கும் போது அவ்வளவு சின்ன வட்டத்திலயே மூணு மாசத்துல ரெண்டு பெண்கள் இறக்குறாங்க. அதுவும் எனக்கு தெரிந்த இரண்டு பெண்கள். அப்படினா

இந்தியா முழுவதும் என்ன ஆகுறது? எத்தனை பேரு இறந்து போவாங்க? அதுக்கான ஆதாரப்பூர்வ ஆவணமே இல்லை.

முதுகுத்தண்டு பாதிப்பை அரசாங்கம் ஒரு தனித்தன்மை உடைய மாற்றுத்திறனாளி விஷயமாகவே ஏத்துக்கல. அப்போ தமிழ்நாட்டுல ஒரு வருஷதுக்கு எவ்வளவு பேர் முதுகுத்தண்டு பாதிப்புக்கு உள்ளாகுறாங்கன்னு கேட்டா தெரியாது. இவங்கள்ள மருத்துவமனைல இருந்து வெளிய போய் எத்தனை பேர் உயிரோட இருக்காங்க? எத்தனை பேர் செத்துப் போய்டுறாங்கனு தெரியாது, அவங்களுக்கு மறுவாழ்வு பயிற்சி கிடைக்குதானு கேட்டா? தெரியாது. அரசாங்கத்திலும் எந்த மறுவாழ்வு பயிற்சியும் இல்ல, இதுக்கு அரசாங்க காப்பீட்டுத் திட்டத்துலயும் இடம் இல்ல, அப்போ அவங்க எங்க போவாங்க. ஒரு நாளைக்கு இவங்க சிகிச்சைக்கு ஐந்தாயிரத்துல இருந்து பதினெட்டாயிரம் வரைக்கும் வாங்குறாங்க. இவ்வளவு யாரல கட்டமுடியும்?

இந்த மாதிரி சூழ்நிலையில இருக்கிற மக்கள் எப்படி வெளியில் வர முடியும் அப்படிங்குற நிலையிலதான் நான் *soulfree*-யை *23rd August 2013* அன்று ஆரம்பிச்சேன். *it was Registered as a public charitable trust.*

“கற்பனையா கூட நான் நினைச்சிப்பேன். என்னை ஜெயில்ல போடுவாங்களா! அப்படிப் போட்டாலும் அங்க கூட என்னைப் பார்த்துக்க ரெண்டு பேரு வெச்சி பார்த்துப்பாங்களா? இலவசமா நமக்கு ரெண்டு கேரிங் ஆளுங்க கிடைச்சிடுறாங்க” (என்று வெடித்துச் சிரித்தார்.)

சோல் ஃப்ரீ - இந்தப் பெயருக்கான காரணம்?

நிறைய பேரு கேப்பாங்க இது என்னது *Tollfree*யா மேடம். ஆமாங்க *free*யாதான் தருவோம். அந்த மாதிரி இன்னும் நிறைய பேர் எனக்கு சோளப்பொறி என்றெல்லாம் சொல்லுவாங்க!!

*SOULFREE*னா ஆத்மாக்கு எப்போதுமே பிறப்பும் கிடையாது, இறப்பும் கிடையாது. அது எப்பவுமே *FREE*ஆதான் இருக்கு அப்படிங்குறதுதான் நம்முடைய நம்பிக்கை. ஆனா அந்த ஆத்மா உடலுக்குள் இருக்குற வரைக்கும் அதுல அடங்கி இருக்குற வரைக்கும் அதோட *limitations* அது ஏத்துக்குது. உன்னால உன்னோட உடல்ல ஒரு குட்டி விரலை கூட அசைக்க முடியல, ஒரு கொசு வருதுனா அத தள்ளிவிட முடியல, தலைல அரிச்சதுனா சொறிஞ்சிக்க முடியல. அந்த மாதிரி ஒரு சூழ்நிலை இருக்கும் போது அந்த ஆத்மா அணு அணுவா சாகுது.

முக்கியமா தினமும் நீ எல்லாம் ஏன் இருக்க? நீ தண்டச்சோறு, நீ எல்லாம் உயிரோட இருக்கிறதுக்கே லாயக்கில்ல, நீ செத்துடலாம்னு அணு அணுவா சித்திரவதை பண்ணும்போது அந்த ஆத்மா உள்ளே அணு அணுவா சாகுது. அப்படினும்போது *Every soul deserves the opportunity to be SOULFREE.*

சோல்ஃப்ரீனா *(SoulFree)* என்ன?

அந்த ஆத்மாக்கு மூச்சுவிடணும்!

அதுக்கு வாழணும்!

அதோட ஆசைகள் நிறைவேறுவதற்கு ஒரு வாய்ப்பு கொடுக்கணும்!

அதுதான் 'SOUL FREE' – "ஆத்ம விடுதலை"

முனைவர் பட்டம் பற்றி?

அது எப்படினா நிறைய இடத்துல என்னை motivational speaker-ஆ கூப்பிடுவாங்க பள்ளி, கல்லூரிகள்ல. அப்போ மயிலம் பொறியியல் கல்லூரில நடந்த ஒரு நிகழ்வு. திருவண்ணாமலையில் இருக்குறதுலயே ரொம்ப பின்தங்கிய இடம். அதனால ஒரு guidance councilor-ஆ நீங்க வந்து பேசுங்க எங்க பசங்ககிட்ட. ஒரு தேர்வுல தோல்வி அடைச்சிட்டாங்கன்னா அவங்க தற்கொலைக்கு முயற்சி செய்யுறாங்க. அது நாங்க சொன்னாலும் கேக்க மாட்றாங்க. ஆனா நீங்க சொன்னா கேப்பாங்கனு என்ன அழைச்சாங்க. சரி நான் வறேன்னு போனா அங்க இருக்க guide உங்கள மாதிரி மக்களெல்லாம் PhD பண்ணவேண்டாமா, நீங்க எல்லாம் எல்லோருக்கும் முன்மாதிரி அப்படினுலாம் சொன்னாங்க. ஆனா நான் "எனக்கு வயசு ஆகிடுச்சு எதுக்கு இதுலாம்னு சொல்லிட்டேன்." ஆனா எங்க அம்மாக்கு அது ஒரு விதையா மனசுல விதைத்துடுச்சி. "நீ சின்ன வயசுலயே டாக்டர் ஆகணும்னு நினைச்சேன். இப்போ இந்த மாதிரி டாக்டராச்சும் ஆகிடு. அதுனாலையாச்சும் PhD பண்ணிடு" அப்படினு சொன்னாங்க அம்மா.

அம்மா சொல்லி அத எப்படி பண்ணாம இருக்குறதுனு IITல போடலாம், ஆனால் அங்க கண்டிப்பா நம்மள சேத்துக்க மாட்டாங்கன்னு போட்டதுல, both the entrance exam and vivaல ஓகே பண்ணியாச்சு. But actually that was the beginning of the battle. என்ன ஆகிருக்குன்னா the Government of India disability and so-called lenience அப்படின்னு சொல்லி they said that you can join the PhD without passing the NET exam. The NET (National Eligibility Test) exam is one of the most competitive exam like NEET, JEE. For that there is no syllabus in english. anything that has ever been written in the english language it's part of the syllabus. அந்த மாதிரி என்ன ஆகிடுச்சினா அரசாங்கத்தில் PhD சேரும்போது fellowship கிடைக்கும். I was working full-time when I gained admission into the PhD program. I was told that you cannot join PhD if you are working. If you want to do PhD then you can't work. You have to resign your job and you have to submit the resignation letter to join PhD.

அந்த நிலையில நம்ம வேலையும் விட்டுட்டுப் போறோம். உனக்கு fellowship கிடைக்கும்னுதான் போறோம். ஆனா அங்க போய் சேர்ந்த ஒரு மாசத்தில உனக்கு fellowship கிடைக்காது. ஏன் கிடைக்காதுன்னா NET exam clear பண்ணனும். இப்போ நீ மாற்றுத்திறனாளியா இருக்க ஐந்து வருடம் PhD பண்ணப்போற ஒரு financial support இல்லன்னா எப்படி பண்ணுவ. அது அரசாங்கம் பார்க்கல. நீ NET exam எழுதுனாதான் பணம்

கிடைக்கும். ஆனா *leniency* அப்படினு சொல்லி *NET exam* இல்லாம *Entrance la admission* குடுத்து என்ன பிரயோஜனம். இதுக்கு அவங்க உனக்கு எந்தச் சலுகையும் பண்ணமாட்டோம். நீ எல்லா தேர்வும் எழுதிட்டு தேர்ச்சி அடைஞ்சிட்டு வந்தாதான் எல்லாம் கிடைக்கும். இல்லனா எதுவும் கிடைக்காதுன்னு சொல்லிட்டுப் போலாம். இல்ல நெசமாவே நீங்க *leniencе*னு *Entrance* குடுத்தா *financial support* கொடுக்கணும். *I guess they never looked at this deeply because this scenario is unprecedented, something that has never happened before. As a woman with a significant impairment, who is doing my PhD full-time,* எனக்குச் சம்பளமும் போய் நான் இன்னொரு முழுநேரம் படிக்கணும்னா நான் என்ன பண்ணுவேன் பணத்துக்கு.

எனக்கு 70 வயசுல அம்மா இருக்காங்க. வேற வருமானமே இல்ல இப்போ நான் என்ன பண்றது. *Doesn't the person with disability deserves some support. Normal kids*-கே தர்றாங்க. அப்போ இந்த மாதிரி ஒரு யோசனை இல்லாம சில *policies*லாம் இருக்கு. அதுல என்ன பிரச்சனைனா *nobody got in before.* முதல்முறை நாம உள்ள நுழையும்போதுதான் அதோட பிரச்சனைலாம் தெரியுது.

I'm the first woman with a 90% disability to gain admission into the PhD program of any of the IIT History. IIT வந்து 50 வருஷத்துக்கு மேல போய்க்கிட்டு இருக்கு. நிறைய *centres across India* இருக்கு. ஒரு *quadriplegic woman* கூட இது வரைக்கும் *PhD* சேர்ந்தது கிடையாது. அப்படின்னும் போது இதுவும் ஒரு வருவாருதானே. இதுக்கு அப்புறம் நிறைய பேரு வர்றத்துக்கு வாய்ப்பு கிடைக்கணும். அதுக்கான துவக்கமும். எனக்கு *NET exam* இங்க எஸ்.கே.பி கல்லூரில கொடுத்துட்டாங்க. ஆனா தேர்வு அறை முதல் தளத்துல இருக்கு. இப்போ என்னை மேல தூக்கிட்டுப் போணும். ஆனா அங்க ஒரு *store room*ல ஒரு கேமரா வச்சி, ஒரு *pedeastal fan* வச்சி, *special*-ஆ எனக்குன்னு அந்த ஸ்டுலை சூடுத் தாங்க ஒரு பக்கெட்டு, ஒரு துண்டு நனைத்து நனைத்து போட்டுகிறதுக்கு. அப்படிதான் அந்தத் தேர்வை எழுதி முடிச்சேன்.

அந்தத் தேர்வை எழுதிட்டு எங்க அம்மாகிட்ட வந்து சொன்னேன். உனக்கு என் மேல ரொம்ப நம்பிக்கை இருக்குமா. ஆனா இந்தத் தேர்வை நான் பாஸ் பண்ணவே மாட்டேன் அப்படினு. ஆனா ஏதோ ஒரு கடவுள் கிருபைல என்ன பாஸ் பண்ண வச்சிட்டாரு அதனால எனக்கு மரியாதையான அந்த ஐந்து வருஷம் *i was a junior research fellow* எனக்கு வந்து *senior research fellow* ஆனேன்.

என்ன பொறுத்தவரைக்கும் பெற்றோர்களின் பங்கு மிகப்பெரியது. நான் எல்லா தப்பையும் குழந்தைங்க மேல சொல்லவே மாட்டேன். குழந்தைங்களுக்கு *mindfull parenting* இருக்க மாட்டேங்குது. அவங்களுக்கு ஒரு முன்மாதிரியே இருக்க மாட்டேங்குது. இப்போ நிஜமாவே நான் சொன்ன மாதிரி சினிமால இருக்குற ஹீரோஸ கொண்டாடி உனக்கு என்ன பயன்.

உன்னோட *value system* என்ன? *if you are not part in that value system it will not.* நான் வந்து *just a teenager when i had to go Germany and the US, where i had to face racism. Where some people said "why do people like you come into our country* இதுலாம் எதிர்கொள்ளணும்னா உங்களுக்கான ஒரு புலமான அடையாளம் தேவை. என்னோட பெற்றோர்கள் எப்பவும் என்னோட நெருங்கிய நண்பர்கள். எங்களோட அந்த ஆன்மிகம்தான் எங்களோட அடித்தளமாக இருந்தது. இன்னைக்குமே எந்த இடத்துலயும் எனக்கு அன்பு கிடைக்காம இருந்ததே கிடையாது. அதுதான் அடிப்படையான இழப்பு இப்போது இருக்கும் குழந்தைகளுக்கு. *they don't have unconditional love from any one, they are not taught values from any where.*

இப்போ எங்க பள்ளில ஹிஸ்டரி மிஸ் கேக்குறாங்க. யாருலாம் ஹிஸ்டரி படிக்குறது வேஸ்ட்னு நினைக்குறீங்க. நம்ம பண்ற தப்ப திருப்பித் திருப்பிதான் பண்ணிகிட்டு இருக்கோம். அப்படின்னாக்கா நான் கைத் தூக்கி *yes i think it's waste of time, because we don't have learnt any thing from history* அப்படினு ஒரு ஐந்தாம் வகுப்பு குழந்தையால சொல்ல முடிஞ்சது. ஏன்னா எங்க ஆசிரியர்கள் பார்த்து பயந்தது இல்ல. ஏன்னா எங்களுடைய ஆசிரியர்கள் எங்க நண்பர்களாக இருந்தார்கள். அந்த மாதிரி பள்ளி இந்தியாவுல சிறந்த பள்ளி. அந்தப் பள்ளியில ஐந்தாம் வகுப்பு வரைக்கும் சீருடைகளே கிடையாது. தேர்வுகள் கிடையாது. அந்தப் பள்ளியில மாணவர் சேர்க்கையே அந்தப் பள்ளில படிச்ச முன்னாள் மாணவர்களோட குழந்தைகளுக்குதான் கிடைக்கும். அவங்க எப்படிச் சொல்லுவாங்கனா ஐந்தாம் வகுப்புக்குள்ள உங்க குழந்தைங்க அடுத்த குழந்தைங்கள முந்தணும்னு நினைச்சிங்கனா எங்க பள்ளிக்கு வராதீங்க ஏன்னா நாங்க பேனா கூட புடிக்க சொல்லித் தரமாட்டோம்.

அந்தக் குழந்தைங்க குழந்தைகளா இருக்கணும்னு நினைக்குறோம்னு அந்தப் பள்ளி சொல்லும். அங்க திடீருனு மிஸ் ஒரு டப்பால பேப்பர் கிழிச்சி போடுவாங்க. ஒவ்வொருத்தரும் அந்தப் பேப்பரை எடுத்துகிட்டு வெளிய போய் அந்தப் பேப்பரை என்னனு பாக்கணும். அதுல *current affairs*ஆ இருக்கலாம், *real incident*-ஆ இருக்கலாம் எதுவாக வேண்டும்னாலும் இருக்கலாம். நேத்து வந்த சினிமாவா இருக்கலாம். *love, haters,* இந்த மாசம் பிப்ரவரி **14** நீங்க என்ன நினைக்குறீங்க அப்படினு கூட இருக்கலாம். *Anything you get one minute to prepare and you have to speak for one minute* அப்படிதான் பள்ளி. நீ புத்தகத்துல இருந்து என்ன கத்துக்குறங்கறதே *actual*-ஆ புத்தகத்துல என்ன இருக்கோ அத அப்படியே மனப்பாடம் செஞ்சி எழுதி இருந்தனா உனக்கு மனப்பாடம் பண்ணி அத வாந்தி எடுக்க தெரியும்னு எனக்குத் தெரியும். ஆனா நீ அதுல இருந்து என்ன புரிஞ்சிகிட்டு இருக்கணும்தான் எனக்குத் தெரியணும். அத *exact*-ஆ *copy paste* பண்றணா நீ *B, B*-க்கு கீழதான் மதிப்பெண் வரும்.

Original-ஆ எழுதுனாதான் மதிப்பெண். இந்த *chatgpt* பாத்து *i don't belive in chatgpt i belive in originality only then you are human c copy paste* பண்றதுக்கு உனக்கு மூளைன்னு ஒண்ணு கொடுத்துருக்கவே வேண்டாமே. *I believe that we need to be original.* இப்போ வந்து எப்படி *calculator*

இல்லாம நமக்கு கணக்குப் போட தெரியலயோ, போன் நம்பர் எதுவும் மனப்பாடமா தெரியலயோ அது மாதிரி நாளை எழுதவே தெரியாம போய்டும் *because it kills our originality, it kills our creativity. I don't think and believe that artificial technology and intelligence is a great threat to humanity.*

இத வந்து ஜாக்கிரதையா கையாளணும் மற்றும் *DNA Manipulation. If we are not careful about this two things* அந்த *cloning* மாதிரி விஷயம்லாம் பண்றது வந்து *the human race is beings to believe it is God then we are going to be interable.*

Soulfreeயின் செயல்கள் குறித்து

Soulfree is a not profit charitable trust. It is Of the disabled, By the disabled, For the disabled. ஒரு மாற்றுத்திறனாளியா, மாற்றுத்திறனாளிகளுக்காக, மாற்றுத்திறனாளிகள வச்சி *we give first priority even in our employment to persons with disability so positively abled*னு நாங்க பெயர் வைக்கிறோம். *Positively abled*-னா எப்படினா *I believe labels* எல்லாதுக்கும் ஒரு *label* ஆண், பெண் எல்லாமே ஒரு *label*தான் அப்போ *positive ability*-ங்குறது எல்லார் உள்ளேயும் இருக்கு. நீ அடிமுட்டாள் அப்படின்னு சொல்லபடுற நபர் உள்ளேயும் ஒரு *positive ability* இருக்கு. அதிபுத்திசாலின்னு சொல்ற நபர் உள்ளே *positive ability* இல்லாமையும் இருக்கலாம் இல்லயா. எடுத்துக்காட்டுக்கு நான் ஒரு கதை சொல்றேன். ஒரு அமெரிக்கன் அதிகாரி சொன்னாரு *he was part of the American disability act* பண்ணவரு அவரு பெயர் செனடெட் டாம் ஆக்கின். அவரோட சகோதரர் செவி திறன் குறைபாடு உள்ளவர். அவர் ஒரு *Bakery*-யில் வேலை செய்து கொண்டிருந்தாரு. அப்போ யாராச்சும் ஒருவர் வந்து இது இது வேணும்னு நாலு பண்ணு *(Bun)*, ரெண்டு கேக் *(cake)* அப்படினு எழுதி கொடுக்கணும். அங்க ஒருத்தர் உனக்கு இந்த வேலை புடிச்சி இருக்கா அப்படினு எழுதிக் கொடுக்குறாரு அதுக்கு அவர் இல்லவே இல்ல எனக்கு *bore*ஆ வருது அப்படினு சொல்றாரு.

அதுக்கு அந்த நபர் அப்போ நீ உன் விடுமுறை நாள் அன்னைக்கு என்கூட நீ வரியா அப்படினு கேட்டாரு. இவரும் வர்றேனு சொல்லிட்டு. இவரை ஒரு பெரிய தொழிற்சாலைக்கு கூட்டிகிட்டுப் போறாரு அந்த தொழிற்சாலைல அப்படி ஒரு சத்தம். நம்ம காதுல *Headphones, Air Buds*லாம் போட்டுகிட்டு போனாலும் ஒரு மணி நேரத்துல வெளிய வந்து கொஞ்ச நேரம் சத்தம் இல்லாத இடத்துல இருந்துட்டு மறுபடியும் உள்ள போகணும். இப்போ இவரு உள்ள போனா *casual*ஆ வேலை செய்யுறாரு எல்லா வேலையும் நல்லா கத்துக்கிட்டாரு, ஒரு மாசம் கழிஞ்சு இவரோட நண்பர்களையும் இங்க வேலைக்கு சேர்ந்து அந்த தொழிற்சாலைல வேலை செய்யுறாங்க.

இப்போ இந்தத் தொழிற்சாலைல நம்ம மாற்றுத்திறனாளியா இல்ல அவங்க மாற்றுத்திறனாளியா. உன்னால காதுல *Headphones, Air Buds*லாம் போடாம உள்ளயே போக முடியாது. அப்பவும் உனக்கு அங்க வேலை

இப்போ நீங்க ஸ்கூல படிக்கும்போது முதலுதவி எப்படினு தெரியுமா. எனக்கு அல்ஜீப்ரா தெரியும், ஜாமெண்ட்ரி தெரியும் ஆனா பக்கத்துல இருக்கிறவங்க மயங்கி விழுந்துட்டா என்ன பண்ணனும்னு தெரியல. அது மாதிரி ஒரு விபத்துல ஒருத்தருக்கு எப்படி முதலுதவி பண்ணனும்னு சொல்லித் தரணும்.

"

செய்யமுடியல. ஆனா அவங்க casualஆ போறாங்க வேலை செய்யுறாங்க வர்றாங்க. இதுல யாரு மாற்றுத்திறனாளி?

So many times disability becomes, because of in condition. I become disablement when in that societyல மாடிப்படிதான் இருக்கு. ramp கிடையாது. நீ எங்கயுமே வெளிய போக முடியாது அப்படினா it is socially caused disablement. நீ positively able-னா நீங்க ஒரு இடத்துல சரளமா ஹிந்தில பேசுறீங்கனா you may not know then you are linguistically challenged. Every body is disabled with some point நம்ம பிறக்கிறதே மாற்றுத்திறனாளியாதான் பிறக்கிறோம். நமக்கு நாலு வருஷம் ஆகுது நமக்கு கண்ணு சரியா தெரிஞ்சி நம்ம நின்னு, நடந்து, மலம் போறது கட்டுப்படுத்திக்கவே நாலு வருஷம் ஆகிடுது. We are born disable and we will die disable இதுக்கு நடுவுல நான் நல்லா இருக்கேன்னு ஒரு ஆணவம் தேவையா. அப்போ நம்ம கண்ணாடி போட்டுக்கிட்டு இருக்கோம்னா நம்ம மாற்றுத்திறனாளி, கார்ல ஏறுறோம்னா மாற்றுத்திறனாளி. ஏன் ஏறுறே, நடந்தே போயேன்.

நாலு சக்கர வண்டியிலதான நீ போற. என்னோடதும் நாலு சக்கர வண்டிதான் அப்போ when we are more or less disable why can't we create inclusive an society that is universively inclusive for everyone. நீ ஸ்கூலுக்கு போறனா ஸ்கூலுக்குப் போ, படிக்க போறனா போ. இப்போ எனக்கு என்னன்னா எங்கள மாதிரி இருக்குறவங்களுக்கு boxing பண்றோம்னு ஒரு boxing ringல போய் கைய ரெண்டுத்தையும் பின்னால கட்டிப் போட்டா எப்படி boxing பண்ண முடியும். அவுத்துவிட்டுதான் பாறேன். When you revile you will know the potential இல்லயா so that is creating an even same thing. That is what called equity not equality. Everybody is not born equal so you have to make equitable. அப்டினா என்ன, யாருக்கு எந்த வசதி பண்ணனுமோ அந்த வசதி வேணும். கண்ணு தெரியாதவங்களுக்கு கண்ணாடி கொடுத்தா தான் அவங்களால படிக்க முடியும். அதே மாதிரி நடக்க முடியாதவனுக்கு wheelchair கொடுத்தாதான் அவனால நகர முடியும். அந்த மாதிரி சின்னச் சின்ன வசதிகள் தகும். Ramps and lifts கால் உடைந்து இருந்தாலும் தேவைப்படலாம். Why not it make universally available அவ்வளவுதானே கேட்கிறோம். எங்க கைகளையும் அவிழ்த்துவிடுங்க நாங்களும் போராடுறோம் நாங்களும் உழைக்கிறோம்.

மரியாதையான வாழ்க்கை வாழ்றதுக்கு எங்களுக்கு ஒரு வாய்ப்பு கொடுங்கனு தான் கேக்குறோம். எங்களுக்கு யாருக்கும் பாவம் தேவை கிடையாது, பரிதாபம் தேவை கிடையாது *we want to lead dignified life we want to proof our self as valuable citizens of the country.*

நீங்கள் புரிந்துகொண்ட ஆன்மீகம் பற்றியும் பேரன்டிங் பற்றியும் உங்களின் பார்வை?

நாம் உண்மையான ஆன்மீகத்தை புரிஞ்சிக்கவே இல்லை. *because* நமக்கு அந்த *value system* கிடைக்கவே இல்ல. எப்போ சின்ன வயசுல குட்டிக் குழந்தை எங்கயோ முட்டிகிறது. அதுக்கு முட்டில அடிப்பட்டு அழுதா தரையை அடிப்பாங்க அப்பா அம்மா. ஹே குழந்தைய அடிச்சியா நீ. *What is the nonsense* ஒண்ணுமே பண்ணாத தரையை போய்ட்டு முட்டிண்டு நீங்க வந்து தரைய அடிக்குறீங்க. எங்க என்ன சொல்லி தர்றது. அந்தக் குழந்தைக்கு யாராச்சும் உன்ன *hurt* பண்ணா திரும்பி நீ அவங்கள *hurt* பண்ணு அது அவங்களோட தப்பு உன்னோட தப்பு எதும் இல்ல *whats is that?* எனக்கு எப்படி சொல்லி தந்ததுனா உனக்கு ஒரு விஷயம் வேணும் அது உனக்கு கிடைக்கலன்னா உனக்கு அதுக்கானத் தகுதிய நீ வளர்த்துகல. உன்னோட தகுதிய வளர்த்துகுனா அது தானா உன்ன வந்து சேரும். *So what is your value system, what is the hygiene, what is the purity, you are maintaining inside you.* நாலு வயசு குழந்தை பாய் போட்டுப் படுத்துக்கணும்னா அந்த இடத்தப் பெறுக்கி சுத்தம் செஞ்சிட்டு படுத்துபேனாம். எனக்கு எங்க அப்பா அம்மா சொல்லி தரல. குழந்தைங்க நம்ம அம்மா அப்பா என்ன பண்றாங்க, பேசுறாங்கனு பார்த்து பண்ணுமே தவிர, நம்ம சொல்லி தரத்த பண்ணாது. நீ உன் மனைவியப் போட்டு அடிச்சித் தப்பான வார்த்தைல பேசுனா நாளை உன் குழந்தையும் அதையேதான் கத்துக்கும். இது மிகவும் தப்பு. *So we need parent to become role models another totally unpopular, undiplomatic thought. Actually parenting is the most difficult job on the planet. Only 10% of the people are having rights to be parents.* இப்போ ஆடு மாடு குழந்தைப் பெத்துக்குற மாதிரி நம்மளும் பெத்துக்கிட்டோம்னா அம்மா அப்பா வா இருக்க என்ன தகுதி வச்சி இருக்க நீ. அரை டசன் பெத்துப் போட்டுகிட்டே இருக்க. உன்னோட பொழுதுபோக்குக்கு அது ஒண்ணுதான் கிடைச்சது. எனக்குச் சத்தியமா ஏன் மனுஷன் குழந்தைப் பெத்துகுறானு புரியவே இல்ல. அது பொறந்த நாள இருந்து கஷ்டம் ஒண்டிதான் தருது. எனக்குன்னு ஒரு குறிப்பிட்ட வழி , குறிப்பிட்ட கொள்கை அப்படினு வளந்தோம்னா குழந்தைங்களா இருந்தா அதைப் பண்ணவே முடியாது *unless your have will to sacrifice your life, your wishes which also our people don't do* இப்போ நம்ம போய்த்தான் வேலை செஞ்சி தான் ஆகணும்னு. ஏன் போய் வேலை செய்யணும். கல்யாணம் பண்ணிக்கத்தான் ஆகணும்னு. ஏன் பண்ணனும் எல்லாரும் கல்யாணம் பண்ணித்தான் ஆகனுமா? புரியல எனக்கு. கல்யாணம் பண்ணிக்கலனா உனக்கு ஏதோ பிரச்சனைனே சொல்லிடுவாங்க. *I don't believe parenthood is for everyone.* அந்த மாதிரி தப்பான *parenting* அந்த முதல் எட்டு வருஷம் *psychology* நான் படிச்சதால நீ முதல் எட்டு வருஷம்

என்ன கத்துக்கறியோ அதுதான் உன்னோட வாழ்க்கையில வரும் அந்த நிலைல நாம தப்பா கத்துக்கொடுத்துட்டோம்னா அவங்க பெரியாளாகி *i'm especial seeing this in child abuse* அந்த சின்னச் சின்ன பொண்ணுங்க நாலு வயசுல, ஐந்து வயசுல *who have been by men's.* அவங்க வாழ்க்கை முழுக்க என்ன சித்திரவதை படுறாங்கன்னு நம்மலாலே சொல்லவே முடியல. நிறைய தப்பு நடக்குது. சொந்த பொண்ணையே சீரழிக்குற தகப்பன்கள். *What kind of society gives birth to this kind of people.* என்ன அப்பா அவன்? மனுஷனா அவன்? தான் பெத்த குழந்தைய இப்படி பண்றானா என்னனு எனக்குப் புரியவே இல்ல. அந்த நிர்பயா வழக்கு இன்னைக்கு நான் யோசிச்சனாலும் வயித்தலாம் கலக்குது. *But it became History* அதை பத்தி யாருக்கும் கவலை இல்லை. ஒரு பெண் அவளுக்குள்ள அந்தப் பேருந்தோட ஜாக்கிய வச்சி சீரழிக்கப்படுறான்னா அங்கலாம் என்ன மாதிரியான ஆண்கள். அதவிட எந்த மாதிரியான சமுகம் இந்த மாதிரியான ஆண்களை உருவாக்குகிறது. இதுலாம் நாம் யோசித்துப் பார்த்தோம்னா. *Do we have a society deserving for this children.* இத வந்து அரசாங்கம் நாம் இருவர் நமக்கு ஒருவர் அந்த மாதிரி இல்ல *as a society we need to really* நம்ம கொஞ்சம் *introspect* பண்ணி நாம யாரு என்னனு பாத்து அதுக்கு ஏத்த மாதிரி குழந்தைங்கள் பெத்து வளர்கலன்னா *we are going to very very scaring situation on our future. Because violence in every way is very dangerous.* நான் வந்து எனக்கு உன்னப் புடிக்கல, நீ வராத அப்படினு சொல்லிட்டேனா நீ மூஞ்சில ஆசிட் அடிச்சிடுவ அப்போ என்ன இது? அந்த மாதிரி சமுகம் இது. என்னப் பொறுத்தவரை இந்த ஆண்கள் பள்ளி, பெண்கள் பள்ளியே நான் ஏத்துக்கல குழந்தைங்க வளரதே ஒண்ணா வளரட்டும். ஒரு வீட்டுல 14, 15வயசு வரைக்கு ஒன்னா வளராங்க, ஒரே பெட்லதான் உறங்குவாங்க. இப்படி வளரும் போது ஒரு பையனால பெண்ணுக்கு எதிரா யோசிக்க முடியாது. நான் ஒரு கிரிக்கெட் வீராங்கனை கோடைக்கால விடுமுறைல விளையாட்டு மைதானத்துல 300 பசங்க இருப்பாங்க நான் ஒரு ஆள் மட்டும் பெண். அந்த 30 பையனும் என்ன யாரும் தப்பா பார்த்தது இல்ல. எனக்குத் தெரியும். அது நான் நடந்துக்குற விதத்துலயும் இருக்கு. ஆனா அந்த காலமே போய்டுச்சி இப்போ. இந்த மாதிரி நிறைய விஷயத்தை நம்ம கல்வி முறைல இருந்தே பார்க்கணும். இப்போ முதுகுத்தண்டு பாதிப்புங்குறது பல இடத்துல ஏற்படுது உயர்ந்த இடத்துல இருந்து கட்டிட வேலை செய்யும் போது தவறி விழுறது, மரத்துல இருந்து விழுறது, எங்க 70% முதுகுத்தண்டு பிரச்சனை போக்குவரத்து விபத்துல தான் நடக்குது. இத்தனையோ நிமிஷத்துக்கு ஒருமுறை நடக்குது. இப்போ இங்க யாருக்கும் சரியான ஓட்டுனர் பயிற்சி இருக்குறது இல்ல. அமெரிக்கா மாதிரியான நாடுலலாம் ஒன்பதாம் வகுப்புல இருந்தே அதற்கான வகுப்புகள் சொல்லித்தரப்படுது. ஒரு வண்டிக்கு பின்னாடி இடைவெளி இல்லாம போய்கிட்டு இருக்கீங்க. இப்போ அந்த வண்டி சட்டுனு பிரேக் அடிச்சா நீங்க என்ன பண்ணுவீங்க அந்த வண்டி மேல தான் மோதுவீங்க விபத்து ஏற்படும். எந்த அளவுக்கு இருக்கோமோ அந்த

அளவுக்கு இடைவெளி விட்டுப் போகணும் அப்படினு அவங்களுக்குத் தெரியாது. இதனால படிக்கும் போதே அதுக்கான சரியான பயிற்சி சொல்லி தரவேண்டும். இந்த மாதிரி நிறைய இருக்கும். இப்போ நீங்க ஸ்கூல படிக்கும்போது முதலுதவி எப்படினு தெரியுமா. எனக்கு அல்ஜீப்ரா தெரியும், ஜாமென்ட்ரி தெரியும் ஆனா பக்கத்துல இருக்கிறவங்க மயங்கி விழுந்துட்டா என்ன பண்ணனும்னு தெரியல. அது மாதிரி ஒரு விபத்துல ஒருத்தருக்கு எப்படி முதலுதவி பண்ணனும்னு சொல்லித் தரணும். பெரும்பாலான முதுகுதண்டுப் பிரச்னை விபத்தில் சரியான முதலுதவி பண்ண தெரியாம விபத்துக்குள்ளானவங்கள தூக்கும்போது ஆகுது. இதுலாம் நமக்கு சொல்லி தரணும் இதுலாம் நமக்குத் தெரியவே தெரியாது. ஒரு சின்ன துண்டை வச்சி முதுகெலும்ப சரி செய்யலாம். இதுலாம் ஸ்கூல்ல சொல்லித்தரணும் *because we learn so many things we don't use, we don't learn.* என்னோட நம்பிக்கை இந்த சமூகத்துக்கு நாலு தூண்தான். *It should be service based, should not be commercial base.*

1) education 2) devotional 3) medical system 4) law and order. இந்த நாலுல ஊழல் வந்துடுச்சினா அந்தச் சமூக பலவீனம் அடைச்சிடும். இந்த நாலுமே இப்போ எப்படி இருக்கு?

இது இருக்கா இல்லையாங்குறது கோழி முட்டை கதைதான் கோழில இருந்து முட்டை வந்துச்சா இல்ல முட்டைல இருந்து கோழி வந்துச்சானு..

எங்க நம்ம தொலைந்து போறோமோ அங்கதான் நிறைய நிறைய தப்பான பாதைலதான் போறோம். அதுக்கு தான் நமக்குள்ளேயே ஒரு ஒளி வேணும் அதுக்கு எதிர்த்துப் போக. இதுலாம் எங்க இருந்துனு பார்த்தா மறுபடியும் பெற்றோர், ஆசிரியர்கள், சூழல்னு போகும்.

எனக்குப் பாட்டு கேட்க ரொம்பப் புடிக்கும். நான் ஒரு அல்ப சந்தோஷி. *I'm a foodie, i love foods, good foods for a certain time.* வெளியில வாசல்ல போய் அங்க காத்தடிக்குறத பார்ப்பேன். இங்க மயில் வந்து சாப்பிடும் அதை பார்க்கிறது. அப்படி சின்ன சின்ன விஷயத்துல ரொம்ப சந்தோஷப்படுவேன். பெரிய சந்தோஷம்னா எங்க அம்மாவ எப்போ சந்தோஷப்படுத்த முடியுதோ, அதுதான் பெரிய சந்தோஷம்.

அப்புறம் நம்ம மையத்துக்கு படுத்த படுக்கையா வரவங்க ஊன்கோல் வச்சி நடந்து என்ன விட மேலா நின்னு மேடம் நான் ஊருக்கு போய்ட்டுவரேன் சொல்லும்போது. அப்படி நாங்க செப்டம்பர் மாதம் 5,6,7 ஆண்டுக்கு ஒரு முறை 'மாத்தியோசினு' விழா வைப்போம். இவங்கலாம் திரும்பி வருவாங்க நான் இப்போ இவளோ சம்பாதிக்கிறேன்னுல்லாம்னு சொல்லும் போது, இதலாம் என்ன பணம் கொடுத்தா உன்னால இந்த மனநிம்மதி கிடைக்கும். அப்படித்தான் அந்தக் கிப்ட் பாக்ஸ் பண்ணோம். அதுக்கு கால் பண்ணி நிறைய பேரு இது எனக்கு என் தாய் வீட்டு சீதனம் மாதிரி வருது. போஸ்ட் ஆபிஸ்ல இருந்து எங்களுக்கு ஒரு பொருள் தராங்கன்னா அது சோல்ஃப்ரீ கிட்ட இருந்துதான் வருது. அவங்களுக்கு அந்த வருஷத்துக்கான பொருட்களை எல்லாம் கிடைக்கும்போது அவங்க ரொம்ப சந்தோஷம் படுவாங்க. *I keep saying life is all about things cannot do.*

என்னால இது முடியாது, அது முடியாது, அப்படினு என்னால எதுவும் முடியாதுனு முடங்கி போறதவிட என்னால என்ன முடியுமுங்குறத வச்சி நான் என்ன சாதிச்சு காமிக்குறதுங்கறதுதான் வாழ்க்கை. *it's about what i choose to do with what i can do.* என்னால என்ன பண்ண முடியும் இப்படி உட்காந்து வாயால தோசைதான் சுடமுடியும். வேற என்ன பெரிசா பண்ணிகிட்டு இருக்கேன். ஆனா என்னால ஒரு 3000 பேர் வாழ்க்கை நல்லா இருக்கு அப்படினு ஒரு திருப்தி வேற என்ன இருக்கு வாழ்க்கைல

என்னப் பொறுத்தவரைக்கும் பெண்தான் சக்தி. பெண்மைதான் சக்தி இல்லயா? பெண்கள்னு சொல்றப்ப நான் ஆண்கள் கிட்டதான் பேசுறேன். பெண்களுக்கு எந்த இடத்துல மரியாதை இல்லையோ அந்தச் சமூகம் நல்லா இருக்காது. ஏன்னா உன்னோட அம்மாவும், மனைவியும், பொண்ணும் பெண்கள்தான் அவங்கல நீ எவ்வளவு நல்ல வச்சிகிறியோ அப்போதான் நீ நல்லா இருப்ப. அது மாதிரி பெண்களால் பெண்கள் நிறைய விதத்தில் அடிபடுறாங்க. ஒரு பெண் எப்போ மாமியாரா ஆகிட்டாலோ *why can't she see bigger picture*னு எனக்கு புரிய மாட்டேங்குது *women need to let go, women not to be possessive of their son's and* பெண்களுக்கு நிறைய வகையில் *freedom* தரணும். ஒரு பெண் குழந்தை ஓடணும்னு ஆசைப்படுதா ஓட விடுங்க, விளையாடணும்னு ஆசைப்படுதா விளையாடவிடுங்க அதனால அவளுக்கு நல்ல வாழ்க்கைதான் அமையும். அவள யாரும் எதுவும் சொல்லிட மாட்டாங்க. பெண் ஒருமுறை பிறந்துட்டா அவ பெண்தான் அத யாரும் எதும் சொல்லபோறது இல்ல. ஆகையால் அவங்கள சுதந்திரமா வளரவிடுங்க. அவங்க கட்டிப் போடாதீங்க. எந்த இடத்துல நம்ம நம்பிக்கையை தரோமோ அந்த இடத்துலதான் அந்த நம்பிக்கையை கட்டுப்படுத்துவாங்க. நம்ம அவங்கள சந்தேகப்பட்டுக்கிட்டே இருந்தா தப்பான காரியம்தான் பண்ணுவாங்க *so i really feel that women, girls should be given to the freedom to be fulfill their highest potential.* எங்க அப்பா என்ன அப்படிதான் வளர்த்தாரு ஆம்பளையா இருந்தா என்ன பொம்பளையா இருந்தா என்ன அதுலாம் ஒண்ணும் வித்தியாசம் கிடையாது. நீ மெக்கானிக் ஆகணும்னு நினைச்சா நான் உனக்கு ஆதரவு தருகிறேன். ஆனா நீ அதை அவ்வளவு ஆசையோட, விருப்பத்தோட நீ பண்ணி உலகத்தோட சிறந்த மெக்கானிக்கா வரணும். அதுல தான் நீ உன் எண்ணத்தை வைக்கணும் எந்தத் தொழிலா வேணுனாலும் இருக்கலாம் அப்படினு சொல்லுவாரு. அப்படிபட்ட சிறந்த அப்பா எல்லாருக்கும் கிடைக்கவும், அந்த மாதிரி சுதந்திரம் கொடுக்கிற அம்மா எல்லோருக்கும் கிடைக்கணும்னு நான் வேண்டிக்குறேன்.

Freedom and choice அது ரெண்டும் பெண்கள் கிட்ட எங்க இருந்து எடுக்கலையோ, அந்த இடம் தான் நல்லா இருக்கும்னு நான் நினைக்கிறேன்.

திருமிகு. ப்ரீத்தி ஸ்ரீனிவாசன்
நிறுவனர், *Soulfree.*

நீ இப்படி ஓடி உழைக்கணுமா என்ன?

திருமிகு. நீனா ரெட்டி

உங்களை பற்றிய அறிமுகம்...

என் பெயர் நீனா ரெட்டி. நான் பிறந்தது, பள்ளி, கல்லூரி வரை படித்து வளர்ந்தது ஹைதராபாத்தில். கல்லூரிப் படிக்கும்போதே, திருமணமாகி, இந்த குடும்பத்திற்குள் வந்துவிட்டேன். 1979ல் இருந்து நான் சென்னைவாசி. பெற்றோர் செய்துவைத்த திருமணம்தான். நம் நலனில் பெற்றோருக்கு நிச்சயம் அக்கரை உண்டு என்ற மனநிலையில், கேள்வியேதும் கேட்காத காலகட்டம் அது. வரவேற்பு ஏ.வி.எம். இராஜேஸ்வரியில்தான் நடந்தது. "வரவேற்பு நிகழ்ச்சி முடிஞ்சதும், எங்கள திரும்பி கூடப் பார்க்காம அப்படியே போய்ட்டியேமா" என்று என் தந்தை சிரித்துக்கொண்டே சொன்னது, இன்றும் பசுமையாக நினைவிருக்கிறது. I think you have to do that. பிறந்தவீட்டு அத்தியாயம் முடிந்து, அடுத்த அத்தியாயத்தை துவங்க வேண்டிய சூழல்.

கணவரின் வீட்டில் மிகவும் அனுசரனையாய் இருந்தார்கள். அடுத்த இரண்டு வருடங்கள் சென்னையைப் பற்றித் தெரிந்து கொள்வதில் தீவிரமானேன். முற்றிலும் வேறு இடம். முற்றிலும் வேறு சூழல். A kind of culture shocked too. நான் சென்னை வந்த சமயம், முன்னேற்றம் என்பது, சிந்தை அளவில் மட்டுமே இருந்தது. செயல்பாட்டில் இல்லை. எக்காரணத்தைக் கொண்டும், என்னை நான் மாற்றிக்கொள்ளப் போவதில்லை என்பதில் உறுதியாக இருந்தேன்.

கல்ச்சுரல் அகாடெமியில் பயிற்சி வகுப்புகளில் கலந்து கொண்டேன். நண்பர்கள் சேர ஆரம்பித்தனர். தினமும் நாளிதழில், புதிதாக எங்கு என்ன கற்றுக்கொடுக்கிறார்கள் என்று பார்ப்பேன். கண்ணாடிப் பெயிண்டிங், சமையல் வகுப்பு, அழகுக் கலை, உள் அலங்கரிப்பு வகுப்புகள் (interior decoration), என்று ஒன்று விடாமல் கற்றுக்கொண்டேன். என் மாமியார் எனக்கு உற்ற தோழியாக இருந்தார். ஒன்றாகச் சேர்ந்து பியூட்டி பார்லருக்குச் செல்லும் அளவிற்கு.

○ தொகுப்பு: பத்மா அமர்நாத்

எனக்கு 21 வயது. மைத்துனருக்குத் திருமணம். என் மாமனார், எனக்குள் ஏதோ ஒரு திறமையை கண்டார். ஒரு புரோஜெக்டைப் போல, இந்தத் திருமண ஏற்பாட்டை முற்றிலும் நீதான் கவனிக்க வேண்டும் என்று கூறிவிட்டார். எதுவும் தெரியாது. ஆனால், சவாலாக, சந்தோஷத்துடன், சிறப்பாக எடுத்துச் செய்தேன். பின் இரண்டு குழந்தைகள். முழு கவனமும் அவர்கள் மீதே இருந்தது. அவர்கள் பள்ளியிலும், சுறுசுறுப்பான தாயாக, பல நிகழ்வுகளில் பங்கேற்பேன். என்னை அனைவருக்கும் தெரியும். ஆசிரியர், பெற்றோர் குழுவில் நான் இருப்பேன்.

அதாவது, நான் எங்கே இருந்தாலும், கவனிக்கப்படுவேன். எந்த வேலை செய்தாலும் முழு ஈடுபாட்டுடன் செய்வேன். போனோம், வந்தோம் என இருக்கமாட்டேன். சரியாக அந்தச் சமயத்தில் சவேரா ஹோட்டல் ஒரு மாற்றத்தை நோக்கி நகர்ந்துகொண்டிருந்தது. மற்ற இரண்டு பார்ட்னர்களின் பங்குகளையும் என் மாமனாரே வாங்கிக்கொண்டார். 'லையன்ஸ்', 'ரோட்டரி' என எனக்கான நண்பர்கள் வட்டம் வளர்ந்தது. பார்டி செல்வதும், லேடீஸ் கிட்டி போவதும் எனக்கானவை அல்ல என்பதை உணர்ந்தேன்.

மாமனாரிடம், ஹோட்டல் நிர்வாகத்தில் ஈடுபடுவதற்கான விருப்பத்தை தெரிவித்தேன். அவரும் என் திறமை மீது நம்பிக்கை வைத்து ஒப்புக் கொண்டார். ஹவுஸ் கீப்பிங் *(house keeping)* துறையில் உஷா ராமலிங்கம் என்று பெண் ஊழியர் இருந்தார். முதலில், அவரிடமிருந்து பணியைக் கற்றுக்கொள்ளச் சொன்னார். அதன் பின் ராதிகா என்ற செக்ரட்டிரி. இவர்கள் இருவரும் தான் இங்கே எனக்கான முதல் தோழிகள். இன்றுவரை, இவர்களுடன் தொடர்பில் இருக்கிறேன்.

மெதுவாக, ஹோட்டலின் எல்லா துறைகளையும் கற்றுக்கொண்டேன். எனக்கென்று ஆரம்பத்தில் மேசை நாற்காலியோ, தனி அறையோ கூட இல்லை. சுற்றிக்கொண்டே, கற்றுக்கொண்டே இருந்தேன்.

இந்த விருந்தோம்பல் துறையை *(hospitality industry)* நீங்கள் கையாளும் முறையை பற்றி சொல்லுங்கள்?

அன்றும் சரி, இன்றும் சரி, எங்கள் பணிவிடைகளில் எந்த மாற்றமும் இல்லை. வரும் விருந்தினர்கள், சவுகரியமாக உணர வேண்டும், சந்தோஷ நினைவுகளுடன் வீடு செல்ல வேண்டும். முக்கியமாக, அவர்கள் முதல் முறை உள்ளே நுழையும்போதே, *they have to become our loyal customer.* ஆகையால், யார் வருகிறார்கள்? அவர்கள் தேவை என்ன? விருப்பங்கள் என்ன? என்பதெல்லாம் அமைதியாக கவனிக்கப்படும். அடுத்தமுறை அவர்கள் வரும்போது, "சார், உங்களுக்கு பால் கலந்த காபி விருப்பமில்லை என்று எனக்கு தெரியும். ஆகையால், நீங்கள் விரும்பும் கடுங்காபியை நான் பரிமாறுகிறேன்." என்று சொல்லும் போது, விருந்தினருக்கு மட்டற்ற மகிழ்ச்சி உண்டாகும்.

அதே சமயம், காலில் விழுந்து, பணிவிடை செய்ய வேண்டிய அவசியம் இல்லை. *That is not being professional. You must be authentic to your job*. உங்கள் செலவுகளையும் நீங்கள் பார்க்க வேண்டும், பெயரை நிலைநாட்ட வேண்டும், அதேசமயம், உபசரிப்பில் குறை இல்லாமல் பார்த்துக்கொள்வோம். காபி சூடாக இல்லையா? தவறுதான். உடனே சூடான காபி பரிமாறப்படும். அங்கேதான் நம் அக்கறை வெளிப்படும். காசு வாங்கினோமா, அனுப்பி வைத்தோமா என்று இருக்க மாட்டோம்.

இன்று வரும் வாடிக்கையாளர்கள், பல ஊர்களுக்கும் நாடுகளுக்கும் பயணிக்கிறார்கள். அதனால், சிறு சிறு விஷயங்களை கூட கவனிக்க ஆரம்பித்துவிட்டார்கள். முன் அப்படி இல்லை. அதற்கேற்றவாறு, நாங்களும் வளர்ந்துவருகிறோம். *Technology* ஆகட்டும், உணவு வகைகள் ஆகட்டும், சிலவற்றில் புதுமை தேவைப்படுகிறது. சிலவற்றில் பழமை மாறாமல் இருக்கணும். அதிகம் விஞ்ஞானம் சார்ந்து இருந்தால், அடிப்படை உபசரிப்பிலிருந்து நாம் விலகிப் போகிறோம். *I like to keep it as a blend.* வேலையைச் சிறப்பாக செய்யணும், அதில் *human touch* இருக்கணும்.

பெண்களின் வளர்ச்சிக்கு, தங்களுடைய நிறுவனத்தின் பங்கு?

நான் இங்கே நுழைந்த காலத்தில், பெண் ஊழியர்களை விரல்விட்டு எண்ணலாம். மிக குறைந்த அளவில் பெண்கள் ஹோட்டல் துறை வேலையில் இருந்தனர். இங்கே பல வேலைகளுக்கு, பெண்களின் தேவை இருப்பதை உணர்ந்தேன். தொழிலதிபர்கள், சினிமாத்துறை சேர்ந்தவர்கள், அரசியல்வாதிகள் மட்டுமே வந்துபோகக் கூடிய இடமாக இது இருந்தது. எனக்குப் பெண்கள் அதிக அளவில் வர வேண்டும். குடும்பமாக வந்து தங்கிப் போக வேண்டும். பெண் ஊழியர்கள் பலரை நியமிக்க வேண்டும் என்று திட்டமிட்டேன்.

என்னைச் சுற்றி உள்ள தோழிகள் பலரும். ஏதோ ஒரு கட்டத்தில், முன்னேற முடியாமல் இருப்பதைக் கவனித்தேன். என் ஹோட்டலில் அவர்களுக்கென்று வேலையை ஒப்படைப்பேன். ஆனால், இலவசமாக கொடுக்க மாட்டேன். "நீ உழைத்து, சம்பாதித்து, ஹோட்டலுக்கான கட்டணத்தை செலுத்திவிடு" என்பேன். இப்படியாக, என்னைச் சுற்றி உள்ள பெண்களின் திறமைகளை கண்டறிந்து, ஊக்கப்படுத்துவது என் பழக்கம்.

இத்துறையில், தாங்கள் எதிர்கொள்ளும் சவால்கள் என்ன? ஒரு பெண் என்ற நிலையல், கூடுதல் சவால்களை மேற்கொள்ள வேண்டி இருக்கா?

அனைத்து பாலினருக்கும் இது பொதுவானது. நீங்கள் அதை பார்க்கும் கண்ணோட்டம் தான் முக்கியம். பல ஆண்களும் அவதிப்படுவதை நாம் பார்க்கத்தான் செய்கிறோம். தொழில் என்று வரும்போது, அதை ஒரு சவாலாக, சாகசமாக எடுத்துச் செய்ய வேண்டும். *You can't be too safe.* அதுவும், மக்களுடன் தொடர்ந்து, தொடர்பில் இருக்கும் என்னைப் போன்றவர்களுக்கு, எங்கிருந்தும் பிரச்சனை வரலாம். விழிப்புடன் இருக்க வேண்டும். வேலையை விரும்பிச் செய்ய வேண்டும். அந்த வகையில், சிக்கலைக் குறைக்கலாம்.

உதாரணத்திற்கு, அறைகளைத் தினமும் சுத்தம் செய்வோம். ஏதோ ஒரு நாள், ஏதோ ஒரு குறை இருக்கலாம். அதை வாடிக்கையாளர் பார்த்து, சர்வீஸ் சரியில்லை என்று ஒட்டுமொத்தமாக *report* எழுதி வைத்துப் போவார். அவருக்கு வேறேதோ மன உளைச்சல் காரணமாகக் கூட இருக்கலாம். எதுவாக வேண்டுமானாலும் இருக்கட்டும். ஒவ்வொரு நாளும், காலை உள்ளே நுழையும்போதும், "*I am going to give my best.* இன்று சிறப்பாக வேலை செய்வேன்" என்ற உற்சாகத்துடன் நுழைவேன்.

ஒவ்வொரு பணியாளரும், அவர் பொருப்புகளை உணர்ந்து செயல்பட வேண்டும். இந்த ஹோட்டலில் உள்ளவர்கள், அதை முழுமையாக உணர்ந்து செயல்படுகிறார்கள். அதை உணரச்செய்தது, எனக்கான பெரிய சவால்தான்.

பெண்கள், ஒரே சமயத்தில், பல வேலைகளை செய்யக்கூடியவர்கள் தான். ஆனால், எல்லா வேலையும் நானே செய்வேன் என்ற பெயரில், வருத்திக்கொள்ளக் கூடாது. திறமைசாலிகளைத் தேர்ந்தெடுத்து, குழுக்களை அமைத்து, அவர்களை நிர்வகிக்கச் செய்தேன். குழுக்களை நான் மேற்பார்வையிட ஆரம்பித்தேன்.

சவால்களை அடுத்த கட்டத்திற்கான படிகளாக பார்த்ததால்தான், நகர்ந்து செல்ல முடியும். சவால் வரும்போது, ஏன் இப்படி? இதில் நமக்கான படிப்பினை என்ன என்று பார்க்க வேண்டும். குழப்பம் நேரும்போது, கடற்கரை மணலில் நீண்ட தூரம் நடப்பேன். ஆகாயத்தை வெறித்துப் பார்த்து, கண்களில் நீர் வற்றிப்போகும் வரை, அமர்ந்திருப்பேன். மைலாப்பூர் பாபா கோவிலுக்குச் சென்று, அவருடன் பேசிக்கொண்டிருப்பேன். கடைசியில், எல்லாவற்றிற்குமான விடை, நம்மிடமே உண்டு என்பதை உணர ஆரம்பித்தேன்.

என்னை சுற்றி உள்ளவர்களின் பேச்சைக் காது கொடுத்துக் கேட்பேன். தேவையானவற்றை எடுத்துக்கொள்வேன். என் செயல்களுக்கு நான் பொறுப்பேற்றுக்கொள்வேன், ஒரு காலமும் உதறிச் செல்ல மாட்டேன்.

'டச்சஸ் கிளப்' பற்றிய அறிமுகம்?

'டச்சஸ் கிளப்' *(Dutches Club)* ஆரம்பித்து, 20 வருடங்கள் கடந்துவிட்டது. பெண்கள் பலரை ஒன்றிணைத்து, ஊக்கப்படுத்தி, பல செயல்களில் ஈடுபட செய்வது தான் இதன் நோக்கம். பெண்களுக்கு பேசப் பிடிக்கும். உணர்வுகளை பரிமாறிக்கொள்ளப் பிடிக்கும். இப்படிப்பட்ட பெண்களுக்கான தளம்தான் 'டச்சஸ் கிளப்'.

நான் சென்னை வந்த புதிதில், நண்பர்களை தேடி அலைந்தேன். ஒரு கட்டத்தில், கணவரும் ரொம்ப பிஸியாக இருந்தார். சில சமயங்களில் தனிமை கொடுமையாக இருக்கும். ஆண்களுக்கு இது புரியாது. இங்கே உள்ள ஒரு 300 பெண்களில், உங்களுக்கான தோழிகளை நீங்கள் கண்டறிவீர்கள். இடம், நடைப் பேச்சு என பலவற்றில் இணைவீர்கள்.

உங்கள் நோக்கத்தை கண்டறிந்து, அதை நோக்கி செயல்படுங்கள். என்னுடைய நோக்கம், பல மனிதர்களைச் சந்திப்பது. முடிந்தவரை, பிறர் வாழ்க்கையில் நல்ல மாற்றங்களைக் கொண்டுவருவது. இவற்றில் நான் கவனம் செலுத்திவருகிறேன்.

"

இதில் பெருமைப்படும் விஷயம் என்னவென்றால், கடந்த 20 வருடங்களுக்கு மேலாக, சில பெண்கள் எங்களுடன் தொடர்ந்து பயணித்து வருகிறார்கள். தாயாய், பாட்டியாய், எங்களுடன் வளர்ந்துவருகிறார்கள்.

பரபரப்பான சூழலில் தங்களுடைய நலனை பாதுகாக்க, தாங்கள் எடுக்கும் முயற்சி?

இந்த இரண்டும், நம் அன்றாட வாழ்க்கையில், நம்முடன் தொடர்ந்து வருபவை. இவற்றைப் பிரித்து பார்க்க முடியாது. பிரிக்கவும் கூடாது. நீங்கள் ஆரோக்கியமாக இருந்தால்தான், வேலையில் கவனம் செலுத்த முடியும். சிலவகை வியாதிகள், நம் கட்டுப்பாட்டிற்கு மீறியவை. அதை பற்றி நாம் பேச வேண்டாம். அதைத் தவிர, *lifestyle diseases* நம் கட்டுப்பாட்டில் இருக்கு.

சரியான உணவு வகைகளைத் தேர்வு செய்யுங்கள். நிச்சயம் பட்டினி கிடக்க வேண்டாம். போதுமான அளவு உடற்பயிற்சித் தேவை. அதற்கென்று உடலை வருத்திக்கொள்ள வேண்டாம். *Be mobile.* நடந்துகொண்டே இருங்கள். செயலாற்றிக்கொண்டே இருங்கள். (தன் ஸ்மார்ட் வாட்சை காண்பித்து) இது எனக்கு ரொம்பவே உதவியா இருக்கு. தினமும் 10,000 அடிகள் கண்டிப்பாக நடந்து முடிப்பேன். *End of the day, who are you answerable to? To yourself.*

இதை தவிர, குடும்பத்தினருடனும் நண்பர்களுடனும் அதிக நேரம் செலவிடுங்கள்.

இத்தனை தூரம் வந்த பிறகு, திரும்பி பார்க்கும்போது எப்படி இருக்கு?

Somethings are meant to be, Padma.

விதியைச் சொல்கிறீர்களா?

விதி என்பது எங்கோ, ஏற்கனவே எழுதி வைக்கப்பட்டிருக்கு. அதை பற்றி நாம் யோச்சித்து, தெரிந்துகொள்ள முடியாது. ஆனால், இன்றைய பொழுது, நம்கையில் உண்டு. எதிர்காலத்தை நம் நிகழ்காலம் தீர்மானிக்கும். *You can't aspire for something, by not being prepared for today. Face your fears.*

வாழ்க்கை நகர்ந்துகொண்டேதான் இருக்கும். நமக்காக ஒருபோதும் நிற்காது. அதேசமயம், நமக்காக வேறொருவர் வேலை செய்ய முடியாது.

என்னைப் பலர் கேட்டிருக்காங்க, "நீ இப்படி ஓடி உழைக்கணுமா என்ன?" என்று. இது என் தனிப்பட்ட பயணம். நான் எனக்காக அமைத்துக்கொள்ளும் பாதை. தினமும் மசாஜ் செய்துகொண்டு, பட்டு உடுத்தி, வைர நகை அணிந்து, ஏசி அறையில் இருந்தால் கூட, என் காலம் நிம்மதியாக கடந்து போகும். ஆனால், அதில் எனக்கு நிம்மதி கிடைக்குமா என்றால், இல்லை. பிறருக்கு அதில் சந்தோஷம் இருக்கலாம். எது உங்களுக்கு நிம்மதியும் சந்தோஷமும் தருதோ, அதை செய்யுங்கள்.

எல்லாவற்றிற்கும் மேலாக, உங்களுக்கான *purpose*, நோக்கம் அல்லது குறிக்கோளை கண்டறியுங்கள். சிலர், சிறு வயதிலேயே இதை கண்டறிவார்கள். சிலர் தாமதமாக உணர்வார்கள். உங்கள் நோக்கத்தை கண்டறிந்து, அதை நோக்கி செயல்படுங்கள். என்னுடைய நோக்கம், பல மனிதர்களைச் சந்திப்பது. முடிந்தவரை, பிறர் வாழ்க்கையில் நல்ல மாற்றங்களைக் கொண்டுவருவது. இவற்றில் நான் கவனம் செலுத்திவருகிறேன்.

இதை ஏன் செய்தோம் என்று வருந்தியது உண்டா?

இதுவரை இல்லை. தவறு செய்வது மனித இயல்புதானே. நானும் மனுஷிதான். ஆனால், அவற்றிலிருந்து பாடம் கற்றுக்கொண்டேன். அவற்றிலிருந்து வெளியே வந்துவிட்டேன். பல தேவையற்ற உறவுகளிலிருந்தும், நட்பிலிருந்தும் விலகிவிட்டேன். *I cut myself away from all toxic relations.* ஆனால் அந்தச் சமயத்தில், அது என்ன என்று தெரிந்துகொள்வதற்காக, நான் அதை கடக்க வேண்டி இருந்தது.

இன்று, முதிர்ச்சியடைந்த பெண்மணியாக, சற்றுத் தெளிவான சிந்தனையுடன் வளர்ந்து நிற்கிறேன். இன்றும் தவறுகள் நேரலாம். ஆனால் அவை முன் போல இருக்காது. சரியான மாற்றங்களை மேற்கொண்டு, சரியான பாதையில்தான் வந்திருக்கிறேன் என்ற திருப்தியும் நிம்மதியும் எனக்கு இருக்கு.

தாங்கள் கடந்து வந்த மைல்கற்கள்?

சில வருடங்களுக்கு ஒருமுறை, மைல்கற்களை கடந்துவருகிறோம். இன்றைய நாள், என்னை சுற்றி ஒரு அருமையான குழுவை உருவாக்கி உள்ளேன். அதுவே எனக்கான பெரிய சாதனைதான். 25 வருடங்களுக்கு முன், அங்கொருவர், இங்கொருவர் என்று வேலை செய்துவந்தனர். இன்று, அனைவரும் இணைந்து பணியாற்றுகிறார்கள். இவர்கள் யாரும் எனக்காக வேலை செய்யவில்லை. இந்த நிறுவனத்திற்காக வேலை செய்கிறார்கள்.

உங்கள் துறையில் தாங்கள் விட்டுச்செல்ல நினைக்கும் அடையாளம் என்னவாக இருக்கும்?

Doing authentic business. வேலையை அதன் உண்மைத்தன்மை குறையாமல், தரம் குறையாமல் செய்தேன் என்ற பெயர் நிலைத்திருக்க வேண்டும். குடும்ப உறுப்பினர்கள் ஒன்றாக இணைந்து, அதை நடத்தி வர

வேண்டும். எனக்கான வலிமையை, நான் என் குடும்பத்தாரடமிருந்துதான் பெற்றேன். நானும் என் கணவரும் குடும்பத்துடன் இணைந்து செயலாற்றியதை, என் பிள்ளைகள் பார்த்து வளர்ந்தனர். ஆகையால், அவர்களுக்கும் தெரியும்.

அடுத்து, இந்த ஹோட்டல், இன்னல்களை சந்தித்தாலும், தொடர்ந்து ஜெயித்து கொண்டே வர வேண்டும். அதே சமயம் ஏமாற்று முறையில் ஜெயித்ததாக இருக்கக் கூடாது. பலவருட பாரம்பரியத்தை கட்டிக்காத்து வருகிறோம். இது மேலும் தொடர வேண்டும்.

'பெண்ணதிகாரம்' என்ற சொல், உங்கள் பார்வையில்? பெண்கள் வளர்த்துக்கொள்ள வேண்டிய அம்சங்கள்?

பலமான ஒரு பெண்ணாக இருக்க வேண்டும். உடலளவிலும், மனதளவிலும். சூழ்நிலைகளை எதிர்கொள்ளும் தைரியம் வேண்டும். வேண்டாம் என்று நினைக்கும் மக்களிடமிருந்தும், சூழ்நிலைகளிலிருந்தும் தைரியமாக விலகிட வேண்டும். பிறருக்கு, என்று மட்டுமே இல்லாமல், உங்களுக்கான வாழ்கையை வாழுங்கள்.

அதேசமயம், *be useful*. உதவிசெய்து அதில் பட்டம் பெற அவசியம் இல்லை. உங்களைச் சுற்றி உள்ளவர்களுக்கு, முடிந்த உதவிகளை செய்து வாருங்கள். உங்கள் உரிமைகளை இழக்காதீர்கள். உங்களை ஊக்கப்படுத்தி, வலிமையாக்கும் ஒரு வட்டத்தை உருவாக்கிக் கொள்ளுங்கள்.

மற்றவர்கள் நம்மை பயன்படுத்திக் கொள்ளாமல் பார்த்துக்கொள்ள வேண்டும். அதற்குக் கல்வியறிவு ரொம்ப முக்கியம். முக்கியமாக, மற்றவர்களிடம் அழுது நின்று, வேலையைச் சாதித்துக்கொள்ளும் எண்ணம் வேண்டவே வேண்டாம். கூடுமானவரை, உங்கள் பிரச்சனைகளுக்கு நீங்களே தீர்வு காணப் பாருங்கள். நம்பிக்கையானவர்களின் ஆலோசனை பெருவதில் தவறில்லை.

I am constantly pushing away people, from whom I don't get the right vibe Padma. இருப்பது 24 மணி நேரம்தான். அதை, சரியான நபர்களுடன் செலவிடவேண்டியது அவசியம்.

புத்தகம் வாசிக்கும் பழக்கம் உண்டா? பிடித்த எழுத்தாளர்கள்?

முன்பெல்லாம், அதிகம் வாசித்துவந்தேன். இப்பொழுது இல்லை. ஆனால், வேறு சில வகையில், வாசிப்பை மேற்கொள்கிறேன். இன்று காலை கூட, சமஸ்கிருத வகுப்பு சென்று வந்தேன். வேறு சில மொழிகளைக் கற்றுவருகிறேன். 4 வருடங்கள் முன்பு, அறுபது வயதை கடந்த பின்னர், பஜனை பாடும் வகுப்பில் சேர்ந்தேன். கற்றுக்கொள்ள வயது வரம்பேது?

வெளிநாட்டுப் பயணங்களின்போது, தாங்கள் ரசித்த ஹோட்டல் மற்றும் அதன் காரணம்?

எனக்குப் பாலி மிகவும் பிடித்தமான இடம். அங்கே இருப்பவர்கள், சாமானிய, எளிய மக்கள். எல்லாவற்றிலும் நேர்த்தி இருக்கும். அழகாக வைத்திருப்பார்கள். நாங்கள் பெரிய குடும்பமாக சென்றிருந்தபோது,

தம்பதிகள் ஒவ்வொருவரும், தனி வில்லா எடுத்துத் தங்கினோம். ஒவ்வொரு வில்லாவிலும், ஹால், பெட்ரூம், கிட்சன், நீச்சல் குளம் இருக்கும்.

எனக்கு நல்லா நினைவிருக்கு. தினம் காலை எட்டு மணிக்கு, அங்கே பணிச் செய்யும் ஆடவர்கள், அவர்களுடைய பாரம்பரிய உடையணிந்து, ஒரு கையில் பெரிய தாம்பாள தட்டு நிறைய பழங்கள், காலை உணவிற்கான பதார்த்தங்களை, ஒவ்வொரு வில்லாவிற்கும் சுமந்துவருவார்கள். அவர்களே உள்ளே வந்து, காலை உணவை சூடாக சமைத்து பரிமாறுவார்கள். பொதுவான பஃபே சிஸ்டமிலிருந்து இது சற்று வித்தியாசமாக இருந்தது. நான் ஒரு ரிசார்ட்டைத் தொடங்கினால், இந்த முறையை பின்பற்றுவேன்.

உந்துதலாக இருப்பவர்கள் யார்? *Your inspiration?*

அந்தந்த சமயத்தில் என்னை வியக்கவைத்த ஆணும் பெண்ணும் எனக்கான *inspiration*தான். சுஹாசினி மணிரத்னம் எனக்கு மிகவும் பிடித்த தோழி. ரொம்ப ஆக்டிவா இருப்பாங்க. பல வேலைகளை திறமையுடன் செய்யக்கூடியவர். அனைவருடனும் தொடர்பில் இருப்பார்.

அடுத்து, பூர்ணிமா பாக்கியராஜ். அதிகம் அலட்டிக்கொள்ளாத அமைதியான பெண்மணி. அவர் மகளும், என் மகளும், ஒன்றாக ஒரே வகுப்பில் படித்தவர்கள். நிறைய சவால்களை சந்தித்த பெண்மணி, அவற்றை அழகாக சமாளித்து வெளியே வந்தார்.

அடுத்து எழுத்தாளர் சிவசங்கரி. மனதளவில் ரொம்ப தைரியசாலி. கணவரை இழந்த பின், தன்னை எப்படி பார்த்துக்கொண்டார் என்பதெல்லாம் எனக்குப் பெரிய உந்துதல்.

அடுத்த நபர், டாக்டர் பிரித்திகா சாரி. கேன்சரைப் போராடி வென்ற தைரியசாலி.

புழுதி 'பெண்ணதிகாரம்' இதழின் வாயிலாக, பெண்களுக்கு தாங்கள் சொல்ல நினைக்கும் செய்தி?

முதலில், உங்களை பார்த்துக்கொள்ளுங்கள். தொடர்ந்து மருத்துவ பரிசோதனை செய்துகொள்ள வேண்டும். உடற்பயிற்சி செய்ய வேண்டும். பிறகு அளவுக்கு அதிகமாக சாப்பிட வேண்டாம். *Don't look food as your comfort. Look at food as, giving you strength.*

உங்கள் நோக்கத்தை அறிந்து செயல்படுங்கள். ஒவ்வொரு நாளும் காலை எழுந்திரிக்கும்போதே, அன்றைய நாளுக்கான நோக்கத்துடன் எழுந்தால், உங்கள் ஆற்றல் அதிகரிக்கும். வயதாகிவிட்டதே என்று யோசிக்க வேண்டாம். எல்லா வயதிலும், ஏதாவது ஒன்றை கற்றுக்கொண்டே இருக்கலாம். *Be open to learning.* இருப்பது ஒரு வாழ்க்கை. கற்றுக்கொள்ள ஏராளமான விஷயங்கள் இருக்கு.

முக்கியமாக அன்பு, கருணை அனைவருக்கும் தேவை. கூடுமானவறை அனைவருடனும் அன்பைப் பகிருங்கள். என் கண்கள் கலங்கினால், அது அன்பின் காரணமாகத் தான் இருக்கும்.

இந்த உலகில் நாம் அனைவருமே ஒரு தூசு தான். ஆனால், ஏதோ ஒரு வகையில், உலகைச் சிறப்பாக்க, நாம் அனைவரும் பங்காற்ற வேண்டும். அன்பான உள்ளத்தோடு அனைவரும் இணைந்தால், எப்படிப்பட்ட அற்புத உலகமாக இது மாறிப்போகும் என்று கற்பனைச் செய்து பாருங்கள்?

திருமிகு. நீனா ரெட்டி. B.A Hons
இணை மேலாண்மை இயக்குனர், சவேரா ஹோட்டல்

ஒரு பெண்ணுக்கு என்ன தேவை?

திருமிகு. வான்மதி

உங்களைப் பற்றிய அறிமுகம்...

என் பெயர் வான்மதி. சென்னைல *Makwell Container Care* என்ற நிறுவனத்தை நடத்திவருகிறேன். பிறந்தது நெய்வேலியில். அப்பா, *NLC* ஊழியர். நான்கு பெண் குழந்தைகள், ஒரு ஆண் என்ற பெரிய குடும்பம். நடுத்தர வர்கத்துக்கும் சற்று குறைவான நிலைதான். ஆனால் அப்பாவுக்கு, பெண் பிள்ளங்க படிக்கணும் என்பதில் உறுதியா இருந்தார். நகராட்சி பள்ளியில்தான் படித்தோம்.

பத்தாம் வகுப்பு படிக்கும் போதே, அதாவது, 15 வயதிலிருந்தே, கடைகளில் வேலை செய்வது, ஆறாம் ஏழாம் வகுப்பு மாணவர்களுக்கு வீட்டில் படிப்பு சொல்லித் தருவது என்று, சம்பாதிக்க ஆரம்பித்தேன். படிப்பை விடக்கூடாது. அதனால் கிடைத்த சம்பளத்தில், எனக்கான துணிமணி, பள்ளி, கல்லூரி கட்டணம், கொஞ்சம் வீட்டு செலவிற்கென்று பார்த்துக்கொண்டேன். இந்த வருமானத்தை வைத்து, *B.Com* முடித்தேன். *B.L* முடித்தேன். *PGDL* முடித்தேன். அதே சமயம், டைப்பிங் வகுப்பும் சென்றுவந்தேன்.

அப்பாவின் திடீர் மறைவிக்குப் பின், வேலை செய்ய வேண்டிய சூழல். பேப்பரில் விளம்பரத்தைப் பார்த்து, சென்னையில் ஒரு கண்டெய்னர் பழுது பார்க்கும் நிறுவனத்தில் டைப்பிஸ்டாக சேர்ந்தேன்.

பெண்களுக்கென்று ஒரு குணம் உண்டு. எதுவுமே இல்லாமல் நிர்கதியாக நின்றாலும் கூட, எதையாது செய்து, பெண்கள் சமாளித்து, வந்துவிடுவார்கள். என் நிலையும் அப்போது அப்படிதான். என்னுடைய முழு கவனமும் வேலையின் மீது மட்டுமே இருந்தது. காலை எழுந்து வேலைக்குப் போவேன். தூக்கம் வந்தால், நான் தங்கும் விடுதிக்கு வந்துவிடுவேன். வேறு சிந்தனையே இல்லை. வாடிக்கையாளர்களின் தேவை அறிந்து வேலை செய்வேன்.

மிகக் குறுகிய காலத்தில், டைப்பிஸ்ட் பணியிலிருந்து, கிளார்க்காக உயர்ந்து, 14 வருடங்களில் *regional manager* ஆக பதவி உயர்வு பெற்றேன். ஒரு கட்டத்தில், அடுத்த உயர்

பதவிக்காக ஊர் மாற்றலாகிப் போக வேண்டிய சூழல். குடும்பத்தைப் பிரிந்து, போக முடியாத சூழல் காரணமாக, வேலையை ராஜினாமா செய்தேன். 14 வருடங்கள் அங்கே பணியாற்றினேன், 21 வருடங்கள் நான் சுயமாக தொழில் செய்துவருகிறேன்.

கண்டெய்னர் கொண்டு, குறைந்த செலவில் வீடு என்ற திட்டம் எப்படி உருவானது?

கண்டெய்னர்ல ஆள் உட்காரலாம் என்பதையே, நான்தான் கண்டுபிடித்தேன். வெளிநாட்டில் இது பிரபலம். நம் ஊரில்தான், இரும்பு பெட்டி, வெய்யில் கடுமையாக இருக்கும் என்று பயந்தார்கள். முன் சொன்னது போல, செய்து கொண்டிருந்த வேலையை விட்டுவிட்டேன். அடுத்த நாள் எங்கே போறதுன்னு தெரியல. என் நண்பரின் அலுவலகத்திற்கு அருகே, ஒரு மரத்தடியில், கண்டெய்னர் பழுது பார்க்க, நான், என் கணவர், ஒரு பெய்ன்டர், மூன்று பேரும் உட்கார்ந்துகொண்டோம். 14 வருட அலுவலக பணியில், என் பெயர் கொஞ்சம் பிரபலம். மெல்ல என்னைத் தேடி வர ஆரம்பித்தனர்.

எத்தனை நாட்கள் மரத்தடியில் உட்காருவது? அந்த இடத்தின் உரிமையாளர், அவர் பெயரை நான் குறிப்பிட்டே ஆக வேண்டும். திரு தங்கவேல் - சிவா கண்டெய்னர் யார்ட். அவர்தான் அந்த இடத்தைக் கொடுத்தார். அந்த இடத்தில், ஒரு கண்டெய்னரை, அலுவலகமாக மாற்றி அமைத்து, அதில் உட்கார்ந்து வேலை செய்ய ஆரம்பித்தோம். எல்லோரும் ஆச்சரியப்பட்டார்கள்.

கண்டெய்னர் பழுது பார்க்கவரும் ஓட்டுனர்கள் எல்லோரும், அவர்களுடைய முதலாளியிடம் போய் சொல்வார்கள். முதலாலிகள் வந்து பார்த்து, 'எங்களுக்கும் இப்படி ஒண்ணு அமைச்சு கொடுங்க', 'எங்க பெட்ரோல் பங்கிற்கு இப்படிப் போட்டு குடுங்க' என்று வர ஆரம்பித்தனர். அலுவலகம் மட்டும் இன்றி, முழு வீடாகவும் அமைக்க ஆரம்பித்தோம்.

இப்படி ஆரம்பித்தது, இன்று, வேற லெவல்ல போய்க்கிட்டு இருக்கு. இரண்டு விஷயங்களை நாம் தெரிந்துகொள்ள வேண்டும். தேவைன்னு வரும்போதுதான், ஆக்கபூர்வமா அறிவு வேலை செய்யும். வாடகை கொடுத்து அலுவலகம் தேடும் வசதியெல்லாம் இல்லை. அதனால இப்படி ஒன்றை அமைத்துகொள்ள வேண்டிய சூழல். காலைல இருந்து சாயங்காலம் வரை ஒரே மாதிரியா போய்கிட்டு இருந்தா, புதுசா எதையுமே கண்டுபிடிக்க முடியாது.

அடுத்து, கற்றுக்கொள்வதை முழுமையாக ஈடுபாட்டுடன் கற்க வேண்டும். இது ஏதோ ஃபேஷன், ஆசைனு வந்ததில்ல. வெல்டிங் பண்ற ஆள் வேலைக்கு வரலைனா, நான் போய் வெல்டிங் செய்வேன். கட்டிங் செய்யத் தெரியும். வண்டி ஓட்டத் தெரியும். எந்த காரணத்தைக் கொண்டும் வேலை நிற்கக் கூடாது.

மற்றவர் போட்ட பாதைல நடந்து போறது ரொம்ப சுலபம்மா. நாமாக மணல் கொட்டி, கல்லு போட்டு, தண்ணி தெளிச்சு, பாதையை

உருவாக்கிப் போகணும். அப்போதான் உங்களுக்கென்று ஒரு அடையாளம் இருக்கும்.

பாவையர் மலரின் பின்னணி என்ன?

சிறுவயது முதல், படிப்பும் எழுத்தும் பிடிக்கும். வெறித்தனமாப் படிப்பேன். பள்ளி, கல்லூரியில் பேச்சு போட்டி, கட்டுரைப் போட்டி, மேடைப் பேச்சு என்று எல்லாவற்றிலும் நான் இருப்பேன். முதன் முதலில், *தினமலர், வார மலரில்* எழுத ஆரம்பித்தேன். எனக்கு எப்படீன்னா, என் பெயரை, ஒரு பத்திரிக்கையிலோ, நாளிதழிலோ, புத்தகத்திலோ பார்த்துவிட்டால், அதை நான் மிகவும் ரசிப்பேன். அது எனக்கு ஒரு போதை மாதிரி.

தொழில் அதிபர் ஆன பின், நிறைய பேட்டி எடுக்க வந்தாங்க. 'மீடியாவிக்கு இவ்வளவு பவரா!' என்று சிந்திக்க ஆரம்பித்தேன். இதுபோல ஒரு மீடியாவை நாமும் ஆரம்பிக்க வேண்டும் என்று முடிவுசெய்தேன். அதன் விளைவுதான் 'பாவையர் மலர்' பத்திரிக்கை. வட சென்னை, தண்டையார்பேட்டை பகுதி மக்களின் குறைகளை அரசாங்கத்திடம் கொண்டு சேர்க்கும் எண்ணத்தில் ஆரம்பித்தேன். ரொம்ப நல்ல வரவேற்பு இருந்தது.

இப்போது *பாவையர் மலர்* தொடங்கி 13 வருடங்கள் ஆச்சு. அதன் பின் வந்ததுதான், 'பாவை மதி' வெளியீடு. 100 புத்தகம் தாண்டியாச்சு. தமிழ்நாட்டின் பிரபல எழுத்தாளர்கள் புத்தகங்களைக் கூட, வெளியிட்டு விற்பனை செய்துள்ளோம். சிறந்த நூல், சிறந்த வெளியீடு என்று, பாவை மதிக்கு, அரசாங்கத்திடமிருந்து மூன்று விருது கிடைத்திருக்கு. இது எனக்கு ரொம்ப பெருமை.

தினத்தந்தியில், தொடர்ந்து ஐந்து வருடங்களுக்கு, 'நாயகி' என்ற தலைப்பில், ஒருபக்கக் கட்டுரை எழுதி இருக்கேன். இன்றும், *தினமலரில்*, கனவு இல்லம் என்ற பகுதியில், கட்டுமான விவரங்களை எழுதி வருகிறேன். இதை தாண்டி, ஐந்து நூல்களை எழுதி வெளியிட்டுள்ளேன்.

முந்தைய அரசில், ஏதோ ஒரு விமர்சனத்திற்காக, ஒரு கார்ட்டூன் படத்தைப் போட்டேன். அந்த அரசு என்னை அழைத்து, இதுபோல் போடக் கூடாது, என்று கண்டித்தது. பின் ஒரு கட்டுரை எழுதி, மாற்றுத் திறனாளி ஒருவர் அதனால் பயனடைந்ததால், அதே அரசாங்கம், என்னை அழைத்துப் பாராட்டியது. கண்டிக்கவும் செய்தார்கள், அழைத்துப் பாராட்டவும் செய்தார்கள். இதுவும் எனக்குப் பெருமைதான்.

பெண்கள் முன்னேற்றத்தில், *பாவையர் மலரின்* பங்கு?

பாவையர் மலர் என்று பெயர் கொண்டதால், ஒரு பெண்ணாய் நான் நடத்திவருகிறேன் என்பதால், இது பெண்களுக்கான பத்திரிகை அல்ல. பெண்கள் சமூகத்தில் எப்படி நடந்துகொள்ள வேண்டும்,'எப்படி கோலம் போடுவது, எப்படிச் சமைப்பது, மாமியாரை கவனிப்பது எப்படி, உடை

அணிவது எப்படி, போன்ற பெண்களுக்கான விஷயங்கள் மட்டுமே அதில் இருக்கும் என்று எதிர்பார்த்தீர்களென்றால், அப்படி இல்லை. இது எதுவுமே அதில் இல்லை.

ஒரு பெண்ணிற்கு என்ன தேவை? தெளிவான சிந்தனை, கல்வி அறிவு, சமூகப் பார்வை, பிரச்சனைகளை எதிர்கொள்ளும் திறன், பிரச்சனையில் சிக்கிக்கொள்ளாமல் இருப்பது, அல்லது, அதிலிருந்து மீண்டு வருவது. இது எல்லாம்தான் *பாவையர் மலரில்* இருக்கும். பெயரில் மட்டும்தான் 'பாவை'. மற்றபடி, அனைவருக்குமான இதழ். பாவையர் மலரின் வெற்றிக்கு இதுவே காரணம்.

இப்போதைய பெண்கள், ரொம்பத் தெளிவா இருக்காங்க. யாரும் புத்திமதி சொல்லத் தேவை இல்லை. தெளிவா இருக்குறவங்கள, நாம குழப்ப வேண்டாம். அவங்கள கவனிச்சுட்டு வந்தாபோதும். கல்லூரி மாணவர்களிடம் பேசும்போதும், இதைத்தான் சொல்வேன். கண்டிப்பிற்கும், கண்காணிப்பிற்கும் வித்தியாசம் உண்டு.

இன்று காலை, என் கண்டெய்னரைப் பார்க்க, ஒரு குடும்பம் வந்தார்கள். அப்பா, கண்டெயனர் மீது ஏறி, மேலே பார்க்க வேண்டும் என்றார். அவருடைய பெண், ஐந்தாம் வகுப்பு மாணவி, நானும் வரேன் என்றாள். உடனே அவர்கள், "ஐய்யோ... நீ பொண்ணு. சின்னவ, மேலே எல்லாம் ஏறக்கூடாது" என்றார்கள். நான் உடனே அவர்களைத் தடுத்து, "சார், குழந்தைகளை செய்யாதேனு சொல்லி பழக்க வேண்டாம். கவனமா செய்யச் சொல்லிப் பழக்குங்க. *Guide* பண்ணுங்க. எதுக்கு *stop* பண்றீங்க? நாம எல்லோருமே சுத்தி நிண்ணு பார்த்துக்குவோம். விழுந்துருவேனு சொல்லாதீங்க. விழாம ஏறணும்னு சொல்லுங்க" என்றேன்.

பெண்களுக்கு நான் சொல்வது இதுதான். முடியாது என்று எதுவும் இல்லை. முயற்சி மட்டுமே தேவை. தப்பானாலும் பரவாயில்லை. கத்துக்கங்க. என் வீட்டு வாசல்ல, ஒரு கரும்பலகை வைத்து, கிட்டதட்ட 20 வருடங்களா, பொன்மொழிகள் எழுதிட்டு வர்ரேன். அனைவருக்கும் எளிதில் புரியும் படியா இருக்கும். இன்று நான் எழுதி வைத்தது. 'தோல்வி உன்னை தொரத்திகிட்டே இருக்கா; நீ வெற்றியை நோக்கி ஓடு'.

நான் வசிக்கும் தண்டையார்பேட்டை பகுதியில், இதற்கு நிறைய வாசகர்கள் உண்டு. ஆக, வெற்றியை நோக்கி நாம ஓட ஆரம்பித்தால், தோல்வி சோர்ந்து போகும்.

பாவையர் மலர் மாத இதழின் future initiatives, அடுத்தகட்ட நகர்வு, என்னவாக இருக்கும்? புதிதாகத் தொடங்க விரும்பும் பெண்களுக்குத் தங்களுடைய பரிந்துரை என்னவாக இருக்கும்?

இல்லைமா. வணிக நோக்கத்துடனோ, பொருளாதார மேம்பாட்டிற்காகவோ, நான் *பாவையர் மலரை* ஆரம்பிக்கவில்லை. பெரிய எழுத்தாளர்கள் மட்டுமே எழுதணும் என்று இல்லாமல், அனைவருக்கும் வாய்ப்பளிக்க வேண்டும், என்பதுதான் என் ஆசை. என்

> "அம்மா, மணி 8 ஆச்சு. நான் வீட்டுக்கு போய் தோசை ஊத்தணும். மருமகன் வருவான், மகள் வருவா. வீட்டில் வேலை இருக்கு" என்று என்னை சுருக்கிக்கொண்டால், இந்த சமுதாயத்தில் என்னை நான் நிலை நாட்டிக் கொள்ள முடியாது.

பதிப்பகம் வெளியிட்ட 100 புத்தகங்களில், பெரும்பாலான புத்தகங்கள், புதிய எழுத்தாளர்களுடையது. அவர்களுடைய முதல் புத்தகம் அதுதான்.

மற்றவர்களிடம் எழுதும் பழக்கத்தைத் தூண்ட வேண்டும். ஒரு கட்டுரை எழுதுவதானால், ஒரு மூலையில் போய் அமர்ந்து எழுத முடியாது. அதுக்கு நிறைய வாசிக்கணும். எழுதுங்கன்னு நான் சொல்லும்போது, மறைமுகமா, வாசிக்கத் தூண்டுறேன். ஒரு 50 பக்கங்கள் வாசித்தால்தான், ஒரு பக்கம் எழுத முடியும். ஆக, இதுதான் என் முதல் நோக்கம்.

புதிதாக பத்திரிகை ஆரம்பிக்க நினைப்பவர்களுக்கு - எழுத்து துறையாகட்டும், பத்திரிகைத் துறையாகட்டும், ஆசைக்காவோ, இல்லை, 'எல்லோரும் செய்றாங்களே, நாமும் ஆரம்பித்தால் என்ன' என்ற காரணத்திற்காகவோ ஆரம்பிக்காதீர்கள். அதையும் தாண்டி, விளம்பரம் வாங்குவது ஒரு தனி டிபார்ட்மெண்ட். விளம்பரம் இல்லைனா, பத்திரிகை இல்லை.

அருமையான கண்டென்ட் இருந்தாலும், விளம்பரங்கள் தேவை.

அதேபோல, நிறைய பணம் இருக்கு, அதனால பத்திரிகை தொடங்கலாம், என்ற எண்ணம் கொண்டவர்கள், தயவு செய்து பத்திரிகை துறைக்கு வராதீர்கள். எழுதவும் படிக்கவும் ஒரு வெறி இருக்கணும். அதே வெறியை மற்றவர்களுக்கும் உண்டாக்க வேண்டும். நான் ஒரு நாவலைப் பற்றி எழுதினால், ஒரு 10 பேர் அதைபற்றி விவாதிக்க வேண்டும். அதேபோல அவர்களையும் எழுதத் தூண்ட வேண்டும். சமூக நலன் அக்கறை இருந்தால் மட்டுமே, இந்த துறைக்கு வாங்க.

இரண்டாவது, பத்திரிக்கையை மட்டுமே நம்பி, வாழ்வாதாரத்தை வைத்துக்கொள்ளாதீர்கள். எவ்வளவு பெரிய ஆளாக இருந்தாலும் சரி. இந்த காலத்தில் *print media* ரொம்ப ரொம்ப கஷ்டம். வெறி இருந்தாதான் ஜெயிக்க முடியும்.

இதை தொடங்கும் முன், கிட்ட தட்ட ஒரு வருஷம் வேலை செய்திருக்கேன். பத்திரிக்கைக் கூட்டங்கள், இலக்கிய கூட்டங்கள், புத்தக வெளியீடு, எங்கே எது நடந்தாலும், ஒரு ஓரத்தில் அமர்ந்து பார்ப்பேன். பின் ஆறு மாதங்களில், மக்கள் என்னை கவனிக்க ஆரம்பித்தனர். பின் மேடையில்

◯ தொகுப்பு: பத்மா அமர்நாத்

பேச அழைத்தனர். *Layout* என்றால் என்ன, பிரிண்ட் என்றால் என்ன, எல்லவற்றையும் கற்றுக்கொண்டேன்.

சிலர் ரொம்ப *degrade* பண்ணாங்க. "இவ வடசென்னை ஆளு. என்னத்த பெருசா செஞ்சிடப் போறா? இது என்ன பண்ணப்போகுது? ஒரு பொம்பள, பத்திரிக்கையை நடத்த முடியுமா..?" என்று காதுபட பேசினார்கள். என்னை விமர்சித்த யாரும் இப்போது துறையில் இல்லை. ஆனால் தமிழ்நாட்டைத் தாண்டி, வெளிநாட்டிலும், *பாவையர் மலர்* பிரபலமாகி இருக்கு.

கண்டெய்னர்ல சம்பாதிச்சு, இதில் போட்டு இழக்குறா... என்ற பேச்செல்லாம் கூட இருக்கு. கிடையவே கிடையாது. முதன்முதலில், சிற்றிதழில், *gate opening* போட்டது *பாவையர் மலர்*தான் (ஒரு விளம்பரத்தின் மேல், இரண்டு பக்கம் திறக்கும்). ஆச்சி மசாலா, சென்னை சில்க்ஸ், போத்தீஸ் விளம்பரம் வாங்கி, *gate opening folder* போட்டேன்.

எல்லாமே உழைப்புதான். ஒரு சென்னை சில்க்ஸ் விளம்பரம் வாங்க, நான் திருப்பூர் போகணும். *MD*யை பார்த்து விவரிச்சுப் பேசனும். பெரும்பாலான தலைமை அலுவலகங்கள் சென்னைக்கு வெளியே, திருப்பூர், கோவை, திருச்சிலதான் இருக்கும். ஆசை இருந்தா போறாது, உழைக்கணும்.

பெண்கள் இந்தச் சமூகத்தில் தன்னை நிறுவுவதற்கான தேவையும், அதற்கு மேற்கொள்ள வேண்டிய அம்சங்களும் என்ன?

இருவருமே நிச்சயம் தன்னை நிலைநிறுத்திக்கனும். ஆனா, இதற்கான அவசியம், பெண்களுக்குதான் அதிகம் உண்டு. எந்த இடத்திலும் ஆணுக்கான இடமும் வெகுமதியும் எளிதாக கிடைத்துவிடும். கண்டிப்பா முயற்சியினாலதான் கிடைச்சிருக்கும். குறை சொல்ல முடியாது. ஆனா, அதே உழைப்பையும் முயற்சியையும் ஒரு பெண் போட்டால் அங்கீகாரம் கிடைப்பதில்லை. காரணம், ஆண்கள் யாரும் பெண்ணை சமமாக நினைப்பதில்லை.

'பெண்தானே, பொம்பளதானே, என்னத்தப் பெருசா செஞ்சுடுவா'ங்கற எண்ணம் அவங்களுக்கு. இந்த எண்ணம் உருவாக, நாமும் ஒரு காரணம். ஒரு உதாரணம் சொல்றேன். இப்போ, மணி 8 ஆச்சு. நீங்க ஒரு பெண். அலுவலகத்தில உட்கார்ந்து பேசிக்கிட்டிருக்கீங்க. நானும், இன்னும் வீட்டுக்குப் போகாம, அலுவலகத்துல இருந்து, உங்ககூட பேசிக்கிட்டிருக்கேன். நாம இரண்டு பேருமே, ஒரு பெண் என்ற அடையாளத்தை நகர்த்தி வெச்சுட்டு, இப்போதைய தேவை என்னனு பார்க்கிறோம். நான் போட்டி கொடுத்தே ஆகணும். இப்ப விட்டா, அடுத்த மூன்று நாட்களுக்கு நான் பிஸி ஆயிடுவேன். உங்களுக்கும் இந்த வேலையை, இரண்டு நாட்களில் முடித்தாகவேண்டிய நிர்ப்பந்தம். அப்போ, நாம இரண்டு பேருமே, சுற்றி உள்ள எல்லா காரணிகளையும் நகர்த்தி வைத்துவிட்டு, வேலையில் தீவிரமா இருக்கோம். இந்த இடத்திலதான், நீங்களும் நானும் ஜெயிக்கிறோம்.

இதை அப்படியே மாத்தி யோசிச்சுப் பாருங்க. "அம்மா, மணி 8 ஆச்சு. நான் வீட்டுக்கு போய் தோசை ஊத்தணும். மருமகன் வருவான், மகள் வருவா. வீட்டில் வேலை இருக்கு" என்று என்னை சுருக்கிக்கொண்டால், இந்தச் சமுதாயத்தில் என்னை நான் நிலை நாட்டிக் கொள்ள முடியாது. நீங்களும், ஆறு மணிக்கு மேல வேலை செய்ய முடியாது. இப்போ நேர்காணலுக்கு உட்கார முடியாதுனு சொன்னா, நீங்களும் ஒரு வட்டத்துக்குள்ள சிக்கி, சுருங்கிடுவீங்க.

சமூகத்தில் பெண் தன் அடையாளத்தைப் பதிவுசெய்ய வேண்டுமென்றால், பெண் முதலில் வெளியே வர வேண்டும். முன்னேறுவதற்கு தெளிவான புத்தி இருக்க வேண்டும். அந்த புத்திக்குக் கல்வி அவசியம். படிப்பிற்கு ஏற்ற அறிவு வேண்டும்.

ஆணாதிக்கம் நிறைந்த சூழலில், தாங்கள் எதிர்கொண்ட சவால்கள்? எப்படி சமாளித்து, தங்களுக்கென்று ஒரு நிலையைத் தக்கவைத்துகொண்டீர்கள்?

2024ல உட்கார்ந்துகொண்டு, ஆணாதிக்கத்திற்காக, குறைவான குரல்தான் கொடுக்க வேண்டி இருக்கு. காரணம், இப்போ இருக்குற *exposure* அப்போ இல்ல. நான் வேலை செய்த அலுவலகத்தில் கூட, "பொம்பள... அதனால முன்னேறிட்டா. இனிமே விடக்கூடாது" மாதிரியான பேச்சுகள் நிறைய இருந்தது. எல்லா துறையிலும் இது இருக்கு.

ஆண்களில் சிலர் உண்டு. "எல்லாமே நீங்கதான்பா. நீங்கதான் பெஸ்ட்.." என்று சொல்லி, அவங்க லெவலுக்கு கொஞ்சம் கீழே இருந்தோம்னா, பிரச்சனை இல்லை. "அவ நம்ம ஆளு. நம்மை மீறி போக மாட்டா" என்கிற மனோபாவத்தில் ஆண்கள் இருப்பார்கள்.

எந்த இடத்தில், ஆணைவிடப் பெண் புத்திசாலித்தனமா வெளியே வர்றாளோ, அவளுக்கு *exposure* கிடைக்குதோ, அங்கே பிரச்சனை ஆரம்பமாகுது.

பெண் முன்னேற்றத்தை அவர்களால் ஏற்றுக்கொள்ள முடியவில்லையா?

ஆமாம். 'நீ புத்திசாலியா இரு. ஆனா, என்னைவிட அதிகம் வாழ்ந்து காட்டிடாதே. நீ நல்லா சம்பாதி, ஆனா என்னைவிட ஒரு லெவல் கம்மியா இரு" என்ற சிந்தனை அவர்களிடம் உண்டு. எனக்கு இது போன்ற சிக்கல், அலுவலகத்திலும் உண்டு, குடும்ப உறவினர்கள் மத்தியிலும் உண்டு. திருமணத்திற்குப் பிறகுதான், என் செயல்பாடு அதிகமாச்சு. என் கணவர் முழு ஒத்துழைப்பு கொடுத்தார்.

ஒரு பெண்ணிற்கு, வீட்டுச் சூழல் ரொம்ப முக்கியம். "8 மணி வரை அப்படி என்ன வேலை? இப்படி வேலை செய்து சம்பாதிச்சு கிழிக்க வேண்டிய அவசியம் இல்லை. நான் 10 ரூ கொண்டுவந்து கொடுத்தால், அதில் குடித்தனம் பண்ணு." என்ற நிலை இருந்தால், பெண்கள் சுருங்கிப் போவார்கள்.

டெண்டர் போடும்போது நிறைய அனுபவிச்சிருக்கேன். "நீ விலகிக்கோ, நாங்க ஆறு ஆம்பளைங்க, நீ ஒரு பொம்பளையா என்ன பண்ணுவே? நீ இன்னும் கொஞ்ச காலம் நல்லா இருக்கணும். நல்லபடியா வேலை செய்யணும்னு நினைக்கிறோம். அதனால வெலகிடு"னு, அமைதியா மெரட்டுவாங்க. எங்க ஏரியா தாதா ஒருத்தர், ஆள் விட்டு மெரட்டினார். "அக்கா, நீ நல்லா இருக்கணும்னு எங்க அண்ணன் விரும்புறாரு.."னு சொல்லிட்டு வருவான். "யார்ரா உங்க அண்ணன்?" என்று விசாரித்தால், அவரும் டெண்டர் போடும் விவரம் தெரிய வரும்.

இப்படியாக, காவல்துறையிடம் புகார் கொடுத்து, என்னைப் பாதுகாத்துக் கொள்ள வேண்டிய அளவுக்கு, இவர்களிடம் நான் பிரச்சனைகளை சந்திச்சிருக்கேன். ஆக, ஆணாதிக்கம் இருக்கத்தான் செய்யும். இன்னும் எத்தனை காலம் கழித்து நீங்க இந்த கேள்வி கேட்டாலும், என்னைப் போன்ற ஒரு பெண், தொழிலதிபராக உட்கார்ந்துகொண்டு, இப்படி வருத்தப்பட்டுப் பேசிக்கொண்டுதான் இருப்பாள். ஜாதி அமைப்பை எப்படி ஒழிக்க முடியாதோ, அதேபோல ஆணாதிக்கத்தையும் ஒழிக்கவே முடியாது.

உங்களை அதிகம் பாதித்த எழுத்து யாருடையது? ஏன்?

10ம் வகுப்பு முதலிருந்தே, நிறைய புத்தக வாசிப்பு பழக்கம் இருந்தது. கதை, நாவல், கிரைம் நாவல், என்று ஒன்றுவிடாமல் படித்துவிடுவேன். ஒரு பெரிய கிரைம் நாவலைகூட, ஒரு மணி நேரத்துல படிச்சிடணும். அப்படி ஒரு வெறி. அதேபோல, படிக்கும் போதே நிறைய கற்பனை பண்ணிக்குவேன். இந்த கதையில், இந்த இடத்தில் நான் இருந்தால், என்ன செய்வேன்? என்று யோசிக்க ஆரம்பிப்பேன். மனதை சுறுசுறுப்புடன் வைத்திருக்க, இந்தக் கற்பனைத்திறன் வேண்டும்.

இந்தக் கால குழந்தைகளுக்கு அது கொஞ்சம் கம்மிதான். நிறைய யூடியூப், ஷாட்ஸ் (*YouTube, shorts*) பார்த்துட்டு, புத்தி மந்தமாவே இருக்கு. இந்தச் சமயத்தில், பெரிய திருப்புமுனையாக அமைந்தது, பாலகுமாரன் அய்யாவுடைய புத்தகங்கள். எழுத்து மற்றும் எழுத்துக்காக அவர் கொடுக்க கூடிய அர்ப்பணிப்பும், முயற்சியும் அபாரம். ஒரு இயந்திரத்தைப் பற்றி எழுதணும்னா, அங்கேயே போய் உட்கார்ந்துகொண்டு, அதை பார்த்து, தெரிந்துகொண்டு எழுதுவார். ஒரு காய்கறிகாரனைப் பற்றி எழுத வேண்டுமென்றல், கற்பனையா எழுத மாட்டார். அந்த இடத்திற்கேப் போய்விடுவார். அவருடைய எழுத்து, பயங்கர ஈர்ப்பைத் தந்தது.

கல்லூரிப் படிக்கும்போது, நாங்க ஒரு குழு. அத்தனை பேரும் பாலகுமாரன் ரசிகைகள். அய்யாவோட புத்தகம் எது வந்தாலும், உடனே படித்துப் பகிர்வோம்.

நீங்கள் அவரை சந்தித்ததுண்டா?

ஓ யெஸ்... (முகம் முழுவதும் புன்னகை மலர, தொடர்ந்தார்). அவர் புத்தகத்தின் மீது இருந்த ஈர்ப்பு, அவருடன் உட்கார்ந்து காபி சாப்பிடும்

ஒரு பெண் பேசுவதும், எழுதுவதும், அவளைச் சுற்றி உள்ள விஷயங்களைப் பற்றி மட்டுமே இருக்கக்கூடாது. சமூகப் பார்வையுடன், சமூக அக்கறையுடன் எப்போது ஒரு பெண் விசாதாரமா பேசி, எழுதுகிறாளோ, அன்றைக்குதான், பெண் சுதந்திரமா இருப்பதாக அர்த்தம்.

"

அளவிற்கு வளர்ந்தது. "வான்மதி.."னு அழகா கூப்பிடுவார். *பாவையர் மலர்* ஆரம்பித்த உடனே, அவருடைய விலாசத்தைத் தேடி, அவருக்கு அனுப்ப ஆரம்பித்தேன். தலைல கைவெச்சு அவர் ஆசீர்வாதம் பண்ணார்னா, கண்ணுல நீர் கடகடனு கொட்டும். அவ்வளவு ஆன்மீகம் நிறைந்த நபர்.

அடுத்து, தமிழருவி மணியனின் கட்டுரைகள் பிடிக்கும். சுகிசிவம் அய்யாவின் எழுத்துப் பிடிக்கும். இன்னும் பல எழுத்தாளர்கள் இருக்காங்க.

தற்போதை இளைய தலைமுறை பெண்களிடம் நீங்கள் கண்டு வியப்பதும் வருந்துவதும்?

முதலில் வியப்பதைச் சொல்றேன். நிறைய *exposure* இருக்கு. எந்த விஷயத்தையும் தயங்காமல் செய்வது. உலக செய்திகளை தெரிந்து வைத்துக்கொள்வது. ரொம்ப தெளிவா இருக்காங்க.

வருந்தத்தக்க விஷயம் என்றால், ஒன்றை நினைத்தால், உடனே செய்துவிட வேண்டும் என்ற அவசரம். உடனே நடந்துவிட வேண்டும் என்று எதிர்பார்ப்பது. ஒரு கம்பெனியில் வேலைக்குச் சேர்ந்தால், உடனே பதவி உயர்வு வேண்டும் என்ற எதிர்பார்ப்பு. அனுபவம் பெற வேண்டும் என்ற எண்ணம் இல்லாததுதான் இதற்குக் காரணம். அதேபோல, ஒரு தோல்வி நிகழ்ந்தால், அதையே பேசிகிட்டு, அதை பற்றியே சிந்தித்து கொண்டிருப்பார்கள். அதிலிருந்து வெளியே வர மற்றவர்களின் துணை, *guidance*ஐ எதிர்பார்க்கிறார்கள். இது தவறு.

பெண்கள் தொழில்முனைப்பில் ஈடுபடுவது குறித்து தங்களின் பார்வை?

கண்டிப்பாக பெண்கள், பொருளாதார ரீதியாக, யாரையும் சார்ந்து இருக்கக் கூடாது. எந்த நாடு முன்னேறிவிட்டதுனு பட்டியல்ல இடம் பிடிக்குதோ, அந்த நாட்டில் பெண்கள், நிச்சயம் முன்னேறி, பொருளாதார சுதந்திரம் அடைந்திருப்பார்கள். ஒரு நாடு முன்னேற, அந்நாட்டின் பெண்கள் முன்னேற வேண்டும். அது தான் உலகின் நியதி. அதற்குப் பெண்கள் சமமா நடத்தப்படணும், சமமா சம்பாதிக்கணும். அதற்குப், பெண்கள், தொழில்முனைவோர்களாக மாறியே ஆகணும். படிச்சுட்டு வீட்டிலேயே உட்கார்ந்திருந்தால் என்ன லாபம்?

நான் அறுசுவை உணவையும் நல்லா சமைப்பேன். உலக தரத்திற்கு என்னால சமைக்க முடியும். சமைத்த உணவை, வேண்டியவர்களுக்குப் பரிமாற வேண்டுமல்லவா? சமைத்தால் மட்டும் போதாது. பரிமாறவும் தெரிய வேண்டும். இது சமையலுக்கு மட்டும் இல்லை, அனைத்திற்கும் பொருந்தும். படிக்கணும், அனுபவத்தை வளர்த்துக்கொண்டு, மற்றவர்களுக்குப் பயன்படும் வகையில், வேலை செய்ய வேண்டும். அதற்குத் தொழில் முனைவோராக, பெண்கள் வர வேண்டும்

பெண்ணியம் என்பது சரியாக எடுத்துக்கொள்ளப்படுகிறதா?

இல்லைமா. இலக்கிய வட்டத்தில் என்னைப் 'பெண்ணியவாதி'னு தான் சொல்லுவாங்க. அதாவது, பெண்ணியம் பேசாத பெண்ணியவாதி. பெண்ணியம் ஒவ்வொருவரின் பார்வைக்கும் மாறுபடும். இன்றைய காலக்கட்டத்தில், பெண்ணியம் என்றால், எல்லாவற்றிற்கும் போராடுவது. ஆண்களை வெறுப்பது. அநியாயத்தைக் கண்டால் பொங்கி எழுவது. இதுவல்ல பெண்ணியம். சமுதாயத்துடன் முரண்பட்டு நிற்பதல்ல பெண்ணியம். நான் கிராப் வெட்டிப்பேன், தண்ணி அடிப்பேன், தம் அடிப்பேன் என்பது சுதந்திரம். பெண்ணியம் அல்ல.

பெண்ணியம் என்பது, வீட்டைத் தாண்டி வெளியே ஜெயிப்பது மட்டும் அல்ல. வீட்டாரையும் சேர்த்து, தன் ஆணையும் கையில் கோர்த்து கொண்டு, அழகாக முன்னேறுவதுதான் பெண்ணியம். குடும்ப அமைப்பே வேண்டாம் என்பது சும்மா. சுகி சிவம் அய்யா ரொம்ப அழகா சொல்லி இருப்பார். கூடு என்பது வேறு, கூண்டு என்பது வேறு. கூடிடு என்றால், அழகா, வீட்டில் கணவருடன், குழந்தைகளுடன், பெரியவர்களுடன் இருப்பது. கூண்டு அப்படி அல்ல. உள்ளே வைத்து பூட்டிவிடுவது. இப்போதைய பெண்கள், கூட்டிற்கும், கூண்டிற்கும் வித்தியாசம் தெரியாமல் இருக்காங்க. கூட்டை, கூண்டாகப் பார்க்க ஆரம்பித்துவிட்டனர். நான் ஏன் காலைல எழுந்திரிக்கணும்? நான் ஏன் சமைக்கணும்? நான் ஏன் மாமியாரைப் பார்த்துக்கொள்ள வேண்டும் என்பது பெண்ணியம் அல்ல.

என் கண்ணெதிரே, நிறைய பேர், பெண்ணியம் பேசி வீணாப் போனவங்க இருக்காங்க. வீட்டில் இருந்து, பேசாமலேயே, அடங்கிப் போய் வீணாப் போன பெண்களும் இருக்காங்க. பேச வேண்டிய இடத்தில் பேசாமலும், பேசக்கூடாத இடத்தில் பேசியும் கெட்டுப்போனவங்க பல பேர். (தலையில் கை வைத்து குனிந்தபடி) நிறைய பார்த்தாச்சு மா.

புழுதி பெண்ணதிகாரம் வழியாக நீங்கள் சொல்ல நினைப்பது?

உலகத்தில் உள்ள அனைத்துப் பெண்களுக்கும், மகளிர் தின வாழ்த்துகள். மகளிர் தினம் ஏன் வந்தது, எப்படிக் கொண்டாடுகிறோம் என்பது அனைவருக்கும் தெரியும். இந்த நாளை, பல காலமா மார்ச் 8ம் தேதிக் கொண்டாடிக்கிட்டு இருக்கோம். இதை பற்றி தெரியாதவர்கள், அதை தெரிந்துகொண்டு, கொண்டாடுங்கள்.

'பெண்ணதிகாரம்' என்கின்ற இந்த அத்தியாயம், ரொம்ப ரொம்ப பயனுள்ளதா இருக்கும்னு நான் எதிர்பார்க்குறேன். ஒரு பெண் பேசுவதும், எழுதுவதும், அவளைச் சுற்றி உள்ள விஷயங்களைப் பற்றி மட்டுமே இருக்கக்கூடாது. சமூகப் பார்வையுடன், சமூக அக்கறையுடன் எப்போது ஒரு பெண் விசாதாரமா பேசி, எழுதுகிறாளோ, அன்றைக்குதான், பெண் சுதந்திரமா இருப்பதாக அர்த்தம்.

இந்தப் 'பெண்ணதிகாரம்' இதழில் வரக்கூடிய பெண்கள், இப்படித்தான் பேசி இருப்பார்கள் என்று நினைக்கிறேன். அப்படிப் பேசி உள்ள பல விஷயங்கள், பெண்களுக்குப் பயனுள்ள வகையில் இருக்கும்னு நம்பறேன். அனைவருக்கும் மகளிர் தின வாழ்த்துகள்.

திருமிகு. வான்மதி
உரிமையாளர், *Makwell Container Care*
நிறுவனர் - ஆசிரியர், *பாவையர் மலர்* பத்திரிகை.

ஆண், பெண் என்ற வேறுபாடு தேவை இல்லை

திருமிகு. நந்தினி ஜெயபாரதி

உங்களைப் பற்றிய அறிமுகம்...

பென்சில் முனையில் தொடங்கிய என் கலைப் பயணம் இன்று பிரான்ஸ் ஸ்பெயின் என பல நாட்டவர்களிடம் சென்றடைவதில் பெரும் மகிழ்ச்சி. நான் நந்தினி ஜெயபாரதி 'தி ஆர்டிஷன் வேர்ல்ட் மற்றும் கோணி பேக்ஸ்' இன் நிறுவனர். விளையாட்டாக தொடங்கிய என் கலைப் பயணம் இன்று என் வாழ்வாதாரமாக மாறியுள்ளது.

தொழிலில் பங்கேற்க, பெண்களை எப்படி ஊக்குவிக்கிறீர்கள்?

சுதந்திரத்தைக் கேட்கும் பெண்கள் முதலில் நிதிச் சுதந்திரம் பெற வேண்டும். பெண்கள் மீதான அடக்குமுறைகளை தகர்த்தெறிய பெண்கல்வியும், வேலைவாய்ப்பும் தான் முக்கிய ஒன்றாக உள்ளது. குறிப்பாக பெண் தொழில் முனைப்பின் மூலம் தனக்கென்ற ஓர் அடையாளத்தையும், சமூகத்தில் பெண்கள் மீதான குறைந்த மதிப்பீட்டையும் உடைக்க முடியும் என்பது என் நம்பிக்கை. தொழில்முனைப்பில் பெண்கள் பலத்தரப்பட்ட சிக்கல்களைச் சந்திக்க நேரிடும். இதன் மூலம் சுய நம்பிக்கையும், எதிர்த்துப் போராடும் குணமும் இயல்பாய் தோன்றும். இதுவே ஒருநாள் வெற்றிகரமான பெண்தொழில் முனைவோராக மாற்றும்.

பெண் தொழில்முனைவோர்கள், இன்று எதிர்கொள்ளும் சவால்கள் என்னவாக இருக்கும்?

பெண் தொழில்முனைவோராக சந்திக்கும் சிக்கல்களில் சமூக கலாச்சாரமும், கட்டுப்பாடுகளும் முதன்மை வகிக்கிறது. பெண்ணின் போராட்டம் வீட்டைவிட்டு வெளி உலகை பார்ப்பதில் தொடங்கி பெண் கல்வி, வேலைவாய்ப்பிலிருந்து இப்பொழுது புதிய பரிணாமமாக தொழில் முனைப்பில் உருவாகியுள்ளது. வேலைக்குச் செல்லும் பெண்களை காட்டிலும் தொழில் முனைவோராக உள்ள பெண்கள் மீதான அடக்குமுறைகளும், கேலி கிண்டல்களும் சற்று மேலோங்கியே இருப்பதைப் பார்க்க முடிகிறது. ஒழுக்க வரையறையில் தொடங்கி, குடும்பத் தாக்கங்கள், நிதியுதவி,

○ தொகுப்பு: பத்மா அமர்நாத்

நேரக் கட்டுப்பாடுகள், மூலதனத்திற்கு பாலின பாகுபாட்டு அணுகல், வணிக நெட்வொர்க், வேலையாட்கள், பெண் தொழில்முனைவோரிடம் பெண்கள் மட்டுமே வேலை செய்யும் நிலை, இவையெல்லாம் தாண்டி இதில் ஆண்களின் கௌரவக்குறைச்சல் என பல. தொழில்முனைவு என்பது ஆண் ஆதிக்கம் செலுத்தும் துறையாகவே எண்ணிக் கொண்ட சமூகத்தால் கட்டமைக்கப்பட்ட பாலின பாத்திரத்தை கையாள்வதும், இந்தப் பார்வைகளை மீறுவதும் பெரிய சவாலாக உள்ளது. எந்தப் புதுவகைப் பொருட்களாக இருப்பினும் சந்தைப்படுத்துவதில் பெரும் சிக்கலைப் பெண் தொழில் முனைவோர் சந்திக்கின்றனர். பெண்கள் தொழில் முனைப்பில், தயாரிப்பாக இருந்தாலும், வணிக சேவையாக இருந்தாலும் தனக்கென ஒரு பிராண்ட்-யை உருவக்கவோ, வலுவாக்கவோ, குடும்பத்தையும் ஆண்களையும் முதலில் நாட வேண்டிய நிலை உள்ளது. இவையெல்லாம் தாண்டியும் பெண்களை வணிகத் துறையில் சாதித்தாலும் திறமையானவராக நம்பப்படுவதில்லை.

பெண் தொழில்முனைவோர்களுக்கு, உங்கள் ஆலோசனை?

தொழில் தொடங்க நினைக்கும் பெண்களும் தனக்கென்று அடையாளமும், உள்ளுணர்வு திருப்தியும், போதும் என நினைத்தாலும் தொழில் தொடங்குவோரின் குறிக்கோள் பணம் ஈட்டுவதுதான். ஆண்களை விடவும் பெண்கள் பண விவகாரத்தில் சாமர்த்தியமாகவும் ரிஸ்க் எடுக்கவும் பயப்படுவது இல்லை. வணிகக் துறையில் சாதித்துக் காட்டுவதற்கு ஆண் பெண் என்ற வேறுபாடு தேவையில்லை. எந்த ஆதரவும் துணையும் தேவையில்லை. திறமையும் துணிச்சலும் மட்டுமே போதும்.

இப்பணியில், உங்களுடைய குறிப்பிடத்தக்க சாதனைகள்

தமிழக அரசின் முதலமைச்சர் விளையாட்டு கோப்பை நிகழ்விற்கு நினைவுப் பரிசாக இரு பரிமாண புகைப்படங்கள் செய்து கொடுத்தோம். பென்சில் முனையில் செதுக்கிய சிற்பம் உலக சாதனை படைத்துள்ளது.

உங்களுடைய பொழுதுபோக்கு எப்படி இருக்கும்?

எங்களின் வணிகம் சார்ந்து புதுவகை பொருட்களை உருவாக்குவது. போட்டியாளர்களின் புது முயற்சிகளைப் பற்றி தகவல் சேமிப்பது. இன்றைய சூழலில் வளர்ந்துவரும் நிறுவனங்களின் வளர்ச்சிக்கான உத்திகளைப் பற்றி தெரிந்துகொள்வது. வணிகம் சார்ந்த புத்தகங்கள் வாசிப்பது.

இறுதியாக, உங்களைச் சுற்றி உள்ள தோழிகளுக்கு நீங்கள் பகிர விரும்பும் அட்வைஸ்?

பெண்கள் தொழில் தொடங்க முன்வர தயங்குவதற்கு வணிக மூலதனமே முக்கிய காரணமாக உள்ளது. எனவே வங்கியின் மூலம் கடன் பெறுவதற்கான வழிகள் மற்றும் அரசுத் திட்டங்கள் மூலம் கிடைக்கும் மானிய நிதி கடன்கள் பெறுவதற்கான வழிமுறைகளை அறிந்து

கொள்வது அவசியம். பெண்களின் தொழிலாக வகுக்கப்பட்ட தையல், அழகுக்கலை, ஊறுகாய், பொடி போன்ற ஸ்டீரியோடைப் தொழில்களை மட்டும் அல்லாமல் ஆர்வம் உள்ள அனைத்து துறைகளிலும் துணிந்து தொடங்க வேண்டும். எந்த ஒரு சூழலிலும் மற்றவரின் உதவிக்காகக் காத்திருக்காமல் தங்களை தற்காத்துக்கொள்ளும் திறன் ஒவ்வொரு பெண்ணுக்கும் கட்டாயம் இருக்க வேண்டும்.

வெற்றி என்ற எண்ணம் மட்டுமே நம்மை உயர்த்திவிடாது. வளர்ச்சிக்கான பாதையில் கிடக்கும் தடைகளை அகற்றி, தயக்கங்களை விரட்டி, முதல் அடியை எடுத்து வைத்தால் மட்டுமே நம்மால் இலக்கை அடைய முடியும்! வெற்றி வாகை சூட முடியும்!

திருமிகு. நந்தினி ஜெயபாரதி
நிறுவனர்,
தி ஆர்டிஷன் வேர்ல்ட் மற்றும் கோணி பேக்ஸ்.

○ தொகுப்பு: பத்மா அமர்நாத்

பெண்ணதிகாரம்